AF762714

## ರವೀಂದ್ರ ವಂಶಿ

ಮೈಸೂರು ಜಿಲ್ಲೆ ನಂಜನಗೂಡು ತಾಲ್ಲೂಕು, ವಳಗೆರೆ ಗ್ರಾಮದಲ್ಲಿ ಜನನ, ತಂದೆ ವೆಂಕಟಾಚಲಯ್ಯ ಶಾಲಾ ಶಿಕ್ಷಕರು, ತಾಯಿ ಶಿವಮ್ಮ ಗೃಹಿಣಿ. ಬಾಲದಿಂದಲೇ ಓದು, ಬರಹ, ಸಿನಿಮಾ ಕಡೆಗೆ ಆಕರ್ಷಿತರಾದ ರವೀಂದ್ರ ವೆಂಶಿ ಓದಿದ್ದು ಬಿ.ಎಸ್ಸಿ., ಬಿ.ಎಡ್., ಎಂಎಸ್ಸಿ. (ಗಣಿತ). ಸಣ್ಣಕತೆಗಳ ಮೂಲಕ ಬರವಣಿಗೆ ಪ್ರಾರಂಭಿಸಿದ ರವೀಂದ್ರ ವೆಂಶಿ ಅವರ ಕಥೆಗಳು ಕನ್ನಡದ ದೈನಿಕಗಳಲ್ಲಿ, ಸಾಪ್ತಾಹಿಕದಲ್ಲಿ ಮಾಸಿಕ ಪತ್ರಿಕೆಗಳಲ್ಲಿ ಪ್ರಕಟವಾಗಿದೆ. ದೃಶ್ಯ ಮಾಧ್ಯಮದಲ್ಲಿ ಕಥೆ ಚಿತ್ರಕತೆ ಬರಹಗಾರನಾಗಿ, ಸಹ ನಿರ್ದೇಶಕನಾಗಿ ಹಲವಾರು ಸಿನಿಮಾ, ಧಾರವಾಹಿಗಳಲ್ಲಿ ಕೆಲಸ ಮಾಡಿದ ನಂತರ ಮಾರ್ಚ್ 23 ಮೊದಲ ಚಿತ್ರದ ನಿರ್ದೇಶನ. ಆನಂತರ ಪುಟಾಣಿ ಸಫಾರಿ, ವಾಸಂತಿ ನಲಿದಾಗ, ಮಠ, ವರ್ಣಮಯ ಚಿತ್ರಗಳನ್ನು ನಿರ್ದೇಶನ ಮಾಡಿದ್ದಾರೆ.

'ಸಾಯುವ ಮುನ್ನ ನೋಡಲೇಬೇಕಾದ 101 ಕನ್ನಡ ಚಿತ್ರಗಳು' ಮೊದಲ ಪ್ರಕಟಿತ ಕೃತಿ. ಕನ್ನಡ ಚಿತ್ರ ವಿಮರ್ಶಕರೂ ಆದ ರವೀಂದ್ರ ವೆಂಶಿ ಮುನ್ನೂರಕ್ಕೂ ಹೆಚ್ಚು ಚಿತ್ರಗಳ ವಿಮರ್ಶೆ ಬರೆದಿದ್ದಾರೆ. ಸಧ್ಯ ನೈಟ್ ಕರ್ಫ್ಯೂ, ಟೇಕ್ವಾಂಡೋ ಗರ್ಲ್ ಚಿತ್ರಗಳ ನಿರ್ದೇಶನದಲ್ಲಿ ತೊಡಗಿಸಿಕೊಂಡಿರುವ ರವೀಂದ್ರ ವೆಂಶಿ ಹವ್ಯಾಸಿ ಚಿತ್ರಕಲಾವಿದರೂ ಕೂಡ.

# ಚಿತ್ರ-ವಿಚಿತ್ರ

**ಲೈಟ್ಸ್ । ಕ್ಯಾಮೆರಾ । ಆ್ಯಕ್ಷನ್**

ರವೀಂದ್ರ ವೆಂಶಿ

**ವೀರಲೋಕ ಬುಕ್ಸ್ ಪ್ರೈ.ಲಿ.**
# 207, 2ನೇ ಮಹಡಿ, 3ನೇ ಮೇನ್, ಚಾಮರಾಜಪೇಟೆ
ಬೆಂಗಳೂರು–560018. ಮೊಬೈಲ್: 70221 22121
ಇಮೇಲ್: veeralokabooks@gmail.com
ವೆಬ್‌ಸೈಟ್: www.veeralokabooks.com

**CHITRA-VICHITRA**
A book written by **Ravindra Vemshi**

Published by:
**VEERALOKA BOOKS PVT. LTD.**
# 207, 2nd Floor, 3rd Main
Chamarajpet, Bengaluru-560018

Mobile : +91 7022122121
E-mail : veeralokabooks@gmail.com
Website: www.veeralokabooks.com



Price : Rs. 220/-
Pages : 188
First Impression : 2023

Paper used : 70 GSM NS Maplitho
Book size : 1/8th Demy

ISBN : 978-93-94942-69-1

Cover page illustration by : Madan C.P.
Inner pages design by : Vijaya Vikram

**VEERALOKA FAMILY**
Anand Rach - Anantha Kunigal - RajVishnu - Govind Vishnu
Vishwajith - Mamatha - Parvathi - Sai Raghav

ಸದಾ ನನ್ನ ಮನದಾಳದಲ್ಲಿ
ಹಸಿರಾಗಿರುವ,
ನನ್ನೆಲ್ಲಾ ಕೆಲಸಗಳಿಗೂ
ಆಶೀರ್ವದಿಸುವ ನನ್ನ ತಂದೆ
**ಶ್ರೀ ವೆಂಕಟಾಚಲಯ್ಯ**
ಅವರಿಗೆ ಈ ಪುಸ್ತಕವನ್ನು
ಅರ್ಪಿಸುತ್ತೇನೆ.

# ಮೊದಲ ಮಾತು

ಜಾಗತಿಕ ಸಿನಿಮಾ ಮತ್ತು ಅವುಗಳ ವಿಶೇಷಗಳನ್ನು ಕುರಿತಾದ ಒಂದು ಪುಸ್ತಕ ಬರೆಯಬೇಕು ಎಂದು ಬರೆದ ಪುಸ್ತಕ ಇದಲ್ಲ ಅಥವಾ ಬರೆಯಲಿಕ್ಕೆ ಒಂದಷ್ಟು ಸಿನಿಮಾಗಳನ್ನು ಹುಡುಕಿ ಹುಡುಕಿ ನೋಡಿದ್ದೂ ಅಲ್ಲ.

ನಾನು ಚಿತ್ರಕರ್ಮಿಯಾಗುವುದಕ್ಕೆ ಮುಂಚಿನಿಂದಲೆ ಸಿನಿಮಾ ನೋಡುವ ಹವ್ಯಾಸ, ಅಭ್ಯಾಸವಿತ್ತು. ಹಾಗೆ ನೋಡಿದರೆ ನನ್ನ ವ್ಯಕ್ತಿತ್ವವನ್ನು ರೂಪಿಸಿದ್ದರಲ್ಲಿ ಸಿನಿಮಾದ ಪಾಲು ಬಹಳಷ್ಟಿದೆ. ನಂಜನಗೂಡಿನ ವಳಗೆರೆ ಗ್ರಾಮದ ನನಗೆ ಆವತ್ತಿನ ಕಾಲಘಟ್ಟಕ್ಕೆ ಜಾಗತಿಕ ಸಿನಿಮಾ ಸಿಗುವ ಕನಸೂ ಇರಲಿಲ್ಲ. ಜಗತ್ತಿನ ಸಿನಿಮಾಗಳೆಂದರೆ ಅವುಗಳು ಚೈನೀಸ್, ಇಂಗ್ಲೀಶ್ ಸಿನಿಮಾಗಳೆಂದೂ, ಬರೀ ಹೊಡೆದಾಟ, ವಯಸ್ಕರ ಚಿತ್ರಗಳನ್ನು ಬಿಟ್ಟರೇ ಬೇರೆ ಯಾವುದೇ ರೀತಿಯ ಸಿನಿಮಾಗಳನ್ನು ಅವರು ಮಾಡುವುದಿಲ್ಲ ಎನ್ನುವ ತಪ್ಪು ಕಲ್ಪನೆ ನಮಗೆ ಆವತ್ತಿಗಿತ್ತು.

ಸಿನಿಮಾವನ್ನು ಬದುಕಾಗಿ ತೆಗೆದುಕೊಂಡ ನಂತರ ಓದಿದ ಪದವಿಗಳನ್ನು ಪಕ್ಕಕ್ಕಿಟ್ಟು ಸಿನಿಮಾ ಅಧ್ಯಯನಕ್ಕೆ ತೊಡಗಿಸಿಕೊಂಡು ಹೊಸ ಹೊಸದನ್ನು ತಿಳಿದುಕೊಳ್ಳುವ ನೋಡುವ ಕಾಯಕ ಮಾಡಿ ಅದರ ವಿಶೇಷಗಳನ್ನು ಬರೆದಿಟ್ಟುಕೊಳ್ಳುತ್ತಿದ್ದೆ. ಅದೊಂದು ದಿನ ಗೆಳೆಯ ಫಿಲಿಪ್ ಹೀಗೆ ಜಗತ್ತಿನ ಸಿನಿಮಾಗಳ ಬಗ್ಗೆ ಚರ್ಚಿಸುತ್ತಿದ್ದಾಗ ಅವರು ನೀವ್ಯಾಕೆ ಈ ಎಲ್ಲಾ ಮಾಹಿತಿಗಳನ್ನು ಅಡಕವಾಗಿಸಿ ಒಂದು ಪುಸ್ತಕ ಬರೆಯಬಾರದು ಎಂದರು. ಜಗತ್ತಿನ ಬಹುತೇಕ ನಿರ್ದೇಶಕರ, ಬಹುತೇಕ ಭಾಷೆಯ ಕೆಟ್ಟ, ಒಳ್ಳೆಯ, ಕಲಾತ್ಮಕ, ಮನರಂಜನೀಯ ಮಸಾಲೆಯ... ಹೀಗೆ ಸಿನಿಮಾಗಳನ್ನು ನೋಡಿದ್ದ ನನಗೆ ಸರಿ ಎನಿಸಿದ್ದೆ ಪುಸ್ತಕ ಬರೆಯಲು ಪ್ರಾರಂಭಿಸಿದ್ದೆ. ಆದರೆ ಬರೆಯಲು ಕುಳಿತ ದಿನದಿಂದ ಸಂಪೂರ್ಣವಾಗುವವರೆಗೆ ಇನ್ನೂ ಸಾವಿರಕ್ಕೂ ಹೆಚ್ಚು ಸಿನಿಮಾಗಳನ್ನೂ ಪುಸ್ತಕದ ಉದ್ದೇಶಕ್ಕಾಗಿ ನೋಡಬೇಕಾಯಿತು. ಪುಸ್ತಕ ಸಂಪೂರ್ಣಗೊಳಿಸಲು ನನಗೆ ನಾಲ್ಕು ವರ್ಷ ಬೇಕಾಯಿತು.

ಇಲ್ಲಿ ವಿಮರ್ಶಕರು ಇಷ್ಟಪಟ್ಟ, ಪ್ರಶಸ್ತಿ ಪುರಸ್ಕಾರಗಳನ್ನು ತನ್ನದಾಗಿಸಿಕೊಂಡ ಚಿತ್ರಗಳಿಲ್ಲ. ನಾನು ನೋಡಿದ ನೋಡಿ ಮೆಚ್ಚಿದ ಆನಂತರ ಅದರ ಬಗ್ಗೆ ಚರ್ಚಿಸಿದ

ವಿಶೇಷ ಚಿತ್ರಗಳಿವೆ. ಪುಸ್ತಕದಲ್ಲಿ ಸೇರಿಸಲು ಒಂದಷ್ಟು ಮಾನದಂಡಗಳನ್ನು, ವರ್ಗಗಳನ್ನು ನಾನು ಮಾಡಿಕೊಂಡಿರುವೆನಾದರೂ ಸಿನಿಮಾವನ್ನು ಒಬ್ಬ ಪ್ರೇಕ್ಷಕನಾಗಿ ನೋಡಿದ ಮೇಲೆಯೇ ಅದರ ಬಗ್ಗೆ ಚರ್ಚಿಸಿ ಬರೆದಿದ್ದೇನೆ.

ಸಿನಿಮಾ ನೋಡುವ ನೋಡಿದ್ದನ್ನು ಚರ್ಚಿಸುವ ನನ್ನ ಗುಂಪಿನ ಗೆಳೆಯರಾದ ಗಿರಿಬಾಲು, ಫಿಲಿಪ್ ಪಿಂಟೋ, ಪ್ರತಾಪ್, ಅನಿಲ್ ಯುವಸೂರ್ಯ, ಸಿ. ರವಿಚಂದ್ರನ್ ಹಾಗೆಯೇ ನನ್ನೊಡನೆ ನನ್ನೆಲ್ಲಾ ಕೆಲಸಗಳಿಗೆ ಕೈ ಜೋಡಿಸುವ ಚಂದ್ರಶೇಖರ ಹಂಗಳ, ಹರೀಶ್ ರಾಜ್ ಕುಂದೂರು, ಶೇಖರ್, ಗರುಡಾದ್ರಿ ರಾಘು, ನಾಗಭೂಷಣ್, ಸ್ವಾತಿ ನಾಗಭೂಷಣ್, ಸಂತೋಷ್ ದಾವಣಗೆರೆ, ಮಧುಮತಿ, ಮಂಜುಳಾರಾಜು, ಮಂಜು.ಜೆ ಅವರುಗಳಿಗೆ ನನ್ನ ಕೃತಜ್ಞತೆಗಳು.

ಉಳಿದಂತೆ ನನ್ನ ಹುಚ್ಚಾಟಗಳಿಗೆ ಪ್ರೋತ್ಸಾಹ ನೀಡುವ ಅಮ್ಮ ಶಿವಮ್ಮ, ನನ್ನೆಲ್ಲಾ ಸಾಹಸಗಳಿಗೆ ಹಿಂದೆ ಮುಂದೆ ನೋಡದೇ ಕೈ ಜೋಡಿಸುವ ನನ್ನ ಪತ್ನಿ ಸಹನಾಶ್ರೀ, ನನ್ನ ಬದುಕಿಗೆ ಹೊಸ ಹುರುಪು ನೀಡಿದ ನನ್ನ ಮಗಳು ಉನ್ನತಿ, ಹಾಗೆಯೇ ನನಗೆ ಎಲ್ಲಾ ರೀತಿಯಿಂದಲೂ ಸಹಕಾರ ನೀಡುವ ನನ್ನ ಕುಟುಂಬ ವರ್ಗವಾದ ನಾಗೇಂದ್ರ–ಪದ್ಮಾ, ಲೀಲಾವತಿ–ಚಲುವರಾಜು (ಸ್ವಾಮೀ), ಶೀಲಾ–ನಾಗಾರ್ಜುನ್, ರಾಧಾಕೃಷ್ಣ ನಾಯಕ್–ನಿರ್ಮಲ, ಪ್ರಶಾಂತ–ಮಾನಸ, ಸ್ವಸ್ತಿಕ–ಶೋವನ್, ಅತುಲ್–ದಕ್ಷಾ ಅವರುಗಳಿಗೆ ನಾನು ಋಣಿ.

ಇನ್ನು ನನ್ನ ಸಿನಿಮಾ ನಿರ್ದೇಶಕನ ಕನಸನ್ನು ನನಸಾಗಿಸಲು ನನ್ನೊಡನೆ ಬೆನ್ನೆಲುಬಾಗಿ ನಿಂತ ನಿರ್ಮಾಪಕರುಗಳಾದ ಬಿ.ಎಸ್. ಚಂದ್ರಶೇಖರ್, ಆರ್. ರಮೇಶ್, ಜೇನುಗೂಡು ಶ್ರೀಧರ್, ಜಗದೀಶ್, ಮಂಜುನಾಥ್, ಕಿರಣ್ ಕುಮಾರ್ ರಾಜಯ್ಯ, ಪರಮ್ ಗುಬ್ಬಿ, ಡಾ. ಸುಮಿತ ಪ್ರವೀಣ್, ರುದ್ರಮುನಿ ಅವರುಗಳಿಗೆ ಅನಂತಾನಂತ ಧನ್ಯವಾದಗಳು.

# ಪ್ರಕಾಶಕರ ನುಡಿ

ಕೇವಲ ಓದುಗನಾಗಿದ್ದಾಗ 'ಸಾಹಿತ್ಯ ಲೋಕ ಎನ್ನುವುದು ಜೇನುಗೂಡು, ಓದುಗನಿಗೆ ಸಿಹಿ ನೀಡುವುದಕ್ಕಾಗಿಯೇ ಆ ಜೇನುಗಳು ಒಟ್ಟಾಗಿರುತ್ತವೆ' ಎಂದು ಭಾವಿಸಿದ್ದವನು. ಪ್ರಕಾಶಕನಾದ ನಂತರ ಒಂದೊಂದೇ ಒಳಮರ್ಮಗಳ ದರ್ಶನವಾಗುತ್ತಿದೆ. ಅವುಗಳು ದಿಗಿಲುಗೊಳಿಸುತ್ತಿವೆ. ಇತ್ತೀಚೆಗಷ್ಟೇ ಪ್ರೀತಿಯ ಆಹ್ವಾನದ ಮೇರೆಗೆ ಒಂದು ಪುಸ್ತಕ ಬಿಡುಗಡೆ ಸಮಾರಂಭದಲ್ಲಿ ಭಾಗಿಯಾಗಿದ್ದೆ. ಸಾಹಿತ್ಯ ಲೋಕದೊಂದಿಗೆ ಒಂದೂವರೆ ವರ್ಷದ ಒಡನಾಟ ಇರುವುದರಿಂದ ಯಾವುದೇ ಪುಸ್ತಕ ಬಿಡುಗಡೆ ಸಮಾರಂಭಕ್ಕೆ ಹೋಗಲಿ, ಅಲ್ಲೊಂದಷ್ಟು ಪರಿಚಿತರು ಇದ್ದೇ ಇರುತ್ತಾರೆ. ಇಲ್ಲೂ ಕೂಡ ಪರಿಚಿತರು ಸಿಗುವರೆಂಬ ನಂಬಿಕೆಯಿತ್ತು. ಅದು ಸುಳ್ಳಾಗಿತ್ತು.

ಅಚ್ಚರಿ ಎಂದರೆ 'ಕರೆದಾತ'ನೊಬ್ಬನ ಹೊರತಾಗಿ ಉಳಿದವರೆಲ್ಲರಿಗೂ ನಾನು ಅಪರಿಚಿತ. ಒಂದೂವರೆ ವರ್ಷದಲ್ಲಿ 65 ಕೃತಿಗಳನ್ನು ಪ್ರಕಟಿಸಿ, 45 ಸಾವಿರಕ್ಕೂ ಹೆಚ್ಚು ಕೃತಿಗಳನ್ನು ಮಾರಾಟ ಮಾಡಿ, ಹತ್ತಕ್ಕೂ ಹೆಚ್ಚು ಕಾರ್ಯಕ್ರಮಗಳನ್ನು ಆಯೋಜಿಸಿರುವೆ. ಸಾವಿರಾರು ಸಾಹಿತ್ಯಾಸಕ್ತರ ಜೊತೆ ಒಡನಾಡಿರುವೆ. ಆದರೆ, ಅಲ್ಲಿನ ಆ ಇನ್ನೂರು ಜನರನ್ನು ನನಗೆ ತಲುಪಲು ಆಗಿರಲೇ ಇಲ್ಲ. ಅವರೂ ನನ್ನ ಹತ್ತಿರ ಸುಳಿದಿರಲಿಲ್ಲ. ಯಾಕೆ ಹೀಗೆ? ಸಾಹಿತ್ಯ ಲೋಕ ಜೇನುಗೂಡಿನಂತಿಲ್ಲ ಎಂಬ ಸತ್ಯ ನನ್ನ ಅರಿವಿಗೆ ಈಗೀಗ ಬರುತ್ತಿದೆ. ಸಾಹಿತ್ಯ ಲೋಕ ವರ್ಗಗಳಾಗಿ ಹಂಚಿಹೋಗಿದೆ ಎನ್ನುವ ಕಟು ಸತ್ಯ ಬಾಧಿಸುತ್ತಿದೆ. ನನಗೇ ಗೊತ್ತಿಲ್ಲದಂತೆ ನನ್ನನ್ನೂ ಈ ಗ್ರೂಪಿಸಂ ವರ್ತುಲಕ್ಕೆ ಸೇರಿಸಿ ಬಿಟ್ಟಿದ್ದಾರಲ್ಲ ಎನ್ನುವ ವಿಷಾದ ಕಾಡುತ್ತಿದೆ. 'ಅವರ ಪುಸ್ತಕ ಇವರು ಓದಲ್ಲ, ಇವರ ಪುಸ್ತಕ ಅವರು ಮುಟ್ಟಲ್ಲ' ಎನ್ನುವ ವಾತಾವರಣ ಸೃಷ್ಟಿಯಾಗಿದೆ. ಹಾಗಾಗಿ ಅವರಿಗೆ ಇವರು, ಇವರಿಗೆ ಅವರು ಅಪರಿಚಿತರಾಗಿ ಉಳಿದು ಬಿಟ್ಟಿದ್ದಾರೆ ಅನಿಸುತ್ತಿದೆ.

ಪರಿಸ್ಥಿತಿ ಹೀಗಿರುವಾಗ ಪ್ರಕಾಶನ ಸಂಸ್ಥೆಯೊಂದು ಇನ್ನಷ್ಟು ಪಾರದರ್ಶಕವಾಗಿರಬೇಕಾದ, ಎಲ್ಲರನ್ನೂ ಒಳಗೊಳ್ಳಬೇಕಾದ ಅಗತ್ಯ ತುಸು ಹೆಚ್ಚೇ ಇದೆ ಎಂದು ಭಾವಿಸಿದ್ದೇನೆ. ಹೇಗೆಂದರೆ, ಪ್ರಕಾಶನ ಸಂಸ್ಥೆಯನ್ನು ಸಿನಿಮಾ ಥಿಯೇಟರಿನ ಹಾಗೆ ಇಟ್ಟುಕೊಳ್ಳಬೇಕಿದೆ. ಅಲ್ಲಿ ಯಾವ ಸಿನಿಮಾ ಬೇಕಾದರೂ

ಬರಬಹುದು, ಯಾವ ಪ್ರೇಕ್ಷಕನಾದರೂ ವೀಕ್ಷಿಸಬಹುದು. ನನ್ನದೇನಿದ್ದರೂ ಥಿಯೇಟರ್, ಪರದೆ, ಧ್ವನಿ ವ್ಯವಸ್ಥೆಯನ್ನು ಸರಿಯಾದ ಸ್ಥಿತಿಯಲ್ಲಿಡುವುದಷ್ಟೇ!

ಅದೇ ಕ್ರಮದಲ್ಲಿ ನವೆಂಬರ್ ತಿಂಗಳಲ್ಲಿ ವಿವಿಧ ಲೇಖಕರ ಹನ್ನೊಂದು ಕೃತಿಗಳು ವೀರಲೋಕದಿಂದ ಬಿಡುಗಡೆ ಆಗುತ್ತಿವೆ. ಹೊಸಬರ ಕೃತಿಗಳನ್ನು ಪ್ರೋತ್ಸಾಹಿಸುತ್ತಿದ್ದ ವೀರಲೋಕ ಇದೀಗ ಸಾಹಿತ್ಯ ಲೋಕದ ದಿಗ್ಗಜರ ಕೃತಿಗಳನ್ನು ಕನ್ನಡ ಸಾರಸ್ವತಲೋಕಕ್ಕೆ ನೀಡುತ್ತಿದೆ. ಅಬ್ದುಲ್ ರಶೀದ್, ಕೌಂಡಿನ್ಯ, ಡಾ. ಡಿ.ಎಸ್. ಚೌಗಲೆ, ಡಾ. ಲಕ್ಷ್ಮಣ ಕೌಂಟೆ, ವಿಕ್ರಂ ಹತ್ವಾರ್, ಡಾ. ಡಿ.ಎಸ್. ಶ್ರೀನಿವಾಸ ಪ್ರಸಾದ್, ಪ್ರೇಮಾನಂದ ಕಾಮತ್, ಡಾ. ಗೀತಾ ಸುನೀಲ್ ಕಶ್ಯಪ್, ಸುಧಾ ಆಡುಕುಳ, ಸಂತೆಬೆನ್ನೂರು ಫೈಜ್ನಟ್ರಾಜ್, ಜಯರಾಮಾಚಾರಿ, ರವೀಂದ್ರ ವೆಂಶಿ ಅವುಗಳ ಲೇಖಕರು. ಈ ಎಲ್ಲಾ ಕೃತಿಗಳು ಇದುವರೆಗಿನ ವೀರಲೋಕದ ಕೃತಿಗಳಿಗಿಂತ ಭಿನ್ನವಾಗಿವೆ ಎಂಬ ಭರವಸೆ ಕೊಡುತ್ತಿದ್ದೇನೆ.

ರವೀಂದ್ರ ವೆಂಶಿ ಕನ್ನಡ ಚಿತ್ರರಂಗದ ಪ್ರತಿಭಾನ್ವಿತ ನಿರ್ದೇಶಕ. ಇವರು ವರ್ಣಮಯ, ನೈಟ್ ಕರ್ಫ್ಯೂ ಪುಟಾಣಿ ಸಫಾರಿ, ಮಠ, ವಾಸಂತಿ ನಲಿದಾಗ ಮುಂತಾದ ಚಿತ್ರಗಳನ್ನು ನಿರ್ದೇಶಿಸಿದ್ದಾರೆ. ವೀರಲೋಕದ ಕೆಲಸಗಳನ್ನು ಬಹುವಾಗಿ ಮೆಚ್ಚುವ ರವೀಂದ್ರ ವೆಂಶಿ ಅವರು ಅತ್ಯಂತ ಸಂಕೋಚದಿಂದಲೇ ತಮ್ಮ ಕೃತಿಯನ್ನು ಆಯ್ಕೆಸಮಿತಿಗೆ ಕಳುಹಿಸಿದ್ದರು. ಆಯ್ಕೆ ಸಮಿತಿಯಿಂದ ಫಸ್ಟ್ ಕ್ಲಾಸ್ ಅಂಕಗಳೊಂದಿಗೆ ತೇರ್ಗಡೆಗೊಂಡ ಪುಸ್ತಕವಿದು ಎಂಬುದನ್ನು ಹೆಮ್ಮೆಯಿಂದ ಹೇಳಲಿಚ್ಛಿಸುತ್ತೇನೆ. ಸಾಹಿತ್ಯ ಕ್ಷೇತ್ರದ ನಂತರ ಅತಿ ಹೆಚ್ಚು ಓದಿಗೆ ಒಳಗಾಗಬೇಕಾದ ಕ್ಷೇತ್ರವೆಂದರೆ ಅದು ಸಿನಿಮಾರಂಗ. ರಾಜಮೌಳಿಯಂತಹ ನಿರ್ದೇಶಕರು ಸಿನಿಮಾ ನಿರ್ಮಾಣವನ್ನು ಎರಡು ವರ್ಷ ಮಾಡಿದರೆ, ಅದರ ಪೂರ್ವಭಾವಿ ಬರವಣಿಗೆ ಮತ್ತು ಸಿದ್ಧತೆಗಳಿಗೆ ಕನಿಷ್ಠ ಒಂದು ವರ್ಷ ವ್ಯಯಿಸುತ್ತಾರೆ. ಆದ್ದರಿಂದಲೇ ಅವರ ಚಿತ್ರಗಳು ಅಷ್ಟು ಸತ್ವಯುತವಾಗಿ ಮೂಡಿಬರುತ್ತವೆ. ನಮ್ಮ ಕನ್ನಡ ಚಿತ್ರರಂಗದಲ್ಲೂ ಅಂತಹ ಪ್ರಯತ್ನಗಳಾಗಿವೆ. ಆದರೆ ಅವುಗಳ ಕುರಿತಾದ ಮಾಹಿತಿ ಬಹುತೇಕರಿಗಿಲ್ಲ. ಆ ನಿಟ್ಟಿನಲ್ಲಿ ರವೀಂದ್ರ ವೆಂಶಿಯವರ ಚಿತ್ರ ವಿಚಿತ್ರ ಕೃತಿ ಸಿನಿಕರ್ಮಿಗಳಿಗೆ ಒಂದು ಮಹತ್ತರ ದಿಕ್ಸೂಚಿಯಾಗಲಿದೆ...

ಓದಿನ ನಶೆ ನಿಮಗೇರಲಿ...

**ವೀರಕಪುತ್ರ ಶ್ರೀನಿವಾಸ**

ಪ್ರಕಾಶಕ, ವೀರಲೋಕ ಬುಕ್ಸ್

# ಚಿತ್ರಮಂದಿರದ ಒಳಗೆ...

# 1

# ಬಡವರ ಚಿತ್ರಗಳು

ಸಿನಿಮಾದ ಆಕರ್ಷಣೆ ಬಹು ದೊಡ್ಡದು. ಅದಕ್ಕೇ ಅದನ್ನ ಹುಚ್ಚು ಎಂದು ಕರೆಯುತ್ತಾರೇನೋ? ಸಿನಿಮಾ ನೋಡುವ ಹುಚ್ಚು ಒಂದು ಕಡೆಯಾದರೆ, ಸಿನಿಮಾ ಮಾಡುವ ಹುಚ್ಚು ಇನ್ನೊಂದು ಕಡೆ. ಹಾಗೆ ಮಾಡಬೇಕಿತ್ತು, ಹೀಗೆ ಮಾಡಬೇಕಿತ್ತು. ಹೀಗೆ ಮಾಡಿದ್ದರೇ ಚೆನ್ನಾಗಿರುತ್ತಿತ್ತು. ಸ್ವಲ್ಪ ಬೋರಾಯ್ತು. ಎಂದೆಲ್ಲಾ ಪೋಸ್ಟ್‌ಮಾರ್ಟಂ ಮಾಡುವ ಸಿನಿಪ್ರಿಯರಿಗೆ, ನಾವು ಒಂದು ಸಿನಿಮಾ ಮಾಡಿದರೆ ಹೇಗೆ ಎಂಬ ಹುಳು ತಲೆಗೆ ಹೊಕ್ಕು ಕೊರೆಯದಿರದು. ಆದರೆ ಸಿನಿಮಾವೆಂದರೇ ಬರೀ ಹಣದ ಹೂಡಿಕೆ ಅಷ್ಟೇ ಅಲ್ಲ. ಅಥವಾ ಪ್ರತಿಭೆ–ಕಲೆಗಳ ಒಂದುಗೂಡುವಿಕೆಯಷ್ಟೇ ಅಲ್ಲ. ಅದು ಹಣ, ಪ್ರತಿಭೆ, ಕಲೆಯ ಅಪೂರ್ವ ಸಂಗಮ ಎಂದೇ ಹೇಳಬಹುದು. ಬರೀ ಪ್ರತಿಭೆ, ಕಲೆ ಇದ್ದರೆ ಕಥೆ ಹೇಳಬಹುದಷ್ಟೆ! ತೋರಿಸಲಾಗುವುದಿಲ್ಲ. ಹುಚ್ಚು ಕಲ್ಪನೆಗೆ ಬಣ್ಣ ಹಚ್ಚಿ, ಚಿತ್ತಾರ ಬಿಡಿಸಿ, ಕಲಾವಿದರ ಮೂಲಕ ಅಭಿವ್ಯಕ್ತಗೊಳಿಸಿ, ಕ್ಯಾಮೆರ ಕಣ್ಣೊಳಗೆ ತೂರಿಸಿ, ಅದನ್ನ ನೋಡುಗರ ಅಕ್ಷಿಪಟಲದ ಮುಂದೆ ಪ್ರದರ್ಶನಕ್ಕಿಟ್ಟು ಸೈ ಎನಿಸಿಕೊಳ್ಳುವುದು ಕಷ್ಟಸಾಧ್ಯ. ಒಂದಂತೂ ನಿಜ. ಸಿನಿಮಾಕ್ಕೆ ಪ್ರತಿಭೆ ಎಷ್ಟು ಮುಖ್ಯವೋ ಬಂಡವಾಳ ಕೂಡ ಅಷ್ಟೇ ಮುಖ್ಯ.

ಅದೇ ರೀತಿ ವೆಚ್ಚದ ವಿಷಯಕ್ಕೆ ಬಂದರೆ ಅದ್ಧೂರಿ ಸಿನೆಮಾ ಮತ್ತು ಕಡಿಮೆ ವೆಚ್ಚದ ಸಿನೆಮಾ ಎಂಬ ಎರಡು ವಿಭಾಗಗಳನ್ನು ನೋಡಬಹುದು.

ಅದ್ಧೂರಿ ಸಿನೆಮಾ ಅಂದರೆ ಮೊದಲು ಅನಿಸುವುದು ಹಣ-ಕಾಸಿನ ವಿಚಾರದಲ್ಲಿ ರಾಜಿಯಾಗದೆ, ಕಥೆಗೆ ಏನು ಬೇಕೋ ಅದನ್ನೆಲ್ಲಾ ಒದಗಿಸಿ ಶ್ರೀಮಂತ ರೀತಿಯಲ್ಲಿ ತಯಾರಿಸಲಾದ ಚಿತ್ರಗಳು. ಕಡಿಮೆ ವೆಚ್ಚದ ಚಿತ್ರವೆಂದರೆ ಇತಿಮಿತಿಯಲ್ಲಿ, ರಾಜಿಯಾಗುತ್ತ ಕಥೆಗೆ ತಕ್ಕಂತೆ ಹಾಗೆ ಬಜೆಟ್ಟಿಗೆ ತಕ್ಕಂತೆ ದೃಶ್ಯ ಹೆಣೆದು, ವೆಚ್ಚಕ್ಕೆ ತಕ್ಕಂತೆ ದೃಶ್ಯ ಹೊಂದಿಸಿ ತಯಾರಿಸಲಾದ ಚಿತ್ರಗಳು. ದುರಾದೃಷ್ಟಕ್ಕೆ ನಮ್ಮಲ್ಲಿ ಕಡಿಮೆ ವೆಚ್ಚದ್ದೆಂದರೆ 'ಕಲಾತ್ಮಕ ಚಿತ್ರಗಳು' ಅಥವಾ ಬಂದುಹೋಗುವ ಟಿವಿ-ಸ್ಯಾಟಲೈಟ್ ಚಿತ್ರಗಳು ಎನ್ನುವ ಮಾತಿದೆ. ಅದು ತಕ್ಕಮಟ್ಟಿಗೆ ನಿಜವೂ ಆಗಿಬಿಟ್ಟಿದೆ. ಹಾಗಾದರೆ ಒಂದು ಅರ್ಥಪೂರ್ಣ ಚಿತ್ರವನ್ನು ಕಡಿಮೆ ವೆಚ್ಚದಲ್ಲಿ ತಯಾರಿಸಲು ಸಾಧ್ಯವಿಲ್ಲವೇ? ಪ್ರಶ್ನೆಗೆ ಪ್ರಶ್ನೆಯಲ್ಲೇ ಉತ್ತರವಿದೆ. ಕಲಾತ್ಮಕ ಚಿತ್ರಗಳೂ ಅರ್ಥಪೂರ್ಣವೆ! ಆದರೆ ಸಾಮಾನ್ಯಜನರಿಗೆ ತಲುಪುವ ಬಗೆ ಎಂತು? ಎಷ್ಟೆಷ್ಟೋ ಅಂತಾರಾಷ್ಟ್ರೀಯ ಚಿತ್ರೋತ್ಸವದಲ್ಲಿ ಪ್ರಶಸ್ತಿಗಳಿಸುವ ಕನ್ನಡದ ಕಲಾತ್ಮಕ ಚಿತ್ರಗಳನ್ನು (ರಾಷ್ಟ್ರ ಮತ್ತು ರಾಜ್ಯ ಪ್ರಶಸ್ತಿಗಳಿಗೆ ಭಾಜನವಾದ) ಬಹುತೇಕ ಕನ್ನಡಿಗರು ನೋಡಿಲ್ಲದೇ ಇರುವುದು ಖೇದಕರ ಸಂಗತಿ. ಇನ್ನು ಮನರಂಜನೆ ಎಂಬುದು ಕಥೆಯ ವಸ್ತುವಿನಲ್ಲಿ, ಚಿತ್ರಕಥೆಯಲ್ಲಿ, ನಿರೂಪಣೆಯ ತಾಜಾತನದಲ್ಲಿ ಮತ್ತು ಕಲಾವಿದರ ಸಾಂದರ್ಭಿಕ ಅಭಿನಯದಿಂದ ವ್ಯಕ್ತವಾಗುತ್ತದೆಯೇ ಹೊರತು ಅದ್ದೂರಿತನದಿಂದಲ್ಲ ಎನ್ನುವ ಮಾತಂತೂ ಸತ್ಯ. ಇರಲಿ! ಕನ್ನಡದಲ್ಲೂ ಕೆಲವೊಂದು ಕಡಿಮೆ ವೆಚ್ಚದ ಉತ್ತಮ ಮನರಂಜನೆಯ ಚಿತ್ರಗಳು ಬಂದಿವೆ. ಆದರೆ ಇತ್ತೀಚೆಗೆ ಅಂಥ ಚಿತ್ರಗಳು ತೀರಾ ಕಡಿಮೆ ಅಥವಾ ಇಲ್ಲವೇ ಇಲ್ಲ ಎಂದೇ ಹೇಳಬಹುದು. ಬಂದಿದ್ದರೇ ಅದು ಕೀಳು ಅಭಿರುಚಿಯ ಚಿತ್ರಗಳು ಅಥವಾ ಹಾಸ್ಯದೆಸರಿನ ಹಾಸ್ಯಾಸ್ಪದ ಚಿತ್ರಗಳು. ಅಥವಾ ನಿಗೂಢ ಹಾಳು-ಮೂಳು ಎಂದು ಹಣೆಪಟ್ಟಿ ಕಟ್ಟಿಕೊಂಡ ಚಿತ್ರಮಂದಿರಕ್ಕೆ ಹೋಗಲು ಭಯ ತರಿಸುವ 'ಭಯಾನಕ' ಚಿತ್ರಗಳು.

ಆದರೆ ಪ್ರಪಂಚದಾದ್ಯಂತ 'ಸ್ವತಂತ್ರಚಿತ್ರಗಳು' ಹೆಸರಿನಲ್ಲಿ ಅನೇಕಾನೇಕ ತೀರಾ ಕಡಿಮೆ ವೆಚ್ಚದ ಚಿತ್ರಗಳು ಬಂದಿವೆ. ಹೆಸರು, ಪ್ರಶಸ್ತಿಗಳನ್ನು, ಹಣವನ್ನು ಸೂರೆಗೊಂಡಿವೆ. ಒಂದು ನೆನಪಿಟ್ಟುಕೊಳ್ಳಬೇಕಾದ ಸಂಗತಿಯೆಂದರೆ ಈ ಚಿತ್ರಗಳು ಯಾವುದೋ ಒಂದಂಶದ ಲಾಭವನ್ನು ಧ್ಯೇಯವಾಗಿಸಿಕೊಂಡು ಇತಿಮಿತಿಯನ್ನ ಲಾಭಕ್ಕೆ ಸಮೀಕರಿಸಿ ಮಾಡಿದ ಚಿತ್ರಗಳಲ್ಲ. ಅಥವಾ ಹೇಗೋ ಏನೋ ಸಿನಿಮಾ ಮಾಡಬೇಕೆಂಬ ಹುಚ್ಚು ತೆವಲಿನ ವಿಕೃತಿಗಳೂ ಅಲ್ಲ. ಬದಲಿಗೆ ಸಿನಿಮಾವನ್ನು ಕಲೆ-ಜೀವನವೆಂದು ಧೇನಿಸಿ, ಪೂಜಿಸಿ, ಅದಮ್ಯ ಪ್ರೀತಿಯಿಂದ ಕನಸನ್ನ ಸಾಕಾರಗೊಳಿಸಲು ತಯಾರಿಸಲಾದ ಅನಿವಾರ್ಯ ಅದ್ಭುತ ಕಲಾಕೃತಿಗಳು...

ಬನ್ನಿ... ಅಂಥ ಒಂದಷ್ಟು ಚಿತ್ರಗಳ ಬಗ್ಗೆ ಚರ್ಚಿಸೋಣ.

## ಎಲ್ ಮರಿಯಾಚಿ (1992)

ನಮ್ಮಲ್ಲೊಂದು ತಪ್ಪು ಕಲ್ಪನೆಯಿದೆ. ಬಜೆಟ್ ಕಡಿಮೆಯಾದರೆ ಮನರಂಜನೆಯೂ ಕಡಿಮೆಯಾಗಲೇ ಬೇಕು. ಯಾಕೆಂದರೆ ಸಾಹಸ, ಸಂಗೀತ, ಗ್ರಾಫ್ಟಿಕ್ ಮುಂತಾದ ತಾಂತ್ರಿಕ ಅಂಶಗಳಿಗೆ ಕೊರತೆಯಾಗುವುದು. ಆದ್ದರಿಂದ ಕಡಿಮೆ ವೆಚ್ಚದ ಚಿತ್ರಗಳ ಕಥಾವಸ್ತುವು ಗಂಭೀರ ಸಮಸ್ಯೆಯಾಧಾರಿತವಾಗಿದ್ದು ಮಂದಗತಿಯ ನಿರೂಪಣೆಯನ್ನ ಹೊಂದಿರುತ್ತವೆ. ಆದರೆ ಬಜೆಟ್ ಮನರಂಜನೆಗೆ, ತಾಂತ್ರಿಕ ಅಂಶಗಳಿಗೆ ನೇರವಾಗಿ ಸಂಬಂಧಿಸುವುದಿಲ್ಲ. ಜನರನ್ನು ರೋಮಾಂಚನಗೊಳಿಸುವುದು ಅದ್ಧೂರಿ ಸಾಹಸ, ಹಾಡುಗಳು, ರಮಣೀಯ ದೃಶ್ಯಗಳು. ಸ್ಫುರದ್ರೂಪಿ ಕಲಾವಿದರು ಅಲ್ಲ. ಬೇಕಾದದ್ದು ಕಥೆ, ನಿರೂಪಣೆ! ಜನರಿಗೆ ಆಪ್ತವೆನಿಸುವ ಅವರದೇ ಎನಿಸುವ, ಹಿಡಿದು ಕೂರಿಸಿಕೊಳ್ಳುವ ಚಿತ್ರಕಥೆ ಮತ್ತು ಅದಕ್ಕೆ ಪೂರಕ ಅಂಶಗಳಿದ್ದರೆ ಸಾಕು ಜನರು ಮುಗಿಬಿದ್ದು ನೋಡುವುದರಲ್ಲಿ ಸಂಶಯವಿಲ್ಲ. ಅತೀ ಕಡಿಮೆ ವೆಚ್ಚದಲ್ಲಿ ತಯಾರಾದ 'ಎಲ್ ಮರಿಯಾಚಿ' ಅಂತಹುದೆ ಒಂದು ಚಿತ್ರ.

ಸಾಹಸಮಯ ಕುತೂಹಲಕಾರಿ ಕಥಾವಸ್ತು ಹೊಂದಿರುವ 'ಎಲ್ ಮರಿಯಾಚಿ' 1992ರಲ್ಲಿ ತೆರೆಗೆ ಚಿತ್ರದ ನಿರ್ದೇಶಕ 'ರಾಬರ್ಟ್ ರೊಡರಿಗೋ'. ಮೂಲ ಸ್ಪಾನಿಷ್ ಭಾಷೆಯಲ್ಲಿರುವ ಈ ಸಿನೆಮಾಕ್ಕೆ ವೆಚ್ಚವಾಗಿರುವುದು ಕೇವಲ 7000 ಅಮೆರಿಕನ್ ಡಾಲರ್‌ಗಳು ಮಾತ್ರ!

ಚಿತ್ರ-1

ಕಥೆಯ ವಿಷಯದಲ್ಲಿ 'ಎಲ್ ಮರಿಯಾಚಿ' ಅದ್ಭುತ ಚಿತ್ರವೇನಲ್ಲ. ತುಂಬಾ ಸರಳವಾದ ಕಥಾವಸ್ತು ಈ ಚಿತ್ರದ್ದು. ಆದರೆ ನಿರ್ದೇಶಕ ಗೆದ್ದಿರುವುದು ಚಿತ್ರದ ನಿರೂಪಣೆಯಲ್ಲಿ. ಮೊದಲಿನಿಂದ ಕೊನೆಯವರೆಗೂ ಕಾಪಾಡಿಕೊಂಡು ಬಂದಿರುವ ಚಿತ್ರದ ಭಾವದಲ್ಲಿ. ಮತ್ತು ಓಘದಲ್ಲಿ. ಒಂದು ಸಾಹಸಮಯ ಥ್ರಿಲ್ಲರ್ ಚಿತ್ರಕ್ಕೆ ಬೇಕಾದ 'ಹಿಡಿದಿಡುವ ನಿರೂಪಣೆ' ಮತ್ತು ಎಲ್ಲೂ ಬೋರ್ ಹೊಡೆಸದಂತೆ, ಅದೂ ಸ್ಥಳೀಯ ಅನನುಭವಿ ನಟರನ್ನಿಟ್ಟುಕೊಂಡು ಮಾಡಿರುವ ಪ್ರಯತ್ನ ನಿಜಕ್ಕೂ ಶ್ಲಾಘನೀಯ. ನೆನಪಿರಲಿ ಚಿತ್ರದ ಒಟ್ಟು ವೆಚ್ಚವೇ 7000 ಡಾಲರ್.

ಕಥೆಯ ವಿಷಯಕ್ಕೆ ಬಂದರೆ ಮೇಲೆ ಹೇಳಿದಂತೆ ಒಂದು ಸರಳಾತಿಸರಳ ಕಥೆ. ತನ್ನ ಪೂರ್ವಜರ ವೃತ್ತಿಯಾದ ಮರಿಯಾಚಿ (ಬಾರ್ ಸಿಂಗರ್) ಯಾಗುವ ಕನಸು ಹೊತ್ತು ಮೆಕ್ಸಿಕೋಗೆ ಬರುವ ಯುವಕನ ಕತೆ ಇದು. ಮಾರ್ಗ ಮಧ್ಯದಲ್ಲಿ 'ಅಕ್ಯುನ' ಎಂಬ ನಗರದಲ್ಲಿ ಹೋಟೆಲ್ಲೊಂದರಲ್ಲಿ ಉಳಿದುಕೊಂಡು ಕ್ಲಬ್‌ಗಳಲ್ಲಿ, ಬಾರ್‌ಗಳಲ್ಲಿ ಕೆಲಸ ಹುಡುಕುವುದು ಅವನ ಮುಖ್ಯ ಉದ್ದೇಶ. ಆದರೆ ಅಲ್ಲಿಯ ಇಬ್ಬರು ಸ್ಥಳೀಯ ಗೂಂಡಾಗಳ ಪರಸ್ಪರರ ಕಾದಾಟದಲ್ಲಿ ಅವನಿಗರಿವಿಲ್ಲದೆ ನಾಯಕ ಸಿಕ್ಕಿಕೊಳ್ಳುತ್ತಾನೆ. ಇದಕ್ಕೆಲ್ಲಾ ಕಾರಣವಾಗುವುದು ಅದಲುಬದಲಾಗುವ ಒಂದು ಗಿಟಾರ್‌ಕೇಸ್! ಅಝುಮ್ ಮತ್ತು ಮೊಕೊ ಸ್ಥಳೀಯ ಗೂಂಡಾಗಳು. ಒಂದು ಕಾಲದಲ್ಲಿ ಇಬ್ಬರು ಜೊತೆಯಾಗಿದ್ದರೂ, ಪಾಲುದಾರಿಕೆಯ ವಿಷಯದಲ್ಲಿ ಇಬ್ಬರಿಗೂ ವೈಮನಸ್ಸಾಗಿದೆ. ಒಬ್ಬರನ್ನೊಬ್ಬರು ಸದೆಬಡಿಯಲು ಹೊಂಚುಹಾಕುತ್ತಿರುತ್ತಾರೆ. ಮೊಕೊನ ಗೂಂಡಾಗಳು ಅಝುಮ್‌ನ ಬೆನ್ನು

**ಚಿತ್ರ–2: 'ಎಲ್ ಮರಿಯಾಚಿ' ಚಿತ್ರದ ದೃಶ್ಯ**

ಬೀಳುತ್ತಾರೆ. ಅವರ್‍ಯಾರೂ ಅಝುಮ್‌ನನ್ನು ನೋಡಿರುವುದಿಲ್ಲ. ಅವರ ಗುರುತೆಂದರೇ ಒಂದು ಗಿಟಾರ್ ಕೇಸ್. ಅದರಲ್ಲಿ ಶಸ್ತ್ರಾಸ್ತ್ರಗಳಿರುತ್ತವೆ. ಹಾಗೆ ನಮ್ಮ ನಾಯಕನ ಹತ್ತಿರವೂ ಒಂದು ಗಿಟಾರ್‌ಕೇಸ್ ಇರುತ್ತದಾದ್ದರಿಂದ ಗೂಂಡಾಗಳು ಗೊಂದಲಕ್ಕೊಳಗಾಗಿ ನಾಯಕನನ್ನೇ ಅಝುಮ್ ಎಂದು ತಿಳಿದು ಅವನ ಹಿಂದೆ ಬೀಳುತ್ತಾರೆ. ನಾಯಕನಿಗೆ ಗೊತ್ತುಗುರಿಯಿಲ್ಲದ ಊರಿನಲ್ಲಿ ತನ್ನನ್ನು ಯಾರು ಯಾಕೆ ಕೊಲೆ ಮಾಡಲು ಪ್ರಯತ್ನಿಸುತ್ತಿದ್ದಾರೆ ಎಂಬುದು ಗೊತ್ತಾಗದೆ ಗೊಂದಲಕ್ಕೆ ಬೀಳುತ್ತಾನೆ. ಅವರಿಂದ ತಪ್ಪಿಸಿಕೊಳ್ಳುವ ಪ್ರಯತ್ನದಲ್ಲಿ ಮತ್ತು ಆತ್ಮರಕ್ಷಣೆಯ ಹೋರಾಟದಲ್ಲಿ ಕೊಲೆಮಾಡುವ ಪರಿಸ್ಥಿತಿ ಎದುರಾಗಿ ಕೊಲೆ ಮಾಡಿಯೂ ಬಿಡುತ್ತಾನೆ. ಮುಂದೆ ಮಾಮೂಲಿ ಸಿನೆಮಾದಂತೆ ಹೊಡೆದಾಟ-ಬಡಿದಾಟ, ನಿಜ ವಿಷಯ ಗೊತ್ತಾಗುವಷ್ಟರಲ್ಲಿ ಗಿಟಾರ್ ಬಾರಿಸುವ ಸಾಮರ್ಥ್ಯ ಕಳೆದುಕೊಂಡಿರುತ್ತಾನೆ, ಪ್ರೀತಿಸಿದ ಹುಡುಗಿಯನ್ನು ಕಳೆದುಕೊಂಡಿರುತ್ತಾನೆ. ಅವನ 'ಎಲ್ ಮರಿಯಾಚಿ'ಯಾಗುವ ಕನಸು ಸಂಪೂರ್ಣ ಭಗ್ನಗೊಂಡಿರುತ್ತದೆ. ಬಂದೂಕು ಕೈಗೆತ್ತಿಕೊಂಡ ನಾಯಕ ಭೂಗತಲೋಕಕ್ಕೆ ದಾಖಲಾಗುವ ನಿರ್ಧಾರ ಕೈಗೊಳ್ಳುವುದರೊಂದಿಗೆ ಚಿತ್ರ ಮುಗಿಯುತ್ತದೆ.

ನಿರ್ದೇಶಕ ಗೆದ್ದಿರುವುದು ಕಥೆಯ ನಿರೂಪಣೆಯಲ್ಲಿ. ಪಕ್ಕಾ ಹಾಲಿವುಡ್ ಸಿನೆಮಾದಂತೆ ಕಥಾವಸ್ತುವಿನ ಮೂಲಸ್ವರೂಪವನ್ನು ಧ್ವನಿಸುವಂತಹ ಟೇಕಿಂಗ್ಸ್‌ಗಳಲ್ಲಿ. ನಿಮಗಿಲ್ಲಿ ಯಾವುದೂ ಕೃತಕ ಎನಿಸುವುದಿಲ್ಲ. ರೊಡರಿಗೋ ಸಿಕ್ಕ ವಸ್ತುಗಳನ್ನು, ನಟರನ್ನು, ಸ್ಥಳಗಳನ್ನು ತುಂಬಾ ಚೆನ್ನಾಗಿ ಚಿತ್ರಕ್ಕೆ ದುಡಿಸಿಕೊಂಡಿದ್ದಾನೆ. ಕತೆಗೆ ಅವೇ ಅವಶ್ಯಕವೇನೋ ಎಂಬ ಭ್ರಮೆ

**ಚಿತ್ರ–3: 'ಎಲ್ ಮರಿಯಾಚಿ'ಯಲ್ಲಿ ಕಾರ್ಲೋಸ್ ಗಲಾರ್ಡೋ**

ಮೂಡಿಸುವಲ್ಲಿ ಯಶಸ್ವಿಯಾಗಿದ್ದಾನೆ. ಸಿನೆಮಾಕ್ಕೆ ಬಳಸಿರುವ ಚಿತ್ರೀಕರಣದ ಸ್ಥಳಗಳು, ಬೇಕಾದ ವಸ್ತ್ರಗಳು ಎಲ್ಲವೂ ಉಚಿತವಾದವುಗಳೆ. ಕ್ಲಾಪ್ ಬೋರ್ಡ್ ಬದಲಿಗೆ ಕೈಸನ್ನೆ, ಡಾಲಿ ಬದಲಿಗೆ ವ್ಹೀಲ್ ಚೇರ್, ಬೆಳಕಿಗಾಗಿ ವೃತ್ತಿಪರ ಲೈಟ್ಸ್ ಬಳಸದೆ 200ವ್ಯಾಟ್ ಬಲ್ಬುಗಳು, ಟೇಬಲ್ ಲ್ಯಾಂಪುಗಳು, ನಾಗರ ಬದಲಿಗೆ ಸಾಮಾನ್ಯ ಕ್ಯಾಸೆಟ್ ರೆಕಾರ್ಡರ್ ಹೀಗೆ ಎಲ್ಲವೂ ಕೈಗೆ ಸಿಗುವ ವಸ್ತುಗಳಲ್ಲೇ ಇಡೀ ಸಿನೆಮಾದ ಚಿತ್ರೀಕರಣ ಮಾಡಿಮುಗಿಸಿದ್ದಾನೆ ರೊಡರಿಗೊ.

ಮೊದಲಿಗೆ ರೊಡರಿಗೊ ಈ ಸಿನೆಮಾ ಮಾಡಿದ್ದು ಡಿವಿಡಿ ಫ್ಲಿಲ್ಮ್ ಮಾಡಿ, ಮಾರಿ ಬಂದ ಹಣದಲ್ಲಿ ದೊಡ್ಡ ಸಿನೆಮಾ ಮಾಡಲು. ಎಲ್ಲಾ ವಿಡಿಯೋ ಕಂಪನಿಗಳು ಈ ಚಿತ್ರವನ್ನು ತಿರಸ್ಕರಿಸಿದರೂ ರೊಡರಿಗೊ ಛಲಬಿಡದ ತ್ರಿವಿಕ್ರಮನಂತೆ ದೊಡ್ಡದೊಡ್ಡ ಸಿನೆಮಾ ನಿರ್ಮಾಣ ಸಂಸ್ಥೆಗಳಿಗೆ ಈ ಚಿತ್ರದ ಡಿವಿಡಿಯನ್ನು ಕಳುಹಿಸಲು ಪ್ರಾರಂಭಿಸಿದ. ಹಾಲಿವುಡ್‌ನ ಹೆಸರಾಂತ ಚಿತ್ರಸಂಸ್ಥೆ ಕೊಲಂಬಿಯ ಪಿಕ್ಚರ್ಸ್ ಈ ಚಿತ್ರವನ್ನು ನೋಡಿ ತುಂಬಾ ಮೆಚ್ಚಿಕೊಂಡರಲ್ಲದೆ ಅದನ್ನು ಚಿತ್ರಮಂದಿರಗಳಿಗೆ ಬಿಡುಗಡೆ ಮಾಡಲು ಮುಂದೆ ಬಂದರು. ಬಿಡುಗಡೆಯಾದ ನಂತರ 'ಎಲ್ ಮರಿಯಾಚಿ' ಅತ್ಯಂತ ಯಶಸ್ವಿ ಚಿತ್ರವಾಯಿತಲ್ಲದೆ ರಾಬರ್ಟ್‌ಗೆ ಹಣ–ಹೆಸರು ಎಲ್ಲವನ್ನೂ ತಂದುಕೊಟ್ಟಿತು.

- **ಕೊಸರು:** ಕೊಲಂಬಿಯ ಸಂಸ್ಥೆಯವರು ಈ ಚಿತ್ರವನ್ನು ಚಿತ್ರಮಂದಿರಗಳಿಗೆ ಬಿಡುಗಡೆ ಮಾಡುವ ಸಲುವಾಗಿ ಮಾಡಿದ ವೆಚ್ಚ, ಇಡೀ ಸಿನೆಮಾದ ವೆಚ್ಚದ 10 ಪಟ್ಟಿಗಿಂತಲೂ ಹೆಚ್ಚಾಗಿತ್ತು.
- **ಭಾಷೆ:** ಸ್ಪ್ಯಾನಿಶ್.
- **ಕಥೆ–ಚಿತ್ರಕಥೆ–ಸಂಭಾಷಣೆ–ಛಾಯಾಗ್ರಹಣ–ಸಂಕಲನ–ನಿರ್ದೇಶನ:** ರಾಬರ್ಟ್ ರೊಡರಿಗೊ.
- ಡೆಸ್ಪಾರಾಡೊ (1995), ಒನ್ಸ್ ಅಪ್ ಅನ್ ಎ ಟೈಮ್ ಇನ್ ಮೆಕ್ಸಿಕೊ (2003) ಇದೇ ನಿರ್ದೇಶಕರ ಚಿತ್ರಗಳು.

**ರಾಬರ್ಟ್ ರೊಡ್ರಿಗಜ್:** 1981ರಲ್ಲಿ ಬಿಡುಗಡೆಯಾದ 'ಜಾನ್ ಕಾರ್ಪೆಂಟರ್' ನಿರ್ದೇಶನದ ಸೈ–ಫೈ ಚಿತ್ರ 'ಎಸ್ಕೇಪ್ ಫ್ರಂ ನ್ಯೂಯಾರ್ಕ್' ಚಿತ್ರ ವನ್ನ ಚಿತ್ರಮಂದಿರದಲ್ಲಿ ಕುತೂಹಲದಿಂದ ಜನರೆಲ್ಲ ವೀಕ್ಷಿಸುತ್ತಿದ್ದರೆ 12 ವರ್ಷದ ಬಾಲಕನೊಬ್ಬ 'ನಾನು ಸಿನಿಮಾ ಮಾಡುತ್ತೇನೆಂದು ಜೋರಾಗಿ ಉದ್ಗರಿಸಿದ್ದ. ಅವನೇ ರಾಬರ್ಟ್ ರೊಡರಿಗಜ್' ಟೆಕ್ಸಾಸ್‌ನ ಸ್ಯಾನ್ ಆಂಟೋನಿಯೋದಲ್ಲಿ 20 ಜೂನ್ 1968ರಲ್ಲಿ ಜನಿಸಿದ ರೊಡ್ರಿಗಜ್‌ಗೆ ಚಿಕ್ಕಂದಿನಿಂದಲೂ ಸಿನಿಮಾ ಹುಚ್ಚಿತ್ತು.

**ಚಿತ್ರ-4: ನಿರ್ದೇಶಕ ರಾಬರ್ಟ್ ರೊಡ್ರಿಗಜ್**

ಬಾಲ್ಯದಿಂದಲೇ ಚಲನಚಿತ್ರ ಕ್ಷೇತ್ರದೆಡೆಗೆ ಆಕರ್ಷಿತವಾದವನು ಕ್ರಮೇಣ ಸಿನಿಮಾ ತಯಾರಿಕೆಯಲ್ಲಿ ತೊಡಗಿಸಿಕೊಳ್ಳಬೇಕೆಂದು ಗಂಭೀರವಾಗಿ ಪರಿಗಣಿಸಿದ.

ಮೊದಲ ಸಿನಿಮಾ 'ಎಲ್ ಮರಿಯಾಚಿ'ಯ ಯಶಸ್ಸಿನ ನಂತರ ರೊಡರಿಗಜ್ ಹಾಲಿವುಡ್‌ನಲ್ಲಿ ತನ್ನ ನಿರ್ದೇಶಕನ ಸ್ಥಾನವನ್ನು ಭದ್ರಪಡಿಸಿಕೊಂಡಿದ್ದಲ್ಲದೆ, ಹಲವಾರು ಯಶಸ್ವಿ ಚಿತ್ರಗಳನ್ನು ನೀಡಿದ್ದಾನೆ. **ಡೆಸ್ಪರಾಡೋ** (1995), **ಫ್ರಮ್ ಡಸ್ಕ್ ಟಿಲ್ ಡಾನ್** (1996), **ದ ಫ್ಯಾಕಲ್ಟಿ** (1998), **ಸ್ಪೈ ಕಿಡ್ಸ್** (2001), **ಸಿನ್‌ಸಿಟಿ** (2005), **ಪ್ಲಾನೆಟ್ ಟೆರರ್** (2007) ಮುಂತಾದವು ರೊಡರಿಗಜ್‌ನ ಇತರೆ ಯಶಸ್ವಿ ಚಿತ್ರಗಳು.

## ಫಾಲೋಯಿಂಗ್

ಎಲ್ ಮರಿಯಾಚಿಯಂತೆಯೇ ಅತೀ ಕಡಿಮೆ ಬಜೆಟ್ಟಿನಲ್ಲಿ ತಯಾರಾದ ಮತ್ತೊಂದು ಚಿತ್ರ 'ಫಾಲೋಯಿಂಗ್'. ಇದೂ ಕೂಡ ಕೇವಲ 6225 ಅಮೆರಿಕನ್ ಡಾಲರ್‌ನಲ್ಲಿ ತಯಾರಾದ ಅತ್ಯುತ್ತಮ ಚಿತ್ರ. ಎಲ್ ಮರಿಯಾಚಿ ಮನರಂಜನೆ ಮತ್ತು ಮಿತಬಜೆಟ್ಟಿನ ವಿಷಯದಲ್ಲಿ ಉತ್ತಮ ಪ್ರಯತ್ನವಾದರೆ ಫಾಲೋವಿಂಗ್ ಕಡಿಮೆ ವೆಚ್ಚದಲ್ಲಿ ತಯಾರಾದ ಚಿತ್ರ ಮಾತ್ರವೇ ಅಲ್ಲ, ಚಿತ್ರಕತೆಯಲ್ಲಿ ವಿಭಿನ್ನತೆ ಮೆರೆದ ಚಿತ್ರವೂ ಹೌದು. ಈ ಚಿತ್ರ ನಾನ್-ಲೀನಿಯರ್ ಪ್ರಯೋಗಾತ್ಮಕ ಪರಿಣಾಮಕಾರಿ ಚಿತ್ರ. ಕತೆಯ ಹೊರತಾಗಿ, ಬಜೆಟ್ಟಿನ ಹೊರತಾಗಿಯೂ ನಮಗೆ ಗಮನ ಸೆಳೆಯುವುದು ವಿಶಿಷ್ಟ ನಿರೂಪಣೆಯಿಂದ!

ಚಿತ್ರದ ಪ್ರಾರಂಭವೇ ಅಂತ್ಯ, ಅಂತ್ಯವೇ ಪ್ರಾರಂಭ. ಕಣ್ಣಿಗೆ ಕಾಣಿಸುತ್ತಿರುವುದು ಭೂತವೋ ವರ್ತಮಾನವೋ ತಿಳಿಯದ ಅಯೋಮಯ ಸ್ಥಿತಿಯನ್ನುಂಟು ಮಾಡುತ್ತಾ ಸಾಗುವ, 'ಅರೆ, ಇದೇನು ಹೀಗಾಗೋಯ್ತು...

ಹೊ! ಹೀಗಲ್ಲ ಹಾಗೆ' ಎಂಬಂತಹ ಉದ್ಗಾರಗಳನ್ನ ಪ್ರೇಕ್ಷಕನಲ್ಲಿ ಮೂಡಿಸುತ್ತ, ರೋಮಾಂಚನಗೊಳಿಸುತ್ತಾ ಸಾಗುವ ಚಿತ್ರ ಇದು. ಈ ಅನೇರ ಅಂಕುಡೊಂಕು ನಿರೂಪಣೆಯ ಚಿತ್ರಗಳಿಗೆ ಬೇಕಾದದ್ದು ಅಪೂರ್ವ ದೂರದೃಷ್ಟಿ. ಪರಿಪೂರ್ಣ ಚಿತ್ರಣದ ನೀಲನಕಾಶೆ ಕಣ್ಣಲ್ಲಿರಬೇಕು. ಯಾಕೆಂದರೆ ಇಂಥ ಚಿತ್ರಗಳು ಪ್ರತಿಯೊಂದು ಹಂತದಲ್ಲೂ ಏಕಾಗ್ರತೆಯನ್ನು ಬೇಡುತ್ತವೆ. ಘಟನೆಯಿಂದ ಚಿತ್ರೀಕರಣದವರೆಗೆ, ಚಿತ್ರೀಕರಣದಿಂದ ಸಂಕಲನದವರೆಗೆ. ಒಂದು ಸಂಪೂರ್ಣ ಮೊದಲ ಪ್ರತಿ ತಯಾರಾಗುವವರೆಗೆ ನಿರ್ದೇಶಕ ಬೇರೊಂದು ಕಡೆ ನಿಗಾ

ಚಿತ್ರ–5: 'ಫ್ಲಾಲೋಯಿಂಗ್' ಚಿತ್ರದ ಒರಿಜಿನಲ್ ಪೋಸ್ಟರ್

ವಹಿಸುವುದಕ್ಕೆ ಕಿಂಚಿತ್ತೂ ಸಾಧ್ಯವಾಗದಿರುವಷ್ಟು ಸಮಯವನ್ನು ತನ್ನದು ಮಾಡಿಕೊಂಡುಬಿಟ್ಟಿರುತ್ತವೆ. ಹಾಗೆ ಚಿತ್ರಕತೆ ಬರೆದಾದ ಮೇಲೆ ಚಿತ್ರೀಕರಣದ ಕಾರ್ಯಕ್ರಮ ಪಟ್ಟಿ ತಯಾರಿಸುವಾಗ, ಮತ್ತದನ್ನ ದೃಶ್ಯೀಕರಿಸುವಾಗ, ಅದಾದ ನಂತರ ಮತ್ತೆ ಅದನ್ನ ಸಂಕಲಿಸುವಾಗ ಎಲ್ಲೇ ಒಂದುಕಡೆ ಸ್ವಲ್ಪ ತಪ್ಪಿದರೂ ಇಡೀ ಚಿತ್ರದ ಭಾವವೇ ಏರುಪೇರಾಗಿ ಆ ಚಿತ್ರಕಥಾ ಉದ್ದೇಶವೇ ಬುಡಮೇಲಾಗುವ ಸಾಧ್ಯತೆಯಿರುತ್ತದೆ. ಅದರಲ್ಲೂ ಹಣಕಾಸಿನ ಕಟ್ಟುನಿಟ್ಟಾದ ಸಂದರ್ಭದಲ್ಲಿ, ಪುನರ್ ಚಿತ್ರೀಕರಣಕ್ಕೆ ಸಾಧ್ಯವಾಗದ ಪರಿಸ್ಥಿತಿಗಳಲ್ಲಿ ನಿರ್ದೇಶಕನ ಯೋಜನೆ ಅತ್ಯಮೂಲ್ಯವಷ್ಟೇ ಅಲ್ಲ, ಕಷ್ಟಕರವಾಗಿಯೂ ಇರುತ್ತದೆ.

ಆದರೆ 'ಕ್ರಿಸ್ಟೋಫರ್ ನೋಲನ್' ಈ ಸಂಕಷ್ಟಗಳನ್ನೆಲ್ಲಾ ಸಮರ್ಥವಾಗಿ ನಿಭಾಯಿಸಿರುವುದು, ಮೊತ್ತಮೊದಲ ಚಿತ್ರದಲ್ಲೇ ಈ ತರಹದ ರಿಸ್ಕ್ ತೆಗೆದುಕೊಂಡಿರುವುದು ನಿಜಕ್ಕೂ ಮೆಚ್ಚುಗೆಗೆ ಪಾತ್ರವಾದದು–ಕಾರಣ ಇಂಥ ಚಿತ್ರಗಳನ್ನು (ನೋಡಿ–ಮೆಮೆಂಟೊ, ಪುಟ–24) ಪ್ರೇಕ್ಷಕ ಆರಾಮವಾಗಿ ತನ್ನ ಕೆಲಸ ಮಾಡಿಕೊಳುತ್ತ, ಟೈಮ್‌ಪಾಸ್‌ಗೆ (ನಮ್ಮ ಗೃಹಿಣಿಯರು ಧಾರಾವಾಹಿ ನೋಡು–ನೋಡುತ್ತಲೇ ಇಡೀ ಮನೆಯ ಕೆಲಸವನ್ನು ಮುಗಿಸುವ ಹಾಗೆ) ನೋಡಲಾಗುವುದಿಲ್ಲ. ಹಾಗೆ ನೋಡಿದರೆ ಅವನಿಗೆ ಅರ್ಥವೂ ಆಗುವುದಿಲ್ಲ. ಚಿತ್ರ ನೋಡುವುದನ್ನೇ ಒಂದು ಕಾರ್ಯ ಮಾಡಿಕೊಂಡು ತದೇಕಚಿತ್ತದಿಂದ ಪ್ರತಿಯೊಂದು ದೃಶ್ಯವನ್ನೂ, ಸಂಭಾಷಣೆಯನ್ನೂ ಅರ್ಥ ಮಾಡಿಕೊಳುತ್ತಾ, ಅದೇ ಸಮಯದಲ್ಲಿ ಆಲೋಚಿಸುತ್ತ ಏಳುವ ಪ್ರಶ್ನೆಗಳಿಗೆ ಮುಂಬರುವ ದೃಶ್ಯಾವಳಿಗಳಲ್ಲಿ ಅಥವಾ ಪಾತ್ರಗಳ ವರ್ತನೆಯಲ್ಲಿ, ಮಾತುಗಳಲ್ಲಿ ಅರ್ಥ–ಉತ್ತರ ಕಂಡುಕೊಳ್ಳುವ ಪ್ರಯತ್ನ ಮಾಡುತ್ತ ವೀಕ್ಷಿಸಬೇಕಾಗುತ್ತದೆ...

**ಚಿತ್ರ–6: 'ಜೆರೆಮಿ ಥೆಯೋಬಾಲ್ಡ್'** ಯುವ ಲೇಖಕನಾಗಿ

ಅಂತೂ ಇಂತೂ ಚಿತ್ರ ಮುಗಿದ ಮೇಲೆ ಒಂದು ರೀತಿಯ ಸಂತೃಪ್ತಿಯ ಜೊತೆಗೆ ನಿರ್ದೇಶಕನ ಜಾಣ್ಮೆಯ ಮೇಲೆ ಮೆಚ್ಚುಗೆ ಮೂಡದಿರದು.

ಇನ್ನು ಚಿತ್ರದ ವಿಷಯಕ್ಕೆ ಬಂದರೆ 'ಫಾಲೋಯಿಂಗ್' 16mm ಫಿಲ್ಮ್ ನೆಗೆಟಿವ್‌ನಲ್ಲಿ ತಯಾರಾದ ಚಿತ್ರ. ಲಭ್ಯ ಬೆಳಕಿನಲ್ಲಿ ಅತೀಕಡಿಮೆ ಉಪಕರಣಗಳು, ತಂತ್ರಜ್ಞರನ್ನಿಟ್ಟುಕೊಂಡು ಈ ಸಿನಿಮಾವನ್ನು ತಯಾರಿಸಲಾಗಿದ್ದು, ಚಿತ್ರತಂಡ ಸಾಗಣೆಗೆ ಒಂದೇ ಒಂದು ಬಾಡಿಗೆ ಕಾರು ಬಳಸಿ, ಇಡೀ ಒಂದು ವರ್ಷದವರೆಗೆ ಶನಿವಾರ–ಭಾನುವಾರದಂದು ಮಾತ್ರ ಚಿತ್ರೀಕರಣ ಮಾಡಿ, ಸಿನಿಮಾಕ್ಕೆ ಬೇಕಾದ ಸ್ಥಳಗಳಿಗೆ ಗೆಳೆಯರ, ಆತ್ಮೀಯರ ಮನೆಗಳನ್ನ ಉಚಿತವಾಗಿ ಬಳಸಿಕೊಂಡು ತಯಾರಿಸಿರುವ ಚಿತ್ರ ಇದು. ಆದರೆ ಚಿತ್ರ ನೋಡಿದ ಯಾರಿಗೂ ಈ ಅನುಮಾನ ಲವಲೇಶವೂ ಬರುವುದಿಲ್ಲ.

ಚಿತ್ರದ ಕಥೆ ಇಷ್ಟೆ! ಒಬ್ಬ ಬರಹಗಾರ ತಾನು ಬರೆಯಬೇಕಾಗಿರುವ ಹೊಸ ಕಾದಂಬರಿಗೆ ಹೊಸ ವಸ್ತುವನ್ನು ಹುಡುಕತೊಡಗಿರುತ್ತಾನೆ. ಈ ಸಾರಿ ತೀರಾ ವಾಸ್ತವವಾದ ಪಾತ್ರಗಳನ್ನು ಕಾದಂಬರಿಯಲ್ಲಿ ತರುವ ಉದ್ದೇಶ ಅವನದು. ಅದಕ್ಕಾಗಿ ಒಬ್ಬ ಅಪರಿಚಿತನನ್ನು ಆಯ್ಕೆ ಮಾಡಿಕೊಳ್ಳುತ್ತಾನೆ. ಅವನ ಬಗ್ಗೆ ಯಾವುದೇ ರೀತಿಯ ಪೂರ್ವಾಪರ ತಿಳಿದುಕೊಳ್ಳದೆ ಅಷ್ಟೆ ಅಪರಿಚಿತನಂತೆ ಹಿಂಬಾಲಿಸಬೇಕೆಂದು ತನಗೆ ತಾನೆ ಕರಾರು ಮಾಡಿಕೊಂಡಿರುತ್ತಾನೆ. ಹೀಗೆ ಅವನನ್ನು ಹಿಂಬಾಲಿಸುತ್ತಿದ್ದಾಗ, ಆತ ಇವನನ್ನು, ಇವನು ಅವನನ್ನೂ ಗಮನಿಸುತ್ತಾರೆ. ಆ ವ್ಯಕ್ತಿ ನಾಯಕನನ್ನು ಹಿಡಿದು ವಿಚಾರಿಸುತ್ತಾನೆ. ತಾನೊಬ್ಬ ವೃತ್ತಿಪರ ಕಳ್ಳನೆಂದು ತನ್ನನ್ನು ಪರಿಚಯಿಸಿಕೊಳ್ಳುತ್ತಾನೆ. ತನಗೆ ಕಳ್ಳತನದಿಂದ

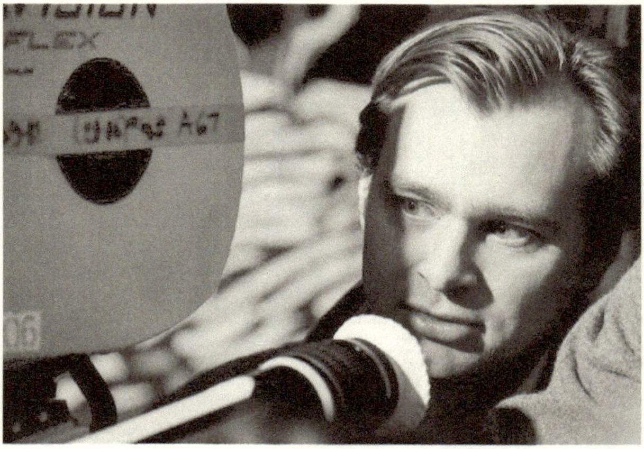

ಚಿತ್ರ–7: ನಿರ್ದೇಶಕ ಕ್ರಿಸ್ಟೋಫರ್ ನೊಲನ್

ದೊರೆಯುವ ಸಂಪತ್ತಿಗಿಂತ ಕಳ್ಳತನ ಮಾಡುವುದರಿಂದ ದೊರೆಯುವ ಮಜವೇ ಬೇರೆ. ಆ ರೋಮಾಂಚನಕ್ಕಾಗಿ ನಾನು ಕಳ್ಳತನ ಮಾಡುತ್ತಿದ್ದೇನೆ ಎಂದು ಹೇಳಿಕೊಳ್ಳುತ್ತಾನೆ. ಆ ಕಳ್ಳನ ನಿಲುವು ನಾಯಕನಿಗೆ ಆಸಕ್ತಿಕರ ಎನಿಸುತ್ತದೆ. ಅವನ ಜೊತೆ ಒಂದಷ್ಟು ದಿನ ಕಳೆಯುವುದರಿಂದ ಕಾದಂಬರಿಗೆ ಅದ್ಭುತ ವಸ್ತು ಸಿಗುತ್ತದೆ ಎನಿಸಿ, ಅವನ ಸಹಚರನಾಗಲು ಒಪ್ಪಿಕೊಳ್ಳುತ್ತಾನೆ. ತಾನು ಕದಿಯುವುದು ಜನರಿಗೆ ಬುದ್ಧಿ ಕಲಿಸಲು, ಅವರ ಜೀವನಶೈಲಿಯನ್ನು ಪುನರ್‌ವಿಮರ್ಶೆ ಮಾಡಿಕೊಳ್ಳಲು ಎಂಬ ಸಮರ್ಥನೆ ಕೊಡುತ್ತಾನೆ ಆ ಕಳ್ಳ. ನಮ್ಮ ನಾಯಕನಿಗೆ ಅವನ ಜೀವನಶೈಲಿ, ಅವನ ವರ್ತನೆ ಗಮನ ಸೆಳೆಯುತ್ತವೆ. ನಾಯಕ ಅವನನ್ನೆ ಅನುಕರಿಸಲು ತೊಡಗುತ್ತಾನೆ. ಅವನಂತೆಯೇ ಕೇಶವಿನ್ಯಾಸ, ಧಿರಿಸುಗಳನ್ನು ಧರಿಸಲು ತೊಡಗುತ್ತಾನೆ. ಇದೇ ಸಮಯದಲ್ಲಿ ಸ್ಥಳೀಯ ಗೂಂಡಾನೊಬ್ಬನ ಪ್ರೇಯಸಿಯನ್ನೂ ಹಿಂಬಾಲಿಸುತ್ತಿರುತ್ತಾನೆ. ಒಂದು ದಿನ ಅವಳ ಮನೆಗೆ ನುಗ್ಗಿದಾಗ, ಕೆಲವು ಅನಿರೀಕ್ಷಿತ ಘಟನೆಗಳು ನಡೆದು ಆಕೆ ನಾಯಕನಿಗೆ ಸ್ವಲ್ಪ ಆತ್ಮೀಯವಾಗುತ್ತಾಳೆ. ತನ್ನ ಪ್ರಿಯಕರ ತನ್ನ ಕೆಲವೊಂದು ಫೋಟೋಗಳನ್ನಿಟ್ಟುಕೊಂಡು ಬ್ಲ್ಯಾಕ್‌ಮೇಲ್ ಮಾಡುತ್ತಿದ್ದಾನೆ. ಹೇಗಾದರೂ ಅವನ ಮನೆಗೆ ನುಗ್ಗಿ ಆ ಫೋಟೋಗಳನ್ನು ಕದ್ದು ತರುವಂತೆ ಬೇಡಿಕೊಳ್ಳುತ್ತಾಳೆ. ನಾಯಕ ಹಾಗೆ ಮಾಡಿದಾಗ ಅಲ್ಲಿ ಒಂದಷ್ಟು ಹಣ ಮತ್ತು ಕೆಲವು ಫೋಟೋಗಳು ಸಿಗುತ್ತವೆ. ಆದರೆ ಅವ್ಯಾವುದೂ ಬ್ಲ್ಯಾಕ್‌ಮೇಲ್ ಮಾಡುವಂತಹ ಫೋಟೋಗಳಾಗಿರುವುದಿಲ್ಲ. ವಾಪಸ್ಸು ಅವಳ ಬಳಿಗೆ ಹೋದರೆ ಆಕೆಯ ಕೊಲೆಯಾಗಿರುತ್ತದೆ. ನಿಜ ಸಂಗತಿಯೇನೆಂದರೆ ಆ ಗೂಂಡಾನಿಗಾಗಿ ಕೆಲಸ ಮಾಡುವ ಆ ಪ್ರಳಯಾಂತಕ ಕಳ್ಳ ತಾನು ಇತ್ತೀಚೆಗೆ ಮಾಡಿದ ಕೊಲೆಯನ್ನು ನಾಯಕನ ಮೇಲೆ ಹಾಕಿ ತಾನು ತಪ್ಪಿಸಿಕೊಳ್ಳಲು ಹೆಣೆದ ಮಾಸ್ಟರ್ ಪ್ಲಾನ್ ಆಗಿರುತ್ತದೆ. ಇಲ್ಲಿ ನಾಯಕ, ನಾಯಕಿ ಎಲ್ಲರೂ ಬಲಿಪಶುಗಳೇ. ಗಾಬರಿಗೊಂಡ ನಾಯಕ ಪೋಲೀಸರಿಗೆ ವಿಷಯವನ್ನೆಲ್ಲಾ ತಿಳಿಸಿದರೂ ನಂಬಲಾರ್ಹ ಸಾಕ್ಷಿ ಇಲ್ಲದೇ ಅವನೇ ಅಪರಾಧಿಯಾಗಬೇಕಾಗುತ್ತದೆ. ಇಷ್ಟೆಲ್ಲಾ ರಣತಂತ್ರ ಹೆಣೆದ ಖಳನಾಯಕ ಜನಜಂಗುಳಿಯಲ್ಲಿ ಮರೆಯಾಗುತ್ತಾನೆ.

ಈ ಕತೆಯನ್ನು ನೊಲನ್ ನಿರೂಪಿಸಿರುವ ರೀತಿ ನಿಜಕ್ಕೂ ಅಚ್ಚರಿಗೊಳಿಸುತ್ತದೆ. ಇಡೀ ಚಿತ್ರ ಕಪ್ಪು–ಬಿಳುಪಿನಲ್ಲಿದ್ದು ಛಾಯಾಗ್ರಹಣದ ನೆರಳು–ಬೆಳಕಿನಾಟ ಕಥೆಗೆ ಲಭ್ಯವಿರುವ ನಿಗೂಢತೆಯನ್ನು, ಕರಾಳತೆಯನ್ನು ತಂದುಕೊಟ್ಟಿದೆಯಲ್ಲದೆ ಚಿತ್ರದ ನಾಯಕನ ಜೀವನವು ಕತ್ತಲೆಯತ್ತ ಸಾಗುವುದನ್ನು ಸೂಚ್ಯವಾಗಿ ತಿಳಿಸುವಲ್ಲಿ ಯಶಸ್ವಿಯಾಗಿದೆ. ಚಿತ್ರದ ಪ್ರಾರಂಭದಲ್ಲಿ ಪೋಲೀಸರ ಮುಂದೆ ಕುಳಿತು ತನ್ನ ದುರಾದೃಷ್ಟಕರವಾದ ಕಥೆ ಹೇಳಲು ಪ್ರಾರಂಭಿಸುವ ನಾಯಕ ಬಿಲ್ ಚಿತ್ರದ ಕೊನೆಯವರೆಗೂ ಅಲ್ಲಿಯೇ ಕುಳಿತಿರುತ್ತಾನೆ. ನಡು–

ನಡುವೆ ತಿರುವು-ಮರುವು ದೃಶ್ಯಗಳು ಕಥೆಯನ್ನು ಗೊಂದಲದ ನಡುವೆಯೇ ವಿಶದಪಡಿಸುತ್ತಾ ಸಾಗುತ್ತವೆ. ಕಾಬ್, ಬಿಲ್, ನಾಯಕಿ ಎಲ್ಲರೂ ನಿರ್ದೇಶಕರ ಕೈಗೊಂಬೆಗಳಂತೆ ಭಾಸವಾಗುತ್ತಾರೆ. ನೊಲನ್ ಚಿತ್ರವನ್ನು ತಯಾರಿಸಿರುವ, ಅದಕ್ಕಾಗಿ ಕೈಗೊಂಡಿರುವ ಮುನ್ನೆಚರಿಕೆಗಳು, ಪೂರ್ವಸಿದ್ಧತೆಗಳು ಪ್ರತಿಯೊಬ್ಬ ಸಿನಿಮಾ ತಯಾರಕರೂ, ನಿರ್ದೇಶಕರೂ ಅಳವಡಿಸಿಕೊಂಡರೆ ಉತ್ತಮಚಿತ್ರದ ಜೊತೆಗೆ ಚಿತ್ರಕ್ಕೆ ಹಾಕಿದ ಬಂಡವಾಳವು ನಷ್ಟವಾಗದಂತೆ ನೋಡಿಕೊಳ್ಳಬಹುದು.

- ಚಿತ್ರದ ಕಲಾವಿದರೆಲ್ಲರೂ ನೌಕರಿಯಲ್ಲಿದ್ದುದರಿಂದ ರಜಾದಿನಗಳಲ್ಲಿ ಅಂದರೆ ಶನಿವಾರ-ಭಾನುವಾರವಂದು ಚಿತ್ರೀಕರಣ ಮಾಡಲಾಗಿತ್ತು.
- ಎಲ್ಲಾ ಪ್ರಮುಖ ಪಾತ್ರಧಾರಿಗಳಿಗೂ ಚಿತ್ರೀಕರಣದ ಮುಂಚೆಯೆ ತರಬೇತಿ ನೀಡಿ, ಅವರಿಗೆ ಆ ಪಾತ್ರದ ಸಂಪೂರ್ಣ ಒಳ-ಹೊರಗನ್ನು ಗೊತ್ತುಪಡಿಸಿದ್ದರಿಂದ, ಅವರೆಲ್ಲಾ ಆ ಪಾತ್ರವನ್ನು ಪಕ್ಕಾ ಅಭಿನಯಿಸಲು ಸಮರ್ಥವಾಗಿದ್ದರು, ಆ ಕಾರಣದಿಂದ ಚಿತ್ರೀಕರಣದಲ್ಲಿ ಸಿನಿಮಾಕ್ಕೆ ಬೇಕಾದಷ್ಟೇ ನೆಗೆಟಿವ್ ಖರ್ಚಾಗಿ, ನೆಗೆಟಿವ್ ಪೋಲಾಗಲಿಲ್ಲ.
- ಚಿತ್ರೀಕರಣದ ಸ್ಥಳಗಳೂ ಉಚಿತವಾದವುಗಳಾಗಿದ್ದವು.
- ಯಾವುದೇ ಅವಸರಗಳಿಲ್ಲದೆ ಒಂದು ವರ್ಷದವರೆಗೆ ಸಾವಧಾನವಾಗಿ ಚಿತ್ರೀಕರಣ ಮಾಡಲಾಗಿತ್ತು.

ಚಿತ್ರ ನಿರ್ದೇಶಕನಾಗಬೇಕೆಂಬ ಅತೀವಾಕಾಂಕ್ಷೆಯಿಂದ ತನ್ನ ಮೊದಲಚಿತ್ರವನ್ನು ತುಂಬಾ ಶ್ರಮಪಟ್ಟು ನಿರ್ದೇಶಿಸಿ, ಪ್ರೇಕ್ಷಕರಿಂದ, ವಿಮರ್ಶಕರಿಂದ ಸೈ ಎನಿಸಿಕೊಂಡ ನೊಲನ್ ಈ ಚಿತ್ರದ ಬಗ್ಗೆ ಹೇಳುವುದೇನೆಂದರೆ:

'ಇಡೀ ಚಿತ್ರವನ್ನು ಕಡಿಮೆ ವೆಚ್ಚದಲ್ಲಿ ತಯಾರಿಸಲು ಯೋಜಿಸಿದ್ದೆವು. ನಮ್ಮಲ್ಲಿ ಒಂದು ದೊಡ್ಡ ಸಿನಿಮಾ ನಿರ್ಮಾಣ ಮಾಡುವಷ್ಟು ಹಣವಿಲ್ಲದಿದ್ದರಿಂದ ನಮಗೆ ಲಭ್ಯವಿರುವ ಸಂಪನ್ಮೂಲಗಳನ್ನು ಬಳಸಿಕೊಂಡೆವು. ಚಿತ್ರದ ಬರಹದ ಹಂತದಲ್ಲಿ ಪ್ರತಿಯೊಂದು ಪಾತ್ರವನ್ನೂ ವಾಸ್ತವಕ್ಕೆ ಹತ್ತಿರವಿರುವಂತೆ ಸೃಷ್ಟಿಸಿದೆವು. ಜೊತೆಗೆ ನಿರೂಪಣೆಯಲ್ಲಿ ಬರುವ ಅಪೂರ್ಣ ದೃಶ್ಯಗಳನ್ನು ಅರ್ಥೈಸಿಕೊಳ್ಳಲು ಪ್ರೇಕ್ಷಕ ಕೊನೆಯವರೆಗೂ ಕಾಯುವಂತೆ ಮಾಡುವುದು ನಮ್ಮ ಉದ್ದೇಶವಾಗಿತ್ತು. ಆ ಚಿತ್ರದ ನಂತರ ನಾನು ತಿರುಗಿ ನೋಡಲಿಲ್ಲ.'

'ಫಾಲೋಯಿಂಗ್' ಚಿತ್ರ ನಿರ್ದೇಶಕ ಕ್ರಿಸ್ಟೋಫರ್ ನೊಲನ್‌ಗೆ ಖ್ಯಾತಿ-ಹಣ ತಂದುಕೊಟ್ಟಿದ್ದಲ್ಲದೆ 'ವಿಶಿಷ್ಟ ನಿರ್ದೇಶಕ' ಎಂಬ ಹೆಸರು ಗಳಿಸಿಕೊಟ್ಟಿತು.

- **ಕೊಸರು:** ನಿರ್ದೇಶಕ ನೊಲನ್‌ಗೆ ಈ ಚಿತ್ರದ ಐಡಿಯಾ ಬಂದದ್ದು ಅವನ ನಿಜಜೀವನದ ಘಟನೆಯಿಂದ. ಅವನ ಮನೆಯಲ್ಲಿ ಕಳ್ಳತನವಾದಾಗ ಅವನಲ್ಲುಂಟಾದ ಭಾವನೆಗಳು ಫ್ಲಾಲೋವಿಂಗ್ ಕಥೆಯ ಹೂರಣಕ್ಕೆ ಸ್ಫೂರ್ತಿಯಾಯಿತು.

**ಚಿತ್ರ–8: ಕ್ರಿಸ್ಟೊಫರ್ ನೊಲನ್**

**ಕ್ರಿಸ್ಟೊಫರ್ ನೊಲನ್:** ಕ್ರಿಸ್ಟೊಫರ್ ನೊಲನ್ 1970, ಜುಲೈ 30ರಂದು ಲಂಡನ್‌ನಲ್ಲಿ ಜನಿಸಿದ. ತನ್ನ ತಂದೆಯ ಕ್ಯಾಮೆರಾ ಬಳಸಿಕೊಂಡು ಅತೀ ಚಿಕ್ಕವಯಸ್ಸಿನಲ್ಲೇ ಚಿತ್ರ ತಯಾರಿಸಲು ತೊಡಗಿದ ನೊಲನ್, 'ಸ್ಟಾರ್ ವಾರ್ಸ್' ಚಿತ್ರ ನೋಡಿ ಇನ್ನಷ್ಟು ಪ್ರೇರಿತನಾಗಿ ಸಿನಿಮಾರಂಗವನ್ನು ಗಂಭೀರವಾಗಿ ಪರಿಗಣಿಸಿದ. ತೀರಾ ಕಡಿಮೆ ವೆಚ್ಚದ ಫಾಲೋಯಿಂಗ್ (1998) ಮೊದಲ ಪೂರ್ಣಪ್ರಮಾಣದ ಚಲನಚಿತ್ರ. ಇದಕ್ಕೂ ಮೊದಲು ಡೂಡಲ್‌ಬಗ್ (1997) ಎನ್ನುವ ಮೂರು ನಿಮಿಷದ 'ಕಿರುಚಿತ್ರ' ನಿರ್ದೇಶಿಸಿದ್ದ. ಮೆಮೆಂಟೋ (2000), ಇನ್ಸೋಮ್ನಿಯಾ (2002), ಬ್ಯಾಟ್ಮನ್ ಬಿಗಿನ್ಸ್ (2005), ದಿ ಪ್ರೆಸ್ಟೀಜ್ (2006), ಮುಂತಾದವು ನೊಲನ್‌ನ ಇನ್ನಿತರ ಯಶಸ್ವಿ ಚಿತ್ರಗಳು.

## ಪ್ಯಾರಾನಾರ್ಮಲ್ ಆ್ಯಕ್ಟಿವಿಟಿ

ಒಂದು ಸಿನಿಮಾವನ್ನು ಅತೀ ಕಡಿಮೆ ಬಜೆಟ್ಟಿನಲ್ಲಿ, ಇತಿಮಿತಿಯಲ್ಲಿ ನಿರ್ಮಿಸುವುದು ದೊಡ್ಡತನದ ಮಾತಲ್ಲ... ಅಥವಾ ಅದೂ ಸಾಧನೆಯೂ ಅಲ್ಲ... ಒಂದು ವಿಶಿಷ್ಟ ಪ್ರಯತ್ನವನ್ನು ಮತ್ತು ಗಟ್ಟಿಯಾದ ನಿರೂಪಣೆಯನ್ನು ಹಣದ ಸೌಲಭ್ಯಗಳ ಮಿತಿಯ ಜೊತೆ ಜನರ ಮುಂದಿಡುವುದು ಸಾಧನೆ ಎನಿಸಿಕೊಳ್ಳುತ್ತದೆ. ಈ ಕಡಿಮೆ ಬಜೆಟ್ಟಿನ ಸಿನಿಮಾಗಳಲ್ಲಿನ ಮುಖ್ಯ ಅಂಶವೆಂದರೆ ಅಲ್ಲಿ ಹೆಚ್ಚು ಬುದ್ಧಿವಂತಿಕೆಯಿರುತ್ತದೆ. ಪಕ್ಕಾ ಮತ್ತು ನಿಖರವಾದ ಪೂರ್ವತಯಾರಿ ಇರುತ್ತದೆ. ಇತ್ತೀಚಿನ ದಿನಗಳಲ್ಲಿ ನಮಗೆ ಕಾಣಸಿಗುವ ಒಂದು ಚಿತ್ರವೆಂದರೆ 'ಪ್ಯಾರನಾರ್ಮಲ್ ಆ್ಯಕ್ಟಿವಿಟಿ'. 2007ರಲ್ಲಿ ತೆರೆಗೆ ಬಂದ ಈ ಚಿತ್ರದ ಒಟ್ಟು ಬಜೆಟ್ ಕೇವಲ 15,000 ಡಾಲರುಗಳು ಆದರೆ ಅದು ಜಗತ್ತಿನಾದ್ಯಂತ ಗಳಿಸಿದ

ಒಟ್ಟು ಮೊತ್ತ 19,33,11,485 ಡಾಲರುಗಳು ಅಂದರೆ ಅದರ ಗಳಿಕೆ ಮೂಲ ಬಜೆಟ್ಟಿಗಿಂತ ಎಷ್ಟು ಪಟ್ಟು ಹೆಚ್ಚು ಎಂಬುದನ್ನ ನೀವೇ ಲೆಕ್ಕ ಹಾಕಿ. ಇರಲಿ ಇನ್ನು ಸಿನಿಮಾ ವಿಷಯಕ್ಕೆ ಬಂದರೆ ಇದೊಂದು ಹಾರರ್ ಚಿತ್ರ. ಒರೆನ್ ಪೇಲಿ ಕಥೆ ಬರೆದು ನಿರ್ದೇಶಿಸಿರುವ ಈ ಚಿತ್ರ ಇಷ್ಟೊಂದು ಹಣ ಗಳಿಸಲು ಕಾರಣವೇನು ಎಂಬ ಪ್ರಶ್ನೆಗೆ ಉತ್ತರ ಸಿನಿಮಾ ನೋಡಿದ ಮೇಲೆ ಗೊತ್ತಾಗುತ್ತದೆ.

ಚಿತ್ರದ ಕಥೆ ಇಂತಿದೆ. ಚಿತ್ರದ ನಾಯಕ ಮತ್ತು ನಾಯಕಿ ಹೊಸ ಮನೆಗೆ ಬಂದಾಗ ಅಲ್ಲಿ ಕೆಲವು ಅನುಚಿತ ಘಟನೆಗಳು ನಡೆಯುತ್ತವೆ. ನಾಯಕಿ ಕೇಟಿಗೆ ಮೊದಲಿಂದ ಭೂತ ಕಾಟದ ಬಗ್ಗೆ ಒಂದು ಕಲ್ಪನೆ ಇರುವುದರಿಂದ ಇದು ಭೂತಚೇಷ್ಟೆಯೇ ಎಂದು ನಿರ್ಧರಿಸುತ್ತಾಳೆ. ಅದನ್ನ ಗಂಡನಿಗೆ ಹೇಳಿದಾಗ ಇಬ್ಬರೂ ಸೇರಿಕೊಂಡು ತಮ್ಮ ಮಲಗುವ ಕೋಣೆಯಲ್ಲಿ ಕ್ಯಾಮೆರಾ ಇಟ್ಟು ದಿನಾ ರಾತ್ರಿ ಅವರು ಮಲಗಿದಾಗ ನಡೆಯುವ ಘಟನೆಗಳನ್ನ ದಾಖಲು ಮಾಡುತ್ತಾರೆ. ಬೆಳಿಗ್ಗೆ ಕ್ಯಾಮೆರಾದಾಲ್ಲಿ ಸೆರೆಹಿಡಿಯಲಾದ ಘಟನೆಗಳನ್ನ ಅವಲೋಕಿಸುತ್ತಾರೆ. ಮೊದಮೊದಲು ಬಾಗಿಲು ತಂತಾನೇ ತೆರೆದುಕೊಳ್ಳುವುದು, ವಿಚಿತ್ರ ಸದ್ದುಂಟಾಗುವುದು, ಕೇಟಿ ತನಗರಿವಿಲ್ಲದೆ ಎದ್ದು ಓಡಾಡುವುದು ಮುಂತಾದ ವಿಚಿತ್ರಗಳು ನಡೆಯ ತೊಡಗುತ್ತವೆ. ಅದು ಕೇಟಿಯನ್ನ ಆವರಿಸಿಕೊಂಡು ಆ ದೆವ್ವ ಗಂಡನನ್ನ ಕೊಲೆ ಮಾಡುವುದರೊಂದಿಗೆ ಚಿತ್ರ ಮುಗಿಯುತ್ತದೆ.

2007ರ ಅಕ್ಟೋಬರ್ 14ರಂದು **ಸ್ಕ್ರೀಮ್ ಫೆಸ್ಟ್** ಚಲನಚಿತ್ರೋತ್ಸವದಲ್ಲಿ ಮೊದಲಬಾರಿಗೆ ಪ್ರದರ್ಶನಗೊಂಡ ಈ ಚಿತ್ರ, ಆನಂತರ **ಸ್ಲ್ಯಾಮ್ ಡ್ಯಾನ್ಸ್** ಚಿತ್ರೋತ್ಸವದಲ್ಲೂ ಕೂಡ 2008ರ ಜನವರಿ 18ರಂದು ಪ್ರದರ್ಶನಗೊಂಡು ಜನ ಮೆಚ್ಚುಗೆಗಳಿಸಿತು. 2009ರ **ಇಂಡಿಪೆಂಡೆಂಟ್ ಸ್ಪಿರಿಟ್ ಅವಾರ್ಡ್ಸ್**ನ ಚಿತ್ರೋತ್ಸವದಲ್ಲಿ ಉತ್ತಮ ಚಲನಚಿತ್ರವೆಂದು ಪ್ರಶಸ್ತಿಗಳಿಸಿದೆ.

**ಚಿತ್ರ–9: 'ಪ್ಯಾರಾನಾರ್ಮಲ್ ಆ್ಯಕ್ಟಿವಿಟಿ' ಚಿತ್ರದ ದೃಶ್ಯ**

2007ರಲ್ಲಿ ಕೇವಲ 15,000 ಡಾಲರುಗಳಲ್ಲಿ ಒಂದು ಚಲನಚಿತ್ರ ನಿರ್ಮಿಸುವುದೆಂದರೆ ಅದೂ ಊಹೆಗೂ ನಿಲುಕದ್ದು. ಆದರೆ ಒರೇನ್ ಪೇಲಿ ಇದನ್ನು ನಮ್ಮ ಮುಂದೆ ಯಶಸ್ವಿಯಾಗಿ ಸಾದರ ಪಡಿಸಿದ್ದಾನೆ. ಚಿಕ್ಕಂದಿನಿಂದಲೂ ದೆವ್ವ-ಭೂತಗಳ ಬಗ್ಗೆ ಅಪಾರ ನಂಬಿಕೆ ಇಟ್ಟಿದ್ದ ಪೇಲಿಗೂ ಇಂದಿಗೂ ಅವುಗಳ ಇರುವಿಕೆಯ ಬಗ್ಗೆ ಭಯ ಇದೆಯಂತೆ. ಆ ಭಯವೇ ಇಂಥದ್ದೊಂದು ಚಿತ್ರ ನಿರ್ಮಿಸಲು ಕಾರಣವಾಯಿತು ಎನ್ನುತ್ತಾನೆ ಪೇಲಿ.

ಇಡೀ ಚಿತ್ರ ಮನೆಯಲ್ಲಿಯೇ ನಡೆಯುತ್ತದೆ. ಅದಕ್ಕಾಗಿ ಒರೇನ್ ಪೇಲಿ ತನ್ನ ಮನೆಯನ್ನೇ ಬಳಸಿಕೊಂಡವನು, ಬೇಕುಬೇಕಾದ ಹಾಗೆ ಮನೆಯನ್ನು

**ಚಿತ್ರ-10: 'ಪ್ಯಾರಾನಾರ್ಮಲ್ ಆ್ಯಕ್ಟಿವಿಟಿ' ಚಿತ್ರದ ಒರಿಜಿನಲ್ ಪೋಸ್ಟರ್**

ಪುನರ್ವಿನ್ಯಾಸ ಮಾಡಲು ಒಂದು ವರ್ಷದ ಅವಧಿಯನ್ನು ತೆಗೆದುಕೊಂಡನಂತೆ. ಗೋಡೆಯ ಬಣ್ಣ, ಪೀಠೋಪಕರಣಗಳು, ರತ್ನಗಂಬಳಿ ಹೀಗೆ ಪ್ರತಿಯೊಂದೂ ಹೀಗೆ ಇರಬೇಕೆಂದು ಮೊದಲೇ ಯೋಜಿಸಿದ್ದರಿಂದ ಎಲ್ಲವನ್ನೂ ತುಂಬಾ ಸಾವಧಾನವಾಗಿ ತೃಪ್ತಿಕರವಾಗಿ ಪೂರ್ವತಯಾರಿ ಮಾಡಿಕೊಂಡು ಆನಂತರ ಚಿತ್ರೀಕರಣಕ್ಕೆ ತೊಡಗಿದ್ದು ಎನ್ನುತ್ತಾನೆ ಪೇಲಿ.

ಇನ್ನು ಸಿನಿಮಾದ ತಾಂತ್ರಿಕ ಅಂಶಗಳ ಬಗ್ಗೆ ಮಾತಾಡೋಣ ಇಡೀ ಸಿನಿಮಾದಲ್ಲಿ ಯಾವುದೇ ರೀತಿಯ ಶಾಟ್ ಡಿವಿಜನ್ ಇಲ್ಲ. ಕ್ಲೋಸ್, ವೈಡ್, ಲಾಂಗ್, ಟ್ರಾಲಿ ಮೂಮೆಂಟ್ ಇದ್ಯಾವುದೂ ಇಲ್ಲವೇ ಇಲ್ಲ. ಕ್ಯಾಮೆರಾವನ್ನು ಒಂದೆಡೆ ಫಿಕ್ಸ್ ಮಾಡಿ ಇಡೀ ಚಿತ್ರ ತೋರಿಸುತ್ತಾನೆ ಪೇಲಿ. ಅಂದರೆ ಯಾರೋ ನಿಜವಾಗಲೂ ಕ್ಯಾಮೆರಾ ಫಿಕ್ಸ್ ಮಾಡಿ ನಡೆದ ಘಟನೆಗಳನ್ನು ಸೆರೆ ಹಿಡಿದಿದ್ದಾರೇನೋ ಎಂಬ ಭಾವನೆ ಮೂಡುವಂತೆ ಚಿತ್ರೀಕರಿಸಿದ್ದಾನೆ. ಅಂದರೆ ಇದೊಂದು ನಿಜ ಘಟನೆ, ಅದರದೆಲ್ಲೋ ಮುದ್ರಿತ ಟೇಪುಗಳು ಸಿಕ್ಕಿರುವುದನ್ನ ಸಂಕಲಿಸಿ, ಸಂಯೋಜಿಸಿದ್ದಾನೇನೋ ಎಂಬಂತೆ ಇಡೀ ಚಿತ್ರವನ್ನು ಬಿಚ್ಚಿಡುತ್ತಾನೆ.

ಬಹುಶಃ ಇದೇ ಇಡೀ ಸಿನಿಮಾದ ಅಂತಃಶಕ್ತಿ ಎನ್ನಬಹುದೇನೋ. ಯಾಕೆಂದರೆ ಒಂದು 'ಹಾರರ್' ಚಿತ್ರಕ್ಕಿರಬೇಕಾದ ಕ್ಯಾಮೆರಾಚಲನೆಯಾಗಲಿ, ಶಾಟ್ ಕಂಪೋಸಿಷನ್‌ಗಳಾಗಲಿ ಈ ಚಿತ್ರದಲ್ಲಿ ಇಲ್ಲವೇ ಇಲ್ಲ. ಇಲ್ಲಿರುವುದು ಸ್ಥಿರಗೊಂಡ ಕ್ಯಾಮೆರಾ, ಇಬ್ಬರೇ ಇಬ್ಬರು ಕಲಾವಿದರು ಮತ್ತು ನೀರವ ಮೌನ!

**ಚಿತ್ರ-11: ನಿರ್ದೇಶಕ ಒರೇನ್ ಪೇಲಿ**

ಹೌದು ಇವಿಷ್ಟೇ ನೋಡುಗನನ್ನ ಹೆದರಿಸುತ್ತದೆ. ಇಬ್ಬರೂ ಮಲಗಿದ್ದರೆ, ಕ್ಯಾಮೆರಾ ಕಣ್ಣುಗಳ ಮೂಲಕ ಅದನ್ನ ನೋಡುವ ಪ್ರೇಕ್ಷಕ ಏನೋ ಸದ್ದಾದರೆ ನಡುಗಿ ಬಿಡುವಷ್ಟು ಪರಿಣಾಮಕಾರಿಯಾಗಿ ದೃಶ್ಯಗಳು ಮೂಡಿಬಂದಿವೆ.

ಕ್ಯಾಮೆರಾದಲ್ಲಿ ಸಮಯ ಸರಿಯುತ್ತಾ ಸರಿಯುತ್ತಾ ಮಧ್ಯರಾತ್ರಿ ಒಂದು ಘಂಟೆಯಾಗುತ್ತಿದ್ದಂತೆ ಪಾತ್ರಧಾರಿಗಳು ಆರಾಮವಾಗಿ ಮಲಗಿದ್ದರೆ ಪ್ರೇಕ್ಷಕ ಯಾವ ಕ್ಷಣದಲ್ಲಿ ಏನಾಗಿಬಿಡುತ್ತದೋ ಎಂಬ ಚಡಪಡಿಕೆಯಲ್ಲಿ ಒದ್ದಾಡುತ್ತಲೇ ಇರುತ್ತಾನೆ.

ಒಂದು ವರ್ಷದ ಪೂರ್ವ ತಯಾರಿಯ ನಂತರ ಚಿತ್ರೀಕರಣ ಪ್ರಾರಂಭಿಸಿ, ಕೇವಲ 7 ದಿನಗಳಲ್ಲಿ ಇಡೀ ಚಿತ್ರದ ಚಿತ್ರೀಕರಣ ಮುಗಿಸಲಾಯಿತು. ಚಿತ್ರಕಥೆ, ಸಂಭಾಷಣೆಗಳು ಯಾವುವು ಬರಹ ರೂಪದಲ್ಲಿರಲಿಲ್ಲ. ಪೇಲಿ ಪ್ರಕಾರ ಚಿತ್ರದಲ್ಲಿ ಬರುವ ಮಾತುಗಳು ಆ ಸಮಯದಲ್ಲಿ ಆ ದೃಶ್ಯಕ್ಕೆ ಸಂಬಂಧಿಸಿದಂತೆ ಆಡಿದ ಮಾತುಗಳಷ್ಟೆ! ದೃಶ್ಯವನ್ನು ಕಲಾವಿದರಿಗೆ ವಿವರವಾಗಿ ಹೇಳಿ, ಆ ಸಂದರ್ಭಕ್ಕೆ ತಕ್ಕಂತೆ ಅವರೇ ಮಾತುಗಳನ್ನಾಡುವಂತೆ ಸೂಚಿಸಲಾಯಿತು. ಹಾಗಾಗಿ ಇಡೀ ಸಿನಿಮಾದಲ್ಲಿ ಎಲ್ಲೂ ಗ್ರಾಂಥಿಕ ಸಂಭಾಷಣೆಗಳು ಕಂಡುಬರುವುದಿಲ್ಲ. ಚಿತ್ರೀಕರಣವೂ ಅಷ್ಟೇ ಕ್ರಮಬದ್ಧವಾಗಿ, ಅಂದರೆ ಚಿತ್ರದ ಕಥೆಯ ಪ್ರಕಾರ ಅನುಕ್ರಮದಲ್ಲಿ ನಡೆಸಿದ್ದರಿಂದ ಚಿತ್ರದ ಕಲಾವಿದರ ಅಭಿನಯದಲ್ಲಿ ಹೆಚ್ಚು ಹೆಚ್ಚು ನೈಜತೆ ಲಭ್ಯವಾಯಿತು. ಹಾಗೆ ಕ್ಯಾಮೆರಾ ಆ್ಯಂಗಲ್‌ಗಳೂ ಅಷ್ಟೆ! ಎಲ್ಲೂ ಸಿನಿಮೀಯ ಅನ್ನಿಸುವುದಿಲ್ಲ.

ಚಿತ್ರ ಚಿತ್ರೋತ್ಸವಗಳಲ್ಲಿ ಪ್ರದರ್ಶನಗೊಂಡು ಹೆಸರುಮಾಡಿದ ಮೇಲೆ ಹಾಲಿವುಡ್‌ನ ಖ್ಯಾತ ನಿರ್ದೇಶಕ ಸ್ಪೀಲ್‌ಬರ್ಗ್ ಇದನ್ನು, ರಿಮೇಕ್ ಮಾಡಲು ಯೋಚಿಸಿ ಅದರದೊಂದು ಪ್ರದರ್ಶನ ಏರ್ಪಡಿಸಿ ಪ್ರದರ್ಶನದಲ್ಲಿ ಪ್ರೇಕ್ಷಕರನ್ನು ಗಮನಿಸುತ್ತಿದ್ದ ಸ್ಪೀಲ್‌ಬರ್ಗ್‌ಗೆ ಜನರೆಲ್ಲಾ ಅರ್ಧಕ್ಕೆ ಚಿತ್ರಮಂದಿರದಿಂದ ಎದ್ದು ಹೋಗುತ್ತಿರುವುದನ್ನು ನೋಡಿದಾಗ ಸಿನಿಮಾ ಬೋರಾಗಿರಬಹುದೆಂದು ಪರಿಗಣಿಸಿದ. ಆದರೆ ಅವರೆಲ್ಲಾ ಭಯ-ಹೆದರಿಕೆಯಿಂದ ಎದ್ದು ಹೊರಹೋಗುತ್ತಿರುವುದು ಗೊತ್ತಾದಾಗ ಸ್ಪೀಲ್‌ಬರ್ಗ್ ತನ್ನ ರಿಮೇಕ್ ಯೋಜನೆ ಕೈಬಿಟ್ಟು ಇದೇ ಚಿತ್ರವನ್ನು ತೆರೆಗೆ ತರಲು ಯೋಜಿಸಿದ್ದು. ಅದೇನೇ ಇರಲಿ. ತನ್ನ ಮೊದಲ ಚಿತ್ರವನ್ನು ತನ್ನ ಬಜೆಟ್ಟಿನ ಮಿತಿಯಲ್ಲಿ ನಿರ್ಮಿಸಬೇಕೆಂದುಕೊಂಡ ಬರೇನ್ ಪೇಲಿ ಅದಕ್ಕಾಗಿ ಆಯ್ದುಕೊಂಡ ಕಥೆ ಮತ್ತು ನಿರೂಪಣಾ ಶೈಲಿ ನಿಜಕ್ಕೂ ಗಮನಾರ್ಹ. ಅದೆಷ್ಟೋ ದೆವ್ವ ಭೂತಗಳ ಕಥೆ ಬಂದು ಹೋಗಿದ್ದರೂ ಪ್ಯಾರನಾರ್ಮಲ್ ಆ್ಯಕ್ಟಿವಿಟಿ ಇವೆಲ್ಲಕ್ಕಿಂತ ಭಿನ್ನವಾಗಿ ನಿಲ್ಲುವುದಕ್ಕೆ ಮತ್ತು ಪರಿಣಾಮಕಾರಿಯಾಗಿ ಹೆದರಿಸುವುದಕ್ಕೆ ಕಾರಣ ಇವೇ ಅಂಶಗಳು ಎನ್ನಬಹುದು.

**ನಿರ್ದೇಶಕನ ಕಿರುಪರಿಚಯ:** ಒರೇನ್ ಪೇಲಿ ಜನಿಸಿದ್ದು ಇಸ್ರೇಲಿನಲ್ಲಿ. ತನ್ನ ಪದವಿಗೂ ಮುನ್ನ ಕಾಲೇಜು ತೊರೆದ ಒರೇನ್ ಪೇಲಿ ತನ್ನ 19ನೇ ವಯಸ್ಸಿನಲ್ಲಿ ಕಂಪ್ಯೂಟರ್ ಪ್ರೋಗ್ರಾಮರ್ ಆಗಲೆಂದು ಯು.ಎಸ್.ಗೆ ಬಂದು ನೆಲೆಸಿದ. ತನ್ನ ಮೊದಲನೆ ಸಿನಿಮಾ **ಪ್ಯಾರನಾರ್ಮಲ್ ಆ್ಯಕ್ಟಿವಿಟಿ**ಯಿಂದ ಸಾಕಷ್ಟು ಹಣ, ಹೆಸರು, ಪ್ರಶಸ್ತಿಗಳಿಸಿದ. ಪೇಲಿಯ ಎರಡನೇ ಚಿತ್ರ 'ಏರಿಯಾ 51' ತೆರೆಕಾಣಬೇಕಿದೆ.

**ಚಿತ್ರ-12: ನಿರ್ದೇಶಕ ಒರೇನ್ ಪೇಲಿ**

**ಚಿತ್ರ:** ಪ್ಯಾರನಾರ್ಮಲ್ ಆ್ಯಕ್ಟಿವಿಟಿ.

- **ನಿರ್ದೇಶಕರು:** ಒರೇನ್ ಪೇಲಿ.
- **ತಾರಾಗಣ:** ಕೇಟಿ, ಪೆದಲ್ ಸ್ಟರಿನ್, ಮಿಕಾ ಸ್ಲಾಟ್.
- **ಛಾಯಾಗ್ರಹಣ-ಸಂಕಲನ-ರಚನೆ-ನಿರ್ದೇಶನ:** ಒರೇನ್ ಪೇಲಿ.
- **ಕೊಸರು:** ನಿರ್ದೇಶಕ ಒರೇನ್ ಪೇಲಿಗೆ ಈ ಚಿತ್ರ ನಿರ್ದೇಶಿಸಲು ಐಡಿಯ ಬಂದಿದ್ದು ಅವನ ಸ್ವಾನುಭವದಿಂದಾಗಿ. ಮನೆಯಲ್ಲೊಮ್ಮೆ ಒಬ್ಬನೇ ಮಲಗಿದ್ದಾಗ ಶೆಲ್ಫಿಂದ ಸಾಬೂನು ಕೆಳಗೆ ಬಿದ್ದದ್ದು ಏನೇನೊ ಕಲ್ಪನೆಗೆಡೆಮಾಡಿಕೊಟ್ಟದ್ದಲ್ಲದೆ ಈ ಚಿತ್ರದ ಕಥೆಗೆ ದಾರಿಯಾಯಿತು.

## ಬ್ಲೇರ್ ವಿಚ್ ಪ್ರೊಜೆಕ್ಟ್

1994ರಲ್ಲಿ ಚಲನಚಿತ್ರ ತರಬೇತಿ ಶಾಲೆಯ ಮೂವರು ವಿದ್ಯಾರ್ಥಿಗಳು ಸುಮಾರು ಮಕ್ಕಳನ್ನು ಕೊಂದಿದ್ದ ಬ್ಲೇರ್‌ವಿಚ್ ಎನ್ನುವ ನಿಗೂಢ ಮಾಟಗಾತಿಯೊಬ್ಬಳ ಪ್ರೇತಾತ್ಮದ ಬಗ್ಗೆ ಸಾಕ್ಷ್ಯಚಿತ್ರ ತಯಾರಿಸಲು ಹೊರಟವರು ನಾಪತ್ತೆಯಾದರು. ಒಂದು ವರ್ಷದ ನಂತರ ಅವರು ಚಿತ್ರೀಕರಿಸಿದ್ದ ವೀಡಿಯೋ ಟೇಪ್ಸ್ ದೊರಕಿತು. ಅದರಲ್ಲಿದ್ದ ಮಾಹಿತಿಯಾಧಾರಿಸಿ, ಈ ಸಿನಿಮಾ ತಯಾರಿಸಲಾಗಿದೆ. ಹೀಗೊಂದು ತಲೆಬರಹದೊಂದಿಗೆ 1999ರಲ್ಲಿ ಬಿಡುಗಡೆಯಾದ ಚಿತ್ರ **ಬ್ಲೇರ್ ವಿಚ್ ಪ್ರೊಜೆಕ್ಟ್.**

**ಕೆಲ್ಲಿ ಎಡ್ವರ್ಡ್** ಎಂಬ ಭಯಾನಕ ಮಾಟಗಾತಿಯನ್ನು ಅವಳ ದುಷ್ಕೃತ್ಯದಿಂದ ಬೇಸತ್ತಿದ್ದ ಬ್ಲೇರ್ ನಗರದ ಜನರು 1785ರಲ್ಲಿ ಸಾಮೂಹಿಕವಾಗಿ ಹೊಡೆದು ಕೊಲೆ ಮಾಡಿದ್ದರು. ಆನಂತರ ಅವಳ ಪ್ರೇತಾತ್ಮ ಆ ಕಾಡಿನಲ್ಲೇ

ಓಡಾಡುತ್ತಿದೆ ಎಂಬ ಊಹಾಪೋಹಗಳು ಆ ಊರಿನ ಸುತ್ತಮುತ್ತ ಗಾಳಿ ಸುದ್ದಿಯಾಗಿತ್ತು. ಚಿಕ್ಕ ಮಕ್ಕಳನ್ನು ಆ ಪ್ರೇತ ಎತ್ತಾಕಿಕೊಂಡು ಹೋಗಿ ರಕ್ತ ಹೀರಿ ಸಾಯಿಸುತ್ತದೆ ಎಂಬ ವದಂತಿಯೂ ಇತ್ತು. ಆಶ್ಚರ್ಯವೆಂಬಂತೆ ಕೆಲವೊಂದು ಚಿಕ್ಕ ಮಕ್ಕಳು ಕಾಣೆಯಾಗಿದ್ದರು ಕೂಡ! ಅವರ ಸುಳಿವಾಗಲಿ, ಅವರ ಶವವಾಗಲಿ ಯಾವುದೂ ದೊರಕಿರಲಿಲ್ಲ!

ಇದನ್ನ ಆಧಾರವಾಗಿಟ್ಟುಕೊಂಡು ಸಾಕ್ಷ್ಯಚಿತ್ರದ ಶೈಲಿಯಲ್ಲಿ ಚಿತ್ರ ನಿರ್ದೇಶಿಸಿದವರು ಡೇನಿಯಲ್ ಮೈರಿಕ್ ಮತ್ತು ಎಡ್ವ್ಯುಹ್ರೊ ಸಾಂಷೆ. ಕೇವಲ ಎಂಟು ದಿನಗಳಲ್ಲಿ ಚಿತ್ರೀಕರಿಸಿರುವ ಈ ಚಿತ್ರದ ಒಟ್ಟು ಬಜೆಟ್ 22,000 ಡಾಲರುಗಳು. ಆದರೆ ಗಳಿಸಿದ ಮೊತ್ತ ಮಾತ್ರ 25 ಕೋಟಿಗೂ ಹೆಚ್ಚು. ಇಲ್ಲಿ ಖರ್ಚು ಮಾಡಿದ ವೆಚ್ಚಕ್ಕೂ, ಗಳಿಸಿದ ಮೊತ್ತಕ್ಕೂ ಲಾಭದ ಅಂಶಕ್ಕೂ ತಾಳೆ ಹಾಕುವುದಕ್ಕಿಂತ ಒಂದು ಸಣ್ಣ ಸಿನಿಮಾ ಇಷ್ಟೊಂದು ಜನರನ್ನು ಸೆಳೆಯಲು ಕಾರಣವಾದರೂ ಏನು ಎಂಬುದನ್ನು ವಿಶ್ಲೇಷಿಸೋಣ.

**ಚಿತ್ರ–13**

ದೆವ್ವ, ಭೂತ, ಪಿಶಾಚಿ, ನಿಗೂಢತೆಗಳು ದೇಶ, ಭಾಷೆ, ಕಾಲವನ್ನು ಮೀರಿ ನಿಂತಂತಹ ಸಂಗತಿಗಳು. ತಮಗೆ ಕಾಣದ, ತಮ್ಮ ಕಲ್ಪನೆಗೆ ನಿಲುಕದ, ತಮ್ಮ ಕೈಯಳತೆಗೆ ಸಿಗದ ಅದೃಶ್ಯ ಶಕ್ತಿಯೊಂದಿದೆ ಎನ್ನುವುದೇ ಒಂದು ಭಯ ತರಿಸುವ, ಅಚ್ಚರಿ ಮೂಡಿಸುವ ಸಂಗತಿ. **ಬ್ಲೇರ್ ವಿಚ್ ಪ್ರೊಜೆಕ್ಟ್** ಆಗಿರಬಹುದು, ಅಥವಾ **ಪ್ಯಾರಾನಾರ್ಮಲ್ ಆ್ಯಕ್ಟಿವಿಟಿ** ಆಗಿರಬಹುದು. ಈ ಎರಡು ಚಿತ್ರಗಳಲ್ಲಿನ ಸಾಮ್ಯತೆ ಏನೆಂದರೆ ಚಿತ್ರದ ನಿರೂಪಕರು ಎರಡು ಚಿತ್ರಗಳು ನೈಜ ಘಟನೆಯನ್ನು ಆಧಾರಿಸಿದ್ದು ಎಂದು ಪ್ರಚಾರ ಮಾಡಿದ್ದು, ಅಷ್ಟೇ ಅಲ್ಲ ಎರಡೂ ಚಿತ್ರಗಳು ಮರುಸೃಷ್ಟಿ ಅಲ್ಲ. ನಿಜ ಘಟನೆ ನಡೆದ ಸ್ಥಳದಲ್ಲಿ ದೊರಕಿದ ಮುದ್ರಿತ ವೀಡಿಯೋ ಟೇಪಲ್ಲಿದ್ದ ಮಾಹಿತಿಯನ್ನಾಧರಿಸಿ, ಅವುಗಳನ್ನೇ ಸಂಕಲಿಸಿ, ತಯಾರಿಸಿದ ಚಿತ್ರಗಳು ಎಂದು ಸತ್ಯದ ತಲೆ ಮೇಲೆ ಹೊಡೆದ ಹಾಗೆ ಹೇಳಿದ್ದು. ಪ್ರೇಕ್ಷಕರು ಇದು ಸತ್ಯವೋ ಸುಳ್ಳೋ ಎಂದು ಪರಾಮರ್ಶಿಸುವ ಹೊತ್ತಿಗೆ ಸಿನಿಮಾ ತಾನು ಬೀರಬೇಕಾದ ಪರಿಣಾಮ ಬೀರಿಯಾಗಿತ್ತು. ಇನ್ನು ಸಿನಿಮಾದ ರೂಪುರೇಷೆಯ ಬಗ್ಗೆ ಮಾತನಾಡಬೇಕೆಂದರೆ ಇಡೀ ಚಿತ್ರ ಸಾಕ್ಷ್ಯಚಿತ್ರ ಮಾದರಿಯಲ್ಲಿದೆ. ಹಾಗೆ ಪಾತ್ರಧಾರಿಗಳು ತಮ್ಮನ್ನು ತಾವೇ ಚಿತ್ರಿಸಿಕೊಳ್ಳುತ್ತ, ಊರ ಜನರ ಸಂದರ್ಶನ ಮಾಡುತ್ತ ಕಾಡೊಳಗೆ ಪ್ರವೇಶಿಸುತ್ತಾರೆ. ಯಾವುದೇ ರೀತಿಯ ಶಾಟ್ ಕಂಪೋಷಿಷನ್ ಇಲ್ಲ. ಅಲ್ಲಿನ ಅಕ್ಕಪಕ್ಕದ ಜನರ ಎಚ್ಚರಿಕೆಗಳನ್ನು ಗಂಭೀರವಾಗಿ ಪರಿಗಣಿಸಿದ ಮೂವರು ವಿದ್ಯಾರ್ಥಿಗಳು ಕಾಡೊಳಗೆ ಪ್ರವೇಶಿಸುತ್ತಾರೆ. ಆ ಮಾಟಗಾತಿಯ ಪ್ರೇತಾತ್ಮಕ್ಕೆ ಸಂಬಂಧಿಸಿದಂತೆ ಯಾವ ಸುಳಿವೂ ಸಿಗದಿದ್ದರೂ ಇಡೀ ಕಾಡೇ, ಕಾಡಿನ ದಟ್ಟತೆಯೇ ಭಯ ತರಿಸುವಂತಿರುತ್ತದೆ.

ಆದರೆ ಹಿಂದಿರುಗಿ ಬರುವಾಗ ಕತ್ತಲಾಗುವ ಮುನ್ನ ತಮ್ಮ ವಾಹನದ ಹತ್ತಿರ ಬರಬೇಕೆಂದು ಎಷ್ಟು ಪ್ರಯತ್ನಿಸಿದರೂ ಅದು ಸಾಧ್ಯವಾಗದೆ ಆ ಕತ್ತಲಲ್ಲಿ ದಟ್ಟ

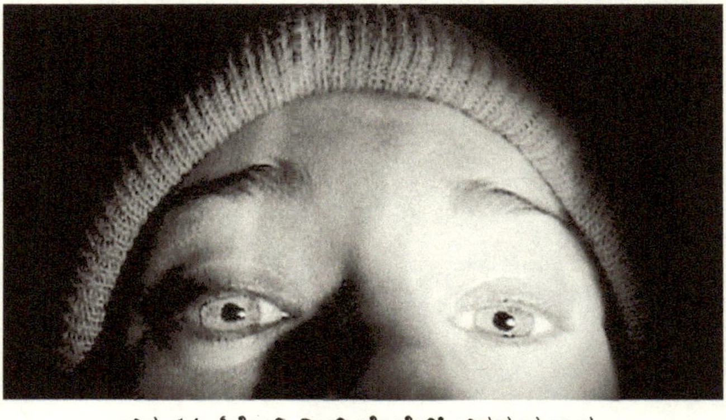

**ಚಿತ್ರ–14: 'ಬ್ಲೇರ್ ವಿಚ್ ಪ್ರೊಜೆಕ್ಟ್' ಚಿತ್ರದ ತುಣುಕು**

ಕಾಡಿನ ನಡುವೇ ಅವರು ಗುಡಾರ ಹಾಕಿ ಅಲ್ಲೇ ರಾತ್ರಿ ಉಳಿಯಬೇಕಾಗುತ್ತದೆ. ಅಂದು ರಾತ್ರಿ ಒಂದಷ್ಟು ವಿಚಿತ್ರ ಸದ್ದು ಬಿಟ್ಟರೆ ಬೇರಾವುದೇ ಅಹಿತಕರ ಘಟನೆ ನಡೆಯುವುದಿಲ್ಲ. ಬೆಳಿಗ್ಗೆ ಎದ್ದು ಮತ್ತೆ ತಮ್ಮ ವಾಹನ ನಿಲ್ಲಿಸಿದ ಕಡೆ ನಡೆಯಲು ತೊಡಗುವ ಮೂವರಿಗೂ ದಾರಿ ತಪ್ಪಿಹೋಗುತ್ತದೆ. ದಾರಿ ಹುಡುಕುತ್ತಾ ಹುಡುಕುತ್ತಾ ಕತ್ತಲಾಗಿ ಮತ್ತೊಂದು ಕಡೆ ಡೇರೆ ಹಾಕುತ್ತಾರೆ. ಇಲ್ಲಿಂದ ಪ್ರಾರಂಭವಾಗುತ್ತದೆ. ಭಯಾನಕ ಘಟನೆಗಳು. ಯಾರೋ ಬಂದಂತೆ, ಯಾರೋ ಓಡಾಡಿದಂತೆ. ಬೆಳಿಗ್ಗೆ ಎದ್ದಾಗ ಮೂವರಲ್ಲಿ ಒಬ್ಬ ನಾಪತ್ತೆಯಾಗಿರುತ್ತಾನೆ. ಗಾಬರಿಗೊಂಡ ಇಬ್ಬರೂ ಅವನನ್ನು ಹುಡುಕಲು ಪ್ರಾರಂಭಿಸುತ್ತಾರೆ. ಮತ್ತೆ ಕತ್ತಲಾಗುತ್ತದೆ. ಅಂದು ರಾತ್ರಿ ನಡೆಯುವ ಘಟನಾವಳಿಗಳು, ಚೀರಾಟ, ಕಿರುಚಾಟ ಮತ್ತು ಉಳಿದಿಬ್ಬರ ಸಾವಿನೊಂದಿಗೆ ಚಿತ್ರ ಕೊನೆಯಾಗುತ್ತದೆ.

ಚಿತ್ರದಲ್ಲಿ ಯಾವೊಂದು ಪ್ರೇತಾತ್ಮವನ್ನೂ ತೋರಿಸುವುದಿಲ್ಲ. ಕ್ಯಾಮೆರಾ ಹಿಡಿದುಕೊಂಡೇ ಓಡುವ ಪಾತ್ರಧಾರಿಗಳು ಅದರಲ್ಲಿ ಸೆರೆಹಿಡಿಯುತ್ತ ಹೋಗುವ ಬ್ಲೇರ್ ವಿಚ್ ಪ್ರೊಜೆಕ್ಟ್‌ನ ಯಶಸ್ಸಿನ ಕಥೆ, ಹಣ ಬಾಚಿದ ಅಚ್ಚರಿಗಳ ನಡುವೆಯೂ ಸಿನಿಮಾ ವಿಭಿನ್ನವಾಗಿ ನಿಲ್ಲುವುದಕ್ಕೆ ಕೆಲವೊಂದು ಅಂಶಗಳು ಮುಖ್ಯ ಅನಿಸುತ್ತವೆ. ಒಂದು ಸಿನಿಮಾವು ಪ್ರಾರಂಭಿಕವಾಗಿ ಒಂದಷ್ಟು ಹಣ ಸೂರೆ ಮಾಡುವಂತೆ ಮಾಡುವಲ್ಲಿ ಅಬ್ಬರದ ಪ್ರಚಾರ ಮಹತ್ವದ ಪಾತ್ರವಹಿಸುತ್ತದೆ. ಆದರೆ ಅದು ಅದೇ ಸ್ಥಿರತೆಯನ್ನು ಕಂಡುಕೊಳ್ಳಬೇಕಾದರೆ ಸಿನಿಮಾವು ಚೆನ್ನಾಗಿರಬೇಕು ಅಥವಾ ವಿಭಿನ್ನವಾಗಿರಬೇಕು.

ಒಂದು ಸಿನಿಮಾ ತಯಾರಿಸಲು ಹೋದಾಗ ಬಜೆಟ್ ಹೇಗೆ ಮುಖ್ಯ ಅಂಶವಾಗುತ್ತದೋ ಹಾಗೆ ಅದಕ್ಕೆ ತಕ್ಕಂತೆ ಕಥೆಯ ಆಯ್ಕೆ ಮಾಡಿಕೊಳ್ಳುವುದೂ ಬಹುಮುಖ್ಯ ಅಂಶವಾಗುತ್ತದೆ. ಯಾಕೆಂದರೆ ಒಂದು ಕಥೆಯನ್ನು ದೃಶ್ಯರೂಪಕ್ಕೆ, ಸಿನಿಮಾರೂಪಕ್ಕೆ, ಬರಬೇಕಾದರೆ ಕಥೆ-ಚಿತ್ರಕಥೆ-ಸಂಭಾಷಣೆ, ಸಂಗೀತ, ಛಾಯಾಗ್ರಹಣ, ಸಂಕಲನ, ಕಲಾವಿದರ ಅಭಿನಯ ಇವೆಲ್ಲವುಗಳ ಸಮ್ಮಿಲನದಿಂದ ಮಾತ್ರ ಸಾಧ್ಯ. ಹಾಗೆ ದೃಶ್ಯರೂಪದಲ್ಲಿ ಛಾಯಾಗ್ರಹಣದ ಮೂಲಕ ಸೆರೆಹಿಡಿಯುವಾಗ ಚಿತ್ರಿಕೆ ಅಥವಾ ಶಾಟ್‌ಗಳು ಬಹುಮುಖ್ಯ. ಅಥವಾ ಸಿದ್ಧ ಸೂತ್ರ ಎನ್ನಬಹುದು. ಯಾರೋ ಬಂದು ಕುಳಿತು, ಮಾತಾಡಿ, ಗಾಬರಿಗೊಂಡು, ಏನೋ ಆದಾಗ, ಅದನ್ನೆಲ್ಲಾ ನಾವು ಸ್ಪಷ್ಟವಾಗಿ ನಿರೂಪಿಸಬೇಕಾದಾಗ ಚಿತ್ರಿಕೆಗಳನ್ನು ವಿಭಜನೆ ಮಾಡಿ, ಪ್ರತಿಯೊಂದು ಪ್ರಕ್ರಿಯೆಯನ್ನೂ ಬೇರೆಬೇರೆಯಾಗಿ ಸೆರೆಹಿಡಿದು ಅದನ್ನ ಸಂಕಲನದಲ್ಲಿ ಜೋಡಿಸಿದಾಗ ನಮಗೆ ನಾವು ಏನು ಹೇಳಹೊರಟಿದ್ದೇವೋ ಅದನ್ನು ಮಾಡಲು ಸಾಧ್ಯ. ಬಹುಶಃ ನಾವು ಇದನ್ನು ಸಿನಿಮಾ ವ್ಯಾಕರಣದ ಒಂದು ಭಾಗ ಎನ್ನಬಹುದು. ಆದರೆ ನಾವು ವಿಮರ್ಶಿಸಿದ ಈ ಎರಡೂ ಚಿತ್ರಗಳಲ್ಲೂ ಅದಿಲ್ಲ.

**ಚಿತ್ರ–15: 'ಬ್ಲೇರ್ ವಿಚ್ ಪ್ರೊಜೆಕ್ಟ್' ಚಿತ್ರದಲ್ಲಿ ಮೈಖೇಲ್ ಸಿ. ವಿಲಿಯಮ್**

ಕ್ಯಾಮೆರಾ ಸೆರೆಹಿಡಿಯಲು ಪ್ರಾರಂಭಿಸಿದರೆ ಸಿನಿಮಾ ಮುಗಿದಾಗಲೇ ಅದು ನಿಲ್ಲಿಸುವುದು. ಇದರಿಂದಾಗಿ ಸಿನಿಮಾ ನೈಜಕಥೆ ಆಧರಿಸಿದ್ದು, ಅಥವಾ ನಿಜವಾಗಿಯೂ ಪ್ರೇಕ್ಷಕರ ಮುಂದೆ ನಡೆಯುತ್ತಿರುವುದು ಎಂಬ ಭಾವ ಉಂಟಾಗುವಲ್ಲಿ ಯಶಸ್ವಿಯಾಗುತ್ತದೆ. ಹಾಗೇ ಪಾತ್ರಧಾರಿಗಳು, ಪಾತ್ರಗಳೂ ಅಷ್ಟೇ! ಸಿನಿಮಾದ ಕತೆಗಾಗಿಯೇ ಆಯ್ಕೆ ಮಾಡಿದ ಪಾತ್ರ ನಟರು ಅನ್ನಿಸುವುದಿಲ್ಲ. ಅವರ ಅಭಿನಯ ನಟನೆ ಎನಿಸುವುದಿಲ್ಲ. ಹಾಗೆ ಭಯ ಉಂಟು ಮಾಡುವ ಆ ಅದೃಶ್ಯ ಆಕೃತಿಯನ್ನು ಎಲ್ಲೂ ತೋರಿಸದಿರುವುದು ಇನ್ನೊಂದು ಮುಖ್ಯ ಅಂಶ. ಇದೆಲ್ಲದರ ಜೊತೆಗೆ ಈ ಸಿನಿಮಾಗಳ ಪೂರ್ವ ತಯಾರಿ. ವರ್ಷಗಟ್ಟಲೇ ಯೋಚಿಸಿ, ಯೋಜಿಸಿ, ಕಾರ್ಯರೂಪಕ್ಕೆ ತರುವಲ್ಲಿನ ಕಾರ್ಯಕ್ಷಮತೆಯೇ ಈ ಚಿತ್ರಗಳ ಯಶಸ್ಸಿಗೆ ಕಾರಣವಾಗಿದೆ ಎನ್ನಬಹುದು. ಈ ಚಿತ್ರದಲ್ಲಿ ಪಾತ್ರಧಾರಿಗಳು ತಮ್ಮ ಕೈ ಕ್ಯಾಮೆರಾದಿಂದ ಸೆರೆಹಿಡಿಯಲಾಗುವ ಚಿತ್ರಗಳಷ್ಟೇ ಪರದೆಯ ಮೇಲೆ ದಾಖಲಾಗುತ್ತಾ ಹೋಗುತ್ತವೆ. ಪಾತ್ರಧಾರಿಗಳ ಎದುರಿಗೆ ಯಾವುದೋ ದೆವ್ವ ಭೂತವೋ ಆಕ್ರಮಣ ಮಾಡಲು ಅಣಿಯಾಗುತ್ತಿದ್ದರೆ, ಓಡಾಡಿಸಿಕೊಂಡು ಬರುತ್ತಿದ್ದರೆ ಓಡಿಹೋಗುವ ಪಾತ್ರಧಾರಿಗಳು ಮತ್ತು ಅವರು ಓಡುವ ಭರದಲ್ಲಿ ಕ್ಯಾಮೆರಾ ಹಿಡಿದುಕೊಂಡ ಪರಿಗೆ ಅದು ಸೆರೆಹಿಡಿಯುವ ಚಿತ್ರವಷ್ಟೇ ನಮಗೆ ಕಾಣಸಿಗುತ್ತದೆ. ಏನೋ ಇದೆ. ಏನೋ ಇದೆ ಎಂಬ ನಿಗೂಢವನ್ನು ಬಯಲು ಮಾಡಲು ಹೊರಡುವ ಮೂವರಿಗೆ ಮಾತ್ರ ಅದೇನು ಎಂಬುದು ನಿಗೂಢವಾಗೇ ಉಳಿಯುತ್ತದೆ.

ಸಿನಿಮಾದ ಪ್ರಪ್ರಥಮ ರೂಪುರೇಷೆ ಪ್ರಾರಂಭವಾದದ್ದು 1988ರಲ್ಲಿ. ಸುಮಾರು 67 ಪುಟಗಳ ಚಿತ್ರಕಥೆಯ ಪ್ರತಿ ಅದು. ಅದನ್ನು ಬೆಳೆಸುತ್ತಾ

ಅದಕ್ಕೆ ಬೇಕಾದ ಆಸಕ್ತಿಕರ ವಿಷಯಗಳನ್ನು ತುಂಬುತ್ತಾ, ಮತ್ತದಕ್ಕೆ ಬೇಕಾದ ಹಿನ್ನೆಲೆಯನ್ನು ಗಟ್ಟಿಗೊಳಿಸುತ್ತಾ ಸಿನಿಮಾದ ರೂಪಕ್ಕೆ ತರಲು ಸುಮಾರು 11 ವರ್ಷಗಳೇ ಹಿಡಿದವು. 1997ರ ಅಕ್ಟೋಬರ್‌ನಲ್ಲಿ ಪ್ರಾರಂಭವಾದ ಚಿತ್ರೀಕರಣ ಸತತವಾಗಿ ಎಂಟು ದಿನಗಳವರೆಗೆ ನಡೆಯಿತು. ಚಿತ್ರದ ಕಲಾವಿದರಾರೂ ನುರಿತ ವೃತ್ತಿಪರ ನಟರಲ್ಲ. ಇಲ್ಲಿ ಒಬ್ಬ ಪಾತ್ರಧಾರಿಯೇ ಛಾಯಾಗ್ರಾಹಕರಾದದ್ದು ಒಂದು ವಿಶೇಷ. ಚಿತ್ರದ ಕಥೆಯೇ ಹಾಗಿರುವುದರಿಂದ ಆಕೆಯೇ ಚಿತ್ರೀಕರಿಸಬೇಕು, ಅಭಿನಯಿಸಬೇಕು. ಚಿತ್ರದ ತೊಂಬತ್ತು ನಿಮಿಷ ಆ ಪಾತ್ರಧಾರಿಯ ಕೈಯಲ್ಲಿನ ಕ್ಯಾಮೆರಾದ ಮೂಲಕವೇ ತೋರಿಸುವುದರಿಂದ ಆ ಪಾತ್ರವೇ ಚಿತ್ರೀಕರಿಸುವುದು ಬಹುಮುಖ್ಯವಾಗಿತ್ತು. ಆ ಪಾತ್ರ ನಿರ್ವಹಿಸಿದ ಜೋಷ್ವಾ ಡೋನಾಹ್ಯುಗೆ ಕ್ಯಾಮೆರಾ ತಲೆಬುಡ ಗೊತ್ತಿರಲಿಲ್ಲವಾದ್ದರಿಂದ ಎರಡುದಿನ ಅದರ ಬಗ್ಗೆ ತರಬೇತಿ ನೀಡಲಾಯಿತಂತೆ. ಸುಮಾರು 19 ಘಂಟೆಗಳ ಚಿತ್ರಣವನ್ನು 90 ನಿಮಿಷಕ್ಕೆ ಸಂಕಲನ ಮಾಡಲಾಯಿತು. ಚಿತ್ರೀಕರಣಕ್ಕೆ ಕೇವಲ ಎಂಟೇ ದಿನ ಹಿಡಿದರೂ, ಚಿತ್ರದ ಇನ್ನಿತರ ಚಿತ್ರೀಕರಣೋತ್ತರ ಕೆಲಸಗಳು ತೆಗೆದುಕೊಂಡ ಅವಧಿ ಸುಮಾರು ಎಂಟು ತಿಂಗಳುಗಳು. ಪ್ರಾರಂಭದಲ್ಲಿ ಈ ಚಿತ್ರವನ್ನು ಕೇಬಲ್ ನೆಟ್‌ವರ್ಕ್ ಮೂಲಕ ಪ್ರದರ್ಶಿಸಲು ಯೋಜಿಸಲಾಗಿತ್ತು.

ಆದರೆ 1999ರ ಸಂಡೆನ್ಸ್ ಚಲನಚಿತ್ರೋತ್ಸವದಲ್ಲಿ ಪ್ರದರ್ಶನಗೊಂಡು ವಿಮರ್ಶಕರ ಮೆಚ್ಚುಗೆ ಗಳಿಸಿದ ನಂತರ ಸಿನಿಮಾವನ್ನು ದೊಡ್ಡ ಮಟ್ಟದಲ್ಲಿ ಬಿಡುಗಡೆಮಾಡುವ ಬಗ್ಗೆ ಯೋಚಿಸಿ, ದೊಡ್ಡ ಮಟ್ಟದ ಪ್ರಚಾರ ಮಾಡಲಾಯಿತು. ಹಾಗೆ ಬಿಡುಗಡೆಯಾದ ಚಿತ್ರವು ಜಗತ್ತಿನಾದ್ಯಂತ ಕೋಟಿ ಕೋಟಿ ಹಣ ಬಾಚಿದ್ದಲ್ಲದೆ ಸ್ವತಂತ್ರ ಚಿತ್ರಗಳಲ್ಲಿ ಅತಿ ಹೆಚ್ಚು ಹಣ ಬಾಚಿದ ಚಿತ್ರಗಳಲ್ಲಿ ಮೂರನೇ ಸ್ಥಾನ ಪಡೆಯಿತು (ಮೊದಲನೆಯದು ಪ್ಯಾರನಾರ್ಮಲ್ ಆ್ಯಕ್ಟಿವಿಟಿ, ಎರಡನೆಯದು ಮ್ಯಾಡ್ ಮ್ಯಾಕ್ಸ್).

## ನಿರ್ದೇಶಕರ ಕಿರು ಪರಿಚಯ

**ಡೇನಿಯಲ್ ಮೈರಿಕ್**: 1962ರ ನವೆಂಬರ್ 30ರಂದು ಫ್ಲೋರಿಡಾದ ಸಾರಾಸೋಟದಲ್ಲಿ ಜನಿಸಿದ ಅಮೆರಿಕಾದ ನಿರ್ದೇಶಕ. 1994ರಲ್ಲಿ ಯ್ಯೂನಿವರ್ಸಿಟಿ ಆಫ್ ಸೆಂಟ್ರಲ್ ಫ್ಲೋರಿಡಾ ಶಾಲೆಯಲ್ಲಿ ತನ್ನ ಪದವಿ ಮುಗಿಸಿದ. **ಸ್ಲಿಟ್ ಸ್ಕ್ರೀನ್ (1997), ಬೇರ್ ವಿಚ್ ಪ್ರೊಜೆಕ್ಟ್ (1999), ದಿ ಸ್ಟ್ಯಾಂಡ್(2006), ಬಿಲೀವರ್ಸ್ (2007), ಸೋಲಿಸ್ಟಿಸ್ (2007), ದಿ ಆಬ್ಜೆಕ್ಟಿವ್ (2008)**. ಇವರ ನಿರ್ದೇಶನದ ಚಿತ್ರಗಳು.

**ಎಡ್ಯುರಾಡೋ ಮೈಕೇಲ್ ಸಾಂಷೆ:** ಕ್ಯೂಬಾ ಮೂಲದವನು. ಹುಟ್ಟಿದ್ದು 1968 ಡಿಸೆಂಬರ್ 20ರಂದು.

**ಚಿತ್ರ-16: ನಿರ್ದೇಶಕರಾದ ಡೇನಿಯಲ್ ಮೈರಿಕ್ ಮತ್ತು ಎಡ್ವುರಾಡೋ**

'ಆಲ್ಟೆರಡ್' (2006), 'ಸೆವೆನ್ತ್ ಮೂನ್' (2008), 'ಬ್ಲೇರ್ ವಿಚ್ 3' (2010) ಇವರ ನಿರ್ದೇಶನದ ಚಿತ್ರಗಳು.

- **ಚಿತ್ರ:** ಬ್ಲೇರ್ ವಿಚ್ ಪ್ರೊಜೆಕ್ಟ್.
- **ಕಥೆ-ಚಿತ್ರಕಥೆ-ಸಂಕಲನ-ನಿರ್ದೇಶನ:** ಡೇನಿಯಲ್ ಮೈರಿಕ್, ಎಡ್ವುರಾಡೋ ಸಾಂಷೆಜ್.

**ಚಿತ್ರ-17**

- **ನಿರ್ಮಾಪಕರು:** ರಾಬಿನ್ ಕೋವಿ, ಗ್ರೇಗ್ ಹೇಲ್.
- **ತಾರಾಗಣ:** ಹೀತರ್ ಡೊನಾಹ್ಯ, ಜೋಷ್ವಾ ಲಿಯೋನಾರ್ಡ್, ಮೈಕೇಲ್ ಸಿ. ವಿಲಿಯಮ್ಸ್.
- **ಸಂಗೀತ:** ಆಂಟೋನಿಯ ಕಾರಾ.
- **ಛಾಯಾಗ್ರಹಣ:** ನೀಲ್ ಪ್ರೆಡರಿಕ್ಸ್.
- **ಅವಧಿ:** 86 ನಿಮಿಷಗಳು.
- **ಕೊಸರು:** ಅತಿ ಕಡಿಮೆ ವೆಚ್ಚದಲ್ಲಿ ತಯಾರಾಗಿ ಅತಿ ಹೆಚ್ಚು ಹಣಗಳಿಸಿದ **ಬ್ಲೇರ್ ವಿಚ್ ಪ್ರೊಜೆಕ್ಟ್** ಆ ಕಾರಣಕ್ಕಾಗಿಯೇ **'ಗಿನ್ನಿಸ್ ಬುಕ್ ಆಫ್ ವರ್ಲ್ಡ್ ರೆಕಾರ್ಡ್'**ನಲ್ಲಿ ದಾಖಲಾಗಿದೆ.

ಹಾಗೆಯೆ ಕಡಿಮೆ ವೆಚ್ಚದಲ್ಲಿ ನಿರ್ಮಾಣಗೊಂಡು ಕೋಟಿ ಕೋಟಿ ಹಣ ಬಾಚಿದ ಇನ್ನೂ ಕೆಲವು ಚಿತ್ರಗಳಿವೆ. ಬರಿ ಹಣಗಳಿಕೆಯನ್ನಷ್ಟೇ ಮಾನದಂಡವಾಗಿ ಪರಿಗಣಿಸದೆ, ಅದರ ಜೊತೆಜೊತೆಗೆ ಕಥೆ, ನಿರೂಪಣೆಯಲ್ಲಿನ ಹೊಸತನ, ಪ್ರಚಾರ ತಂತ್ರಗಳನ್ನು ಆಧರಿಸಿ ಈ ಸಿನಿಮಾಗಳನ್ನು ಪಟ್ಟಿ ಮಾಡಬಹುದು.

## ಮ್ಯಾಡ್ ಮ್ಯಾಕ್ಸ್

1979ರಲ್ಲಿ ತೆರೆಗೆ ಬಂದ 'ಮ್ಯಾಡ್ ಮ್ಯಾಕ್ಸ್' ಚಿತ್ರ ಸುಮಾರು 2,00,000 ಡಾಲರುಗಳ ವೆಚ್ಚದಲ್ಲಿ ತಯಾರಾಗಿದ್ದ ಚಿತ್ರ. ಖ್ಯಾತ ನಿರ್ದೇಶಕ, ನಟ **ಮೆಲ್ ಗಿಬ್ಸನ್** ಅಭಿನಯದ ಚಿತ್ರ. ಆಗಿನ್ನು ಮೆಲ್ ಗಿಬ್ಸನ್ ಚಿತ್ರರಂಗದಲ್ಲಿ ಅಷ್ಟಾಗಿ ಪರಿಚಿತವಾಗಿರಲಿಲ್ಲ. ಮನರಂಜನೀಯ ಚಿತ್ರವಾದ ಮ್ಯಾಡ್ ಮ್ಯಾಕ್ಸ್ ಒಂದು ವ್ಯಾಪಾರಿಚಿತ್ರಕ್ಕೆ ಬೇಕಾದ ಎಲ್ಲಾ ಅಂಶಗಳನ್ನೂ ಹೊಂದಿತ್ತು. ಆಸ್ಟ್ರೇಲಿಯಾದ ಆಸ್ಪತ್ರೆಯಲ್ಲಿ ವೈದ್ಯನಾಗಿದ್ದ **ಜಾರ್ಜ್ ಮುಲ್ಲರ್**ನ ಮೊದಲ ನಿರ್ದೇಶನದ ಚಿತ್ರವಿದು.

**ಚಿತ್ರ–18**

ಈ ಚಿತ್ರ ಮೊದಮೊದಲು ಕಡಿಮೆ ಚಿತ್ರಮಂದಿರದಲ್ಲಿ ಬಿಡುಗಡೆಯಾಯಿತು. ಆನಂತರ ದಿನಕಳೆದಂತೆ ಜನಮೆಚ್ಚು ಗೆಗಳಿಸುತ್ತಾ ಸಾಗಿದಂತೆ ಚಿತ್ರಮಂದಿರದ ಸಂಖ್ಯೆಯ ಜೊತೆ ಜೊತೆಗೆ ಹಣಗಳಿಕೆಯೂ ದುಪ್ಪಟ್ಟಾಗಿ, ಅತಿಹೆಚ್ಚು ಹಣಗಳಿಸಿದ ಸ್ವತಂತ್ರ ಚಿತ್ರಗಳ ಪಟ್ಟಿಯಲ್ಲಿ ಇಂದಿಗೂ ಎರಡನೇ ಸ್ಥಾನ ಉಳಿಸಿಕೊಂಡಿದೆ.

- **ಚಿತ್ರ:** ಮ್ಯಾಡ್ ಮ್ಯಾಕ್ಸ್.
- **ನಿರ್ದೇಶನ:** ಜಾರ್ಜ್ ಮಿಲ್ಲರ್.
- **ನಿರ್ಮಾಪಕರು:** ಬೈರನ್ ಕೆನೆಡಿ, ಬಿಲ್ ಮಿಲ್ಲರ್.
- **ತಾರಾಗಣ:** ಮೆಲ್ ಗಿಬ್ಸನ್, ಸ್ಟೀವ್ ಬಿಸ್ಲೆ, ಜೋ ಅನ್ನೆ ಸ್ಯಾಮ್ಯುಯೆಲ್.
- **ಅವಧಿ:** 88 ನಿಮಿಷಗಳು.
- ಮ್ಯಾಡ್ ಮ್ಯಾಕ್ಸ್ ಚಿತ್ರದ ಯಶಸ್ಸು ಮ್ಯಾಡ್ ಮ್ಯಾಕ್ಸ್ 2, 3, 4 ಮುಂದುವರೆದ ಭಾಗಗಳಾಗಿ ಬರಲು ಮುನ್ನುಡಿಯಾಯಿತು.
- **ಕೊಸರು:** ಮೆಲ್ ಗಿಬ್ಸನ್ ಅಮೆರಿಕಾದ ಜನತೆಗೆ ಹೊಸ ಪರಿಚಯವಾದ್ದರಿಂದ 'ಮ್ಯಾಡ್ ಮ್ಯಾಕ್ಸ್' ಚಿತ್ರದ ಪ್ರಚಾರದ ತುಣುಕುಗಳಲ್ಲಿ ನಾಯಕನಿಗಿಂತ ಹೆಚ್ಚಾಗಿ ಸಾಹಸಮಯ ತುಣುಕುಗಳನ್ನೆ ಹೈಲೈಟ್ ಮಾಡಲಾಗಿತ್ತು.

## ರಾಕಿ (1976)

ಸ್ಟಾಲೋನ್‌ನ ರಾಕಿ ಯಾರಿಗೆ ಗೊತ್ತಿಲ್ಲ. ಬಾಕ್ಸಿಂಗ್ ಪಟುಗಳಾದ **ಚಕ್‌ವೆಫರ್** ಮತ್ತು **ಆಲಿಯ** ಕಾದಾಟದ ಸ್ಫೂರ್ತಿಯಿಂದ ತಯಾರಾದ ಈ ಚಿತ್ರವೂ ಕೂಡ ಕಡಿಮೆ ವೆಚ್ಚದಲ್ಲಿ ನಿರ್ಮಾಣವಾದುದಾಗಿದೆ. ಸುಮಾರು ಒಂದು ಲಕ್ಷ ಡಾಲರಿನಷ್ಟು ಹಣದಲ್ಲಿ, ಕೇವಲ 28 ದಿನಗಳ ಚಿತ್ರೀಕರಣದ ಅವಧಿಯಲ್ಲಿ ನಿರ್ಮಾಣಗೊಂಡ ಚಿತ್ರ ಕೋಟಿ ಕೋಟಿ ಡಾಲರುಗಟ್ಟಲೇ ಹಣ ಬಾಚಿದ್ದಲ್ಲದೆ ಪ್ರತಿಷ್ಠಿತ **'ಆಸ್ಕರ್'**

ಚಿತ್ರ–19

**ಚಿತ್ರ–20: ನಿರ್ದೇಶಕ ಜಾನ್ ಜಿ. ಅವ್ಲ್ಡ್‌ಸನ್**

ಪ್ರಶಸ್ತಿಗೆ ಹತ್ತು ವಿಭಾಗಗಳಲ್ಲಿ ನಾಮಾಂಕಿತವಾಯಿತಲ್ಲದೆ **ಉತ್ತಮ ಚಿತ್ರ, ಉತ್ತಮ ನಿರ್ದೇಶಕ, ಉತ್ತಮ ಸಂಕಲನ**ಕ್ಕೆ ಸೇರಿದಂತೆ ಮೂರು ಪ್ರಶಸ್ತಿಗಳು ತನ್ನ ಮುಡಿಗೇರಿಸಿಕೊಂಡಿತು. **ಜಾನ್ ಜಿ ಅವಿಲ್‌ಡೆಸನ್** ನಿರ್ದೇಶನದ ಈ ಚಿತ್ರದ ಕಥೆ–ಚಿತ್ರಕಥೆ ಬರೆದದ್ದು ನಾಯಕ ಸಿಲ್ವೆಸ್ಟರ್ ಸ್ಟಾಲೋನ್.

**ಟರ್ನ್ ಆನ್ ಟು ಲವ್** (1969) ಚಿತ್ರದ ಮೂಲಕ ತನ್ನ ನಿರ್ದೇಶನಕ್ಕೆ ಅಡಿಯಿರಿಸಿದ ಅವಿಲ್‌ಡೆಸನ್ ರಾಕಿ, ರಾಕಿ 5 ಸೇರಿದಂತೆ 25 ಸಿನಿಮಾಗಳನ್ನು ನಿರ್ದೇಶಿದಿದ್ದಾನೆ. ಸೇವ್ ದಿ ಟೈಗರ್ (1973), ನೈಬರ್ಸ್ (1981), ದ ಕರಾಟೆ ಕಿಡ್ (ಭಾಗ 1, 2, 3), ದಿ ಪವರ್ ಆಫ್ ಒನ್ (1992), 8 ಸೆಕೆಂಡ್ಸ್ (1994), ಇನ್ಫೆರ್ನೋ (1999), ಈ ನಿರ್ದೇಶಕನ ಪ್ರಮುಖ ಚಿತ್ರಗಳು.

ರಾಕಿಯಿಂದ ಪ್ರಾರಂಭವಾದ ಯಶಸ್ಸಿನ ಯಾತ್ರೆ **ರಾಕಿ–ಭಾಗ 6**ರವರೆಗೂ ಮುಂದುವರೆಯಿತು.

- **ಚಿತ್ರ:** ರಾಕಿ.
- **ನಿರ್ದೇಶನ:** ಜಾನ್ ಜಿ ಅವಿಲ್ಡ್‌ಸನ್.
- **ನಿರ್ಮಾಪಕರು:** ರಾಬರ್ಟ್ ಚಾರ್ಟ್ ಆಫ್, ಇರ್ವಿನ್ ವಿಂಕ್ಲರ್.
- **ತಾರಾಗಣ:** ಸಿಲ್ವೆಸ್ಟರ್ ಸ್ಟಾಲೋನ್, ಬರ್ಗೆಸ್ ಮೆರೆಡಿತ್, ತಾಲಿಯ ಸ್ಶೈರ್, ಬರ್ಟ್ ಯಂಗ್.
- **ಅವಧಿ:** 120 ನಿಮಿಷಗಳು.
- **ಕೊಸರು:** ಚಿತ್ರದಲ್ಲಿ ಬರುವ 'ಚಾಂಪಿಯನ್‌ಷಿಪ್' ಕಾದಾಟದ ಪಂದ್ಯಗಳ ದೃಶ್ಯದಲ್ಲಿ ಬರುವ ಪ್ರೇಕ್ಷಕರಿಗಾಗಿ 'ಸಹನಟ'ರನ್ನು ಕರೆಸಲು

ಹಣವಿಲ್ಲದ ಕಾರಣ ಬೇರೆ ಸಿನಿಮಾದ ಎಕ್ಸಾಸ್ಟ್ರ ಶಾಟ್‌ಗಳನ್ನು ಬಳಸಿಕೊಳ್ಳಲಾಗಿತ್ತು. ಆದರೂ ದೃಶ್ಯದ ಕೆಲವೊಂದು ಶಾಟ್‌ಗಳಲ್ಲಿ ಪ್ರೇಕ್ಷಕರ ಅರೀನಾದಲ್ಲಿ ಖಾಲಿಕುರ್ಚಿಗಳು ಕಂಡು ಬರುತ್ತವೆ.

## ಕ್ಲರ್ಕ್ಸ್ (1994)

ಒಂದೇ ಸ್ಥಳದಲ್ಲಿ ಒಂದೇ ದಿನದಲ್ಲಿ ಇಬ್ಬರು ಕ್ಲರ್ಕ್‌ಗಳ ನಡುವೆ ನಡೆಯುವ ಕಥೆಯಾಧಾರಿಸಿದ ತಿಳಿಹಾಸ್ಯಲೇಪನ ಸ್ವತಂತ್ರ ಚಿತ್ರ ಕ್ಲರ್ಕ್ಸ್. 1994ರಲ್ಲಿ ತೆರೆಗೆ ಬಂದ ಕಡಿಮೆ ವೆಚ್ಚದ, ಹೆಚ್ಚು ಹಣಗಳಿಸಿದ ಇಂಗ್ಲಿಷ್ ಚಿತ್ರ. ಬ್ರಿಯನ್ ಓ ಹಾಲೋರನ್, ಜೆಫ್ ಆ್ಯಂಡರ್ಸನ್ ಅಭಿನಯದ ಈ 'ಕಪ್ಪು–ಬಿಳುಪು' ಚಿತ್ರದ ನಿರ್ಮಾಣ ವೆಚ್ಚ 27,000 ಡಾಲರುಗಳು!

ಚಿತ್ರ–21: 'ಕ್ಲರ್ಕ್ಸ್' ಚಿತ್ರದ ಪೋಸ್ಟರ್

ನಿರ್ದೇಶಕ ಈ ಚಿತ್ರಕ್ಕಾಗಿ ತನ್ನ ಹತ್ತಿರವಿದ್ದ ಕಾಮಿಕ್ ಬುಕ್ ಸಂಗ್ರಹವನ್ನು ಮಾರಿದ್ದಲ್ಲದೆ ತನ್ನ ಕ್ರೆಡಿಟ್, ತನ್ನ ಇನ್ಶೂರೆನ್ಸ್ ಎಲ್ಲವನ್ನು ಹಣಕ್ಕಾಗಿ ಅಡ ಇಟ್ಟು ಸಿನಿಮಾ ನಿರ್ದೇಶಿಸಿದ. ಸುಮಾರು 21 ದಿನಗಳು ಚಿತ್ರೀಕರಣಗೊಂಡ ಈ ಸಿನಿಮಾ ಇಷ್ಟು ದೊಡ್ಡಮಟ್ಟದಲ್ಲಿ ಯಶಸ್ವಿಯಾಗುತ್ತದೆಂಬ ನಂಬಿಕೆ ಸ್ವತಃ ಕೆವಿನ್‌ಸ್ಮಿತ್‌ಗೆ ಇರಲಿಲ್ಲವಂತೆ. ಈ ಚಿತ್ರಕ್ಕಾಗಿ ಕಥೆ–ಚಿತ್ರಕಥೆ–ಸಂಕಲನ–ನಿರ್ಮಾಣ–ನಿರ್ದೇಶನ ಹೀಗೆ ಹಲವಾರು ವಿಭಾಗಗಳಲ್ಲಿ ತೊಡಗಿಸಿಕೊಂಡ ಕೆವಿನ್

ಚಿತ್ರ–22: ನಿರ್ದೇಶಕ ಕೆವಿನ್ ಸ್ಮಿತ್

ಸ್ಮಿತ್ ಬಜೆಟ್ಟಿನ ಕೊರತೆಯಿಂದಾಗಿ ತನ್ನ ಪರಿವಾರದ ಬಹುತೇಕರನ್ನು ಕಲಾವಿದರನ್ನಾಗಿ ಬಳಸಿಕೊಂಡಿದ್ದಾನೆ. ಈ ಚಿತ್ರದ ಯಶಸ್ಸಿನಿಂದ ಉತ್ತೇಜಿತನಾದ ಕೆವಿನ್ ಸ್ಮಿತ್ ಎರಡನೆಯ ಭಾಗವಾದ ಕ್ಲರ್ಕ್–2 ಕೂಡ ನಿರ್ಮಿಸಿ ನಿರ್ದೇಶಿಸಿದ.

- **ನಿರ್ಮಾಣ:** ಸ್ಕಾಟ್ ಮಾಸಿಯರ್, ಕೆವಿನ್ ಸ್ಮಿತ್.
- **ರಚನೆ, ಸಂಕಲನ, ನಿರ್ದೇಶನ:** ಕೆವಿನ್ ಸ್ಮಿತ್.
- **ತಾರಾಗಣ:** ಬ್ರಯನ್ ಓ ಹಾಲೊರನ್, ಜೆಫ್ ಅಂಡರ್ ಸನ್, ಮರಿಲಿನ್, ಗಿಲ್ಲೊಟ್ಟಿ, ಲಿಸಾ, ಜಾಸಸ್ ಮೀವಸ್, ಕೆರ್ವಿನ್ ಸ್ಮಿತ್.
- **ಅವಧಿ:** 103 ನಿಮಿಷಗಳು.
- ಚೇಸಿಂಗ್ ಆ್ಯಮಿ (1997), ದಿ ಕಾನ್ಸೆರ್ಟ್ ಫಾರ್ ನ್ಯೂಯಾರ್ಕ್ ಸಿಟಿ (2001), ದಿ ಪ್ಲೈಯಿಂಗ್ ಕಾರ್ (2002), ಜೆರ್ಸಿಗರ್ಲ್ (2004), ಜಾಕ್ ಅಂಡ್ ಮಿರಿ ಮೇಕ್ ಎ ಪೋರ್ನೊ (2008), ಮುಂತಾದ ಕೆವಿನ್ ಸ್ಮಿತ್‌ನ ನಿರ್ದೇಶನದ ಚಿತ್ರಗಳು.
- **ಕೊಸರು:** ಚಿತ್ರದ ಧ್ವನಿ ಸುರುಳಿಯ ಹಕ್ಕುಗಳು ಮಾರಾಟವಾದದ್ದು 27,000 ಡಾಲರುಗಳಿಗೆ. ಇದು ಇಡೀ ಚಿತ್ರ ನಿರ್ಮಾಣದ ಒಟ್ಟು ಬಜೆಟ್ಟು!

## ಒನ್ಸ್ (2007)

ಐರಿಷ್‌ನ ಸಂಗೀತಮಯ ಚಿತ್ರ ಒನ್ಸ್. 2006ರಲ್ಲಿ ತೆರೆಗೆ ಬಂದ ಈ ಚಿತ್ರದ ಚಿತ್ರೀಕರಣಕ್ಕಾಗಿ ಯಾವುದೇ ರೀತಿಯ ಬೆಳಕನ್ನು ಉಪಯೋಗಿಸದೆ, ಲಭ್ಯ ಬೆಳಕಿನಲ್ಲೇ ಸಾಧ್ಯವಾದಷ್ಟೂ ಹೊರಾಂಗಣದಲ್ಲಿ 17 ದಿನಗಳಲ್ಲಿ ಚಿತ್ರೀಕರಿಸಲಾಗಿದೆ. ಚಿತ್ರದ ಒಟ್ಟು ವೆಚ್ಚ 1,60,000 ಡಾಲರುಗಳು. ಗಳಿಸಿದ ಮೊತ್ತ 14 ಮಿಲಿಯನ್ ಡಾಲರುಗಳಿಗಿಂತಲೂ ಹೆಚ್ಚು. 2007ರ ಉತ್ತಮ ಹಾಡಿಗಾಗಿ **ಆಸ್ಕರ್** ಪಡೆದ ಹೆಗ್ಗಳಿಕೆ ಹೊಂದಿರುವ ಈ ಚಿತ್ರದ ನಿರ್ದೇಶಕ **ಜಾನ್ ಕಾರ್ನಿ**. ಆನ್ ದಿ

**ಚಿತ್ರ–23: 'ಒನ್ಸ್' ಚಿತ್ರದ ಪೋಸ್ಟರ್**

ಎಡ್ಜ್ (2001), ಪಾರ್ಕ್ (1999), ನವಂಬರ್ ಆಫ್ಟರ್‌ನೂನ್ (1996) ಈ ನಿರ್ದೇಶಕನ ಇತರ ಚಿತ್ರಗಳು.

- **ಚಿತ್ರ:** ಒನ್ಸ್.
- **ನಿರ್ದೇಶನ:** ಜಾನ್ ಕಾರ್ನಿ.
- **ನಿರ್ಮಾಪಕರು:** ಮಾರ್ಟಿನ್ ನಿಲಾಂಡ್.
- **ತಾರಾಗಣ:** ಗ್ಲೆನ್ ಹನ್ಸಾರ್ಡ್, ಮಾರ್ಕೆಟಾ ಇರ್‌ಗ್ಲೋವಾ.
- **ಅವಧಿ:** 85 ನಿಮಿಷಗಳು.
- **ಭಾಷೆ:** ಇಂಗ್ಲಿಷ್, ಜೆಕ್.
- **ಕೊಸರು:** ಒನ್ಸ್ ಚಿತ್ರದ ಚಿತ್ರೀಕರಣದ ಸಂದರ್ಭದಲ್ಲಿ ಕ್ಯಾಮೆರಾವನ್ನು ದೂರದಲ್ಲಿಟ್ಟು ಚಿತ್ರೀಕರಿಸುತ್ತಿದ್ದ ಕಾರಣದಿಂದ ಅಲ್ಲಿನ ಎಷ್ಟೋ ಜನರಿಗೆ ಚಿತ್ರೀಕರಣ ನಡೆಯುತ್ತಿದೆ ಎಂಬುದು ಗೊತ್ತಾಗಿರಲಿಲ್ಲ.

## ಪ್ರೈಮರ್ (2004)

ಇದೊಂದು ವೈಜ್ಞಾನಿಕ–ಕಾಲ್ಪನಿಕ ಚಿತ್ರ. ಸಮಯದೊಂದಿಗಿನ ಪಯಣದ ಕಥೆ ಇರುವ ಈ ಪ್ರೈಮರ್ ಚಿತ್ರದ ನಿರ್ದೇಶಕ ಶೇನ್ ಕ್ಯಾರತ್. ಅತ್ಯಂತ ಕಡಿಮೆ ವೆಚ್ಚದ ತತ್ವಶಾಸ್ತ್ರದ ಪ್ರೇರಣೆಯಿರುವ, ಅರ್ಥವಾಗದ ಸಂಕೀರ್ಣ ಸಂಭಾಷಣೆಗಳಿರುವ ಪ್ರಯೋಗಾತ್ಮಕ ಚಿತ್ರಕ್ಕೆ ಹೆಸರುವಾಸಿಯಾದ ಚಿತ್ರ ಪ್ರೈಮರ್. ಈ ಚಿತ್ರದ ಬಜೆಟ್ ಕೇವಲ 7000 ಡಾಲರುಗಳು!

ಚಿತ್ರ–24: 'ಪ್ರೈಮರ್' ಚಿತ್ರದ ಪೋಸ್ಟರ್

ಚಿತ್ರದ ಕಥೆಯೇ ಸಂಕೀರ್ಣವಾದದ್ದು. ಫಾಲೋವಿಂಗ್, ಎಲ್ ಮರಿಯಾಚಿಯ ತರಹದ ಕುತೂಹಲಕಾರಿ ಕಥೆ ಹೊಂದದಿದ್ದರೂ ತನ್ನ ವಿಚಿತ್ರ ಕಥಾ ನಿರೂಪಣೆಯಿಂದಾಗಿ ಪ್ರೈಮರ್ ಚಿತ್ರ ಹಣ ಗಳಿಸಿದ್ದಲ್ಲದೆ ಪ್ರೇಕ್ಷಕರಿಂದ ವಿಮರ್ಶಕರಿಂದ ಅಪಾರ ಮೆಚ್ಚುಗೆ ಗಳಿಸಿದೆ. 2004ರ ಸಂಡೆನ್ಸ್ ಚಿತ್ರೋತ್ಸವದಲ್ಲಿ ಗ್ರಾಂಡ್ ಜ್ಯೂರಿ

**ಚಿತ್ರ–25: ನಿರ್ದೇಶಕ ಶೇನ್ ಕ್ಯಾರತ್**

ಪ್ರಶಸ್ತಿಯನ್ನು ತನ್ನದಾಗಿಸಿಕೊಂಡ ಈ ಚಿತ್ರದ ಕಥೆ ಟೈಮ್ ಟ್ರಾವೆಲ್ ತತ್ವವನ್ನೊಳಗೊಂಡಿದೆ. ಆಕಸ್ಮಿಕವಾಗಿ ಟೈಮ್ ಟ್ರಾವಲ್ ಯಂತ್ರ ಕಂಡು ಹಿಡಿಯುವ ಚಿತ್ರದ ನಾಯಕರು ಆನಂತರ ಅದರ ಮೂಲಕ ಹಿಮ್ಮುಖ ಚಲನೆ ಮಾಡಲು ಯೋಚಿಸುತಾರೆ. ಆನಂತರ ಶೇರು ಮಾರುಕಟ್ಟೆಯಲ್ಲಿ ಈ ಯಂತ್ರದ ಸಹಾಯದಿಂದ ಲಾಭ ಮಾಡಿಕೊಳ್ಳುತ್ತಾರೆ. ಆದರೆ ಸೌಲಭ್ಯಗಳು, ಸಿರಿತನ ಕಷ್ಟವಿಲ್ಲದೆ ಕಾಲ ಬಳಿ ಬಂದು ಬೀಳತೊಡಗಿದರೆ ಮನುಷ್ಯನ ಬುದ್ಧಿ ಕೋತಿಯಂತಾಗುತ್ತದೆ ತಾನೆ. ಹೌದು! ಇಬ್ಬರು ಇಂಜಿನಿಯರುಗಳಿಗೂ ಅದೇ ಆಗುತ್ತದೆ ತಮ್ಮ ತಮ್ಮ ವೈಯಕ್ತಿಕ ಬದುಕಿನಲ್ಲೂ ಯಂತ್ರದ ಅನ್ವಯಮಾಡಲು ತೊಡಗುತ್ತಾರೆ. ಅದರಿಂದ ಆಗುವ ಅನಾಹುತಗಳೇನು ಎಂಬುದನ್ನು ಸೂಚ್ಯವಾಗಿ ತಿಳಿಸುವುದರೊಂದಿಗೆ ಚಿತ್ರ ಮುಗಿಯುತ್ತದೆ.

ಕಥೆ ಹೇಗೆಯೇ ಇರಲಿ! ಇಲ್ಲಿ ಗಮನ ಸೆಳೆಯುವುದು ನಿರ್ದೇಶಕರ ನಿರೂಪಣಾ ತಂತ್ರಗಳು. ಇಂಥ ಕಥೆಗೆ ದೃಶ್ಯಾವಳಿಗಳೂ ಶ್ರೀಮಂತವಾಗಿರಬೇಕಷ್ಟೇ ಅಲ್ಲ ಜನರಿಗೆ ಹೌದೆನ್ನಿಸುವಂತಿರಬೇಕಾಗುತ್ತದೆ. ಮಿತಿಯಾದ ಬಜೆಟ್ಟಿನಲ್ಲಿ ಇದೆಲ್ಲವನ್ನೂ ನಿರ್ವಹಿಸಲು ಯೋಚಿಸಿರುವ ನಿರ್ದೇಶಕ ಬರೀ ಕಲಾವಿದರ ಅಭಿನಯ, ಹಿನ್ನೆಲೆ ಸಂಗೀತವನ್ನಷ್ಟೇ ಬಂಡವಾಳವಾಗಿಟ್ಟುಕೊಂಡು ಯಶಸ್ವಿಯಾಗಿ ನಿರ್ವಹಿಸಿದ್ದಾನೆ.

5 ಜನರ ಚಿತ್ರ ತಂಡದೊಂದಿಗೆ ಪ್ರಾರಂಭವಾದ ಚಿತ್ರೀಕರಣ ಮುಗಿದದ್ದು 5 ವಾರಗಳನಂತರ.

ನಿರ್ದೇಶಕ ಶೇನ್ ಕ್ಯಾರತ್ ಪ್ರಮುಖ ಪಾತ್ರ ನಿರ್ವಹಿಸುವುದರೊಂದಿಗೆ ನಿರ್ಮಾಣ, ಸಂಗೀತ, ಸಂಕಲನ, ನಿರ್ದೇಶನವನ್ನೂ ಹೆಗಲ ಮೇಲೆತ್ತಿ ಕೊಂಡಿದ್ದಾನೆ.

- **ರಚನೆ–ನಿರ್ಮಾಣ–ಸಂಗೀತ–ಸಂಕಲನ–ನಿರ್ದೇಶನ:** ಶೇನ್ ಕ್ಯಾರತ್.
- **ಭಾಷೆ:** ಇಂಗ್ಲಿಷ್.
- **ಅವಧಿ:** 77 ನಿಮಿಷಗಳು.

## ಓಪನ್ ವಾಟರ್ (2004)

ಸುತ್ತಮುತ್ತಲೂ ಕಣ್ಣು ತೆರೆದಷ್ಟಗಲಕ್ಕೂ ಆವರಿಸಿಕೊಂಡಿರುವ ನೀರು, ನೀರಿನ ಮಧ್ಯದಲ್ಲೆಲ್ಲೋ ಎರಡೇ ಎರಡು ಪಾತ್ರಗಳು... ಯಾರಾದರೂ

ಚಿತ್ರ-26: 'ಓಪನ್ ವಾಟರ್' ಚಿತ್ರದಲ್ಲಿ ಬ್ಲಾಂಚರ್ಡ್ ರಯಾನ್, ಡೇನಿಯಲ್ ಟ್ರಾವಿಸ್

ಚಿತ್ರ-27: 'ಓಪನ್ ವಾಟರ್' ಚಿತ್ರದ ಪೋಸ್ಟರ್

ರಕ್ಷಣೆಗಾಗಿ ಬರುತ್ತಾರಾ? ನಮ್ಮನ್ನು ಕಾಪಾಡುತ್ತಾರಾ ಎಂಬ ಕಾಯುವಿಕೆಯ ಜೊತೆಗೆ ರಾತ್ರಿಯಾಗುತ್ತಿದ್ದಂತೆ ಹೆಚ್ಚುವ ಸಾಗರದ ಉಬ್ಬರವಿಳಿತಗಳು, ಜೊತೆಗೆ ಶಾರ್ಕ್‌ಗಳ ಕಾಟ. ಜೋಡಿ ಉಳಿಯುತ್ತದಾ. ಇಲ್ಲ ಶಾರ್ಕ್‌ಗಳ ಬಾಯಿಗೆ ತುತ್ತಾಗುತ್ತಾರಾ? ಅಥವಾ ಸಾಗರದ ಉಪ್ಪು ನೀರಿನಲ್ಲಿ ನೀರು ಕುಡಿದು ಕುಡಿದೇ ಸಾಯುವರಾ. ಎಂಬೆಲ್ಲಾ ಕುತೂಹಲದೊಂದಿಗೆ ನಮ್ಮನ್ನು ನೋಡಿಸಿಕೊಳ್ಳುವ ಚಿತ್ರ ಓಪನ್ ವಾಟರ್ **ಕ್ರಿಸ್ ಕೆಂಟಿಸ್** ನಿರ್ದೇಶನದ ಈ ಚಿತ್ರದ ಒಟ್ಟು ಬಜೆಟ್ 1,30,000 ಡಾಲರುಗಳು.

ಇದರಲ್ಲಿ ಬಹುತೇಕ ಹಣ ಖರ್ಚಾಗಿರುವುದು ಚಿತ್ರೀಕರಣದ ಸಮಯದಲ್ಲಿ ಕಲಾವಿದರ ರಕ್ಷಣಾ ತಂತ್ರಗಳಿಗೆ.

ಈ ಚಿತ್ರ ಜಗತ್ತಿನಲ್ಲೆಡೆ ಹೆಸರುಗಳಿಸಿದ್ದಲ್ಲದೆ ಐದುಕೋಟಿ ಡಾಲರುಗಳಿಗಿಂತ ಹೆಚ್ಚು ಹಣಗಳಿಸಿದೆ.

- **ನಿರ್ದೇಶನ:** ಕ್ರಿಸ್ ಕೆಂಟಿಸ್.
- **ನಿರ್ಮಾಣ:** ಲಾರಾ ತಾ.
- **ತಾರಾಗಣ:** ಬ್ಲಾಂಚರ್ಡ್ ರಯಾನ್, ಡೇನಿಯಲ್ ಟ್ರಾವಿಸ್.
- **ಸಂಗೀತ:** ಗ್ರೇಮಿ ರೆವಿಲಿ.
- **ಅವಧಿ:** 79 ನಿಮಿಷಗಳು.
- **ಕೊಸರು:** ಚಿತ್ರೀಕರಣದ ನಿಮಿತ್ತ ಇಬ್ಬರು ಕಲಾವಿದರೂ ನೀರಲ್ಲಿಯೇ ಸುಮಾರು 120 ಘಂಟೆಗಳಷ್ಟು ಸಮಯ ಕಳೆಯಬೇಕಾಯಿತು.

**ಚಿತ್ರ–28: 'ಬ್ರಾಟ್' ಚಿತ್ರದ ಪೋಸ್ಟರ್**

## ಬ್ರಾಟ್ (1997)

ಕೇವಲ 10,000 ಡಾಲರುಗಳ ವೆಚ್ಚದಲ್ಲಿ ತಯಾರಾದ ರಷಿಯನ್ ಭಾಷೆಯ ಚಲನಚಿತ್ರ 'ಬ್ರಾಟ್'. ಈ ಚಿತ್ರದ ಯಶಸ್ಸು ನಿರ್ದೇಶಕ ಅಲೇಕೆಸೇಯ್ ಬಾಲಬಾನೋವ್ ಮತ್ತು ನಟ ಸರ್ ಜೀ ಬಾಡ್ರೋವ್ ಇಬ್ಬರಿಗೂ ಚಲನಚಿತ್ರ ಕ್ಷೇತ್ರದಲ್ಲಿ ಗಟ್ಟಿಯಾಗಿ ನೆಲೆ ನಿಲ್ಲುವಂತೆ ಮಾಡಿತು.

ಒಂದು ಸಾಧಾರಣ ಸಹೋದರರ ಬಾಂಧವ್ಯದ ಕಥೆಯನ್ನು ಭೂಗತ ಜಗತ್ತಿನೊಂದಿಗೆ ಮಿಳಿತಗೊಳಿಸಿ ನಿರೂಪಿಸಿದ ಪರಿ ಪ್ರೇಕ್ಷಕರಲ್ಲಿ ಒಂದು ಹೊಸ ಅಲೆಯನ್ನು ಹುಟ್ಟಿಸಿತು. ರಷಿಯಾದ ಯುವಕರ ದಾರಿ ತಪ್ಪುವಿಕೆಗೆ ಕಾರಣಗಳನ್ನು

**ಚಿತ್ರ-29: ನಿರ್ದೇಶಕ ಬಲಬಾನೋವ್**

ಮತ್ತದರ ದುಷ್ಪರಿಣಾಮಗಳನ್ನು ಎಲ್ಲೂ ಬೋರ್ ಆಗದಂತೆ ಮನರಂಜನಾತ್ಮಕ ನೆಲೆಗಟ್ಟಿನಲ್ಲಿಯೇ ನಿರೂಪಿಸಿರುವ ಚಿತ್ರ ಬ್ರಾಟ್.

ಸೇನೆಯಲ್ಲಿ ಕೆಲಸ ನಿರ್ವಹಿಸಿ ಮನೆಗೆ ಮರಳುವ ಡೇನೀಲಾಗೆ ಗೊತ್ತಾಗುವ ವಿಷಯವೇನೆಂದರೆ ಅವನ ಸಹೋದರ ಭೂಗತಜಗತ್ತಿನೊಂದಿಗೆ ಸಂಪರ್ಕ ಹೊಂದಿದ್ದಾನೆಂಬುದು. ಸಹೋದರನನ್ನು ಭೂಗತ ಜಾಲದಿಂದ ಹೊರತರಲು ಡೇನೀಲ್ ಪಡುವ ಸಾಹಸಮಯ ಹೋರಾಟ, ತಾಕಲಾಟಗಳೇ ಚಿತ್ರದ ಕಥಾವಸ್ತು.

ಮೋರ್ಫಿಯ (2008), ಗ್ರುಜ್ 200 (2007), ಬ್ರಾಟ್ 2 (2000) ಇದೇ ನಿರ್ದೇಶಕರ ಹೆಸರುವಾಸಿ ಚಿತ್ರಗಳು.

- **ನಿರ್ದೇಶನ:** ಅಲೆಕ್ಸೇಯಿ ಬಾಲಬಾನೋವ್.
- **ನಿರ್ಮಾಣ:** ಸರ್ ಜಿ ಸೆಲ್ಯಾನೋವ್.
- **ತಾರಾಗಣ:** ಸರ್ ಜೇಯಿ ಬಾಡ್ರೋವ್, ವಿಕ್ಟರ್ ಸುಕು ರೋಕೊವ್.
- **ಭಾಷೆ:** ರಷಿಯನ್.
- **ಅವಧಿ:** 99 ನಿಮಿಷಗಳು.
- **ಕೊಸರು:** ಈ ಚಿತ್ರದ ನಂತರ ಸ್ಟಾರ್ ಆದ ನಟ ಬಾಡ್ರೋವ್ ತಾನು ನಿರ್ದೇಶಿಸಬೇಕಾಗಿದ್ದ 'ಮೆಸೆಂಜರ್ಸ್' ಚಿತ್ರಕ್ಕಾಗಿ ಸ್ಥಳ ವೀಕ್ಷಣೆಗೆ ಹೋಗಿದ್ದಾಗ ಅವಲಾಂಚೆ ಹೊಡೆತಕ್ಕೆ ಸಿಕ್ಕಿ ಅಸುನೀಗಿದ. ಇದು ನಡೆದದ್ದು ದಿನಾಂಕ 20 ಸೆಪ್ಟೆಂಬರ್ 2002ರಂದು. ಅಂದು ಬಾಡ್ರೋವ್ ಜೊತೆ ಇಡೀ ಚಿತ್ರತಂಡ ಅವಲಾಂಚೆ ಹೊಡೆತಕ್ಕೆ ಸಿಲುಕಿ ಕಣ್ಮರೆಯಾಯಿತು.

## ಜುನೋ (2007)

ಹದಿಹರೆಯದ ಹೆಣ್ಣುಮಕ್ಕಳ ಗರ್ಭಧಾರಣೆಯ ಕುರಿತು ತಯಾರಾದ ಚಿತ್ರ. ಹಾಸ್ಯಲೇಪನದೊಂದಿಗೆ ಸಂದೇಶವಿರುವ ಚಿತ್ರ ಇದು.

**ಚಿತ್ರ–30: 'ಜುನೊ' ಚಿತ್ರದ ಪೋಸ್ಟರ್**

- **ನಿರ್ಮಾಣ ಸಂಸ್ಥೆ:** ಫ್ಲಾಕ್ಸ್ ಸರ್ಚ್ ಲೈಟ್.
- **ನಿರ್ದೇಶನ:** ಜಾಸನ್ ರೀಟ್‌ಮನ್.
- **ತಾರಾಗಣ:** ಎಲೆನ್ ಪೇಜ್, ಮೈಖೇಲ್ ಸೇರಾ, ಜನಿಫ಼ರ್ ಗಾರ್ನರ್.
- **ನಿರ್ಮಾಣ ವೆಚ್ಚ:** 6.5 ಮಿಲಿಯನ್ ಅಮೆರಿಕನ್ ಡಾಲರ್.
- **ಗಳಿಕೆ:** 228,057,576 ಅಮೆರಿಕನ್ ಡಾಲರ್.
- **ಅವಧಿ:** 96 ನಿಮಿಷಗಳು.
- **ಪ್ರಶಸ್ತಿ–ಪುರಸ್ಕಾರಗಳು:** ಉತ್ತಮ ಚಿತ್ರಕಥೆಗಾಗಿ ಆಸ್ಕರ್, ಬಾಫ಼್ಟಾ ಪ್ರಶಸ್ತಿ, ಕ್ರಿಟಿಕ್ ಚಾಯ್ಸ್ ಅವಾರ್ಡ್, ಇಂಡೆಪೆಂಡೆಂಟ್ ಸ್ಪಿರಿಟ್ ಅವಾರ್ಡ್, ರೈಟರ್ಸ್ ಗಿಲ್ಡ್ ಅವಾರ್ಡ್ಸ್ ಇತ್ಯಾದಿ.
- **ಕೊಸರು:** ಆಸ್ಕರ್ ಪ್ರಶಸ್ತಿಗೆ ನಾಮಾಂಕಿತಗೊಂಡ ಅತಿ ಹೆಚ್ಚು ಹಣಗಳಿಕೆಯ ಐದು ಚಿತ್ರಗಳಲ್ಲಿ ಜುನೊ ಕೂಡ ಒಂದು.

## ಫೋರ್ ವೆಡ್ಡಿಂಗ್ ಅಂಡ್ ಎ ಫ್ಯುನರಲ್ (1994)

- ಹಾಸ್ಯಭರಿತ ಬ್ರಿಟಿಶ್ ಚಿತ್ರ.
- **ನಿರ್ಮಾಣ ಸಂಸ್ಥೆ:** ಫ್ಲಾಕ್ಸ್ ಸರ್ಚ್ ಲೈಟ್.
- **ನಿರ್ದೇಶನ:** ಮೈಕ್ ನೆವೆಲ್
- **ತಾರಾಗಣ:** ಹ್ಯು ಗ್ರಾಂಟ್, ಜೇಮ್ಸ್ ಫ್ಲೀಟ್, ಜಾನ್ ಹನ್ನಾ.
- **ಅವಧಿ:** 117 ನಿಮಿಷಗಳು
- **ನಿರ್ಮಾಣ ವೆಚ್ಚ:** 6 ಮಿಲಿಯನ್ ಅಮೆರಿಕನ್ ಡಾಲರ್
- **ಗಳಿಕೆ:** 224,100,00 ಅಮೆರಿಕನ್ ಡಾಲರ್

ಇವುಗಳ ಜೊತೆಗೆ **ಮೈ ಬಿಗ್ ಫ್ಲ್ಯಾಟ್ ಗ್ರೀಕ್ ವೆಡ್ಡಿಂಗ್** (2002), **ಸೂಪರ್ ಸೈಜ್ ಮಿ** (2004), **ಹಾಲೋವೀನ್** (1978), **ಅಮೆರಿಕನ್ ಗ್ರಿಫ್ಟಿತಿ** (1973), **ನೆಪೋಲಿಯನ್ ಡೈನಾಮೈಟ್** (2004), **ಫ್ರೈಡೇ 13** (1980), ಖ್ಯಾತ ನಿರ್ದೇಶಕ **ಸೈಮಿ ರೈಮಿ** ನಿರ್ದೇಶನದ **ಇವಿಲ್ ಡೆಡ್** (1981) ಚಿತ್ರಗಳೂ ಕೂಡ ಕಡಿಮೆ ವೆಚ್ಚದಲ್ಲಿ ನಿರ್ಮಾಣವಾದ ಚಿತ್ರಗಳೇ. ಆದರೆ ಇವೆಲ್ಲ ಗಲ್ಲಾಪೆಟ್ಟಿಗೆ ದೋಚಿದ್ದಲ್ಲದೆ ಚಿತ್ರತಂಡದವರಿಗೆ ಹೆಸರು ತಂದುಕೊಟ್ಟು ಚಲನಚಿತ್ರರಂಗದಲ್ಲಿ ಬದುಕು ರೂಪಿಸಿಕೊಳ್ಳಲು ಸಹಕಾರಿಯಾದವು.

ಚಿತ್ರ–31

ಇಷ್ಟು ಚಿತ್ರಗಳನ್ನು ನಾವು ಗಮನಿಸಿದಾಗ ನಮಗನಿಸುವುದೇನೆಂದರೆ ಸಿನಿಮಾದ ಯಶಸ್ಸು ಕೇವಲ ಬಜೆಟ್ ಮೇಲೆಯೇ ಆಧಾರವಾಗಿಲ್ಲವೆಂಬುದು. ಜನರ ನಾಡಿಮಿಡಿತಕ್ಕೆ ಸ್ಪಂದಿಸಬೇಕಾದರೆ ನಾವು ಅಂದರೆ ಚಿತ್ರಕರ್ಮಿಗಳು ನಮ್ಮನ್ನು ಅರ್ಥ ಮಾಡಿಕೊಳ್ಳಬೇಕು. ಸಿನಿಮಾದಿಂದ ಹೊರಬಂದು ಸಾಮಾನ್ಯ ಪ್ರೇಕ್ಷಕನಾಗಿ ಚಿತ್ರವನ್ನು ಪರಿಷ್ಕರಿಸಬೇಕು. ಅತೀವ ಭರವಸೆ, ನೇರಾಲೋಚನೆ ಮತ್ತು

**ಚಿತ್ರ–32: 'ಮೈ ಬಿಗ್ ಫ್ಲ್ಯಾಟ್ ಗ್ರೀಕ್ ವೆಡ್ಡಿಂಗ್' ಚಿತ್ರದಲ್ಲಿ ನಿಯಾ ವರ್ದಲೋಸ್**

ಅಲ್ಪಗ್ರಹಿಕೆ, ಅಲ್ಪ ಕಲಿಕೆಯು ಸಿನಿಮಾವನ್ನು ಹಾಳು ಮಾಡಿಬಿಡುವುದಲ್ಲದೆ ಒಂದು ಕಲಾಲೋಕವನ್ನೇ ಹದಗೆಡಿಸಿ ಬಡಬಹುದು. ಯಾಕೆಂದರೆ ಸಿನಿಮಾವೂ ಒಂದು ಕಲೆಯೆ.

**ಚಿತ್ರ–33**

**ಚಿತ್ರ–34**

ಚಿತ್ರ–35: ನೆಪೋಲಿಯನ ಡೈನಾಮೈಟ್ ಚಿತ್ರದಲ್ಲಿ ಜಾನ್ ಹೇಡರ್

ಚಿತ್ರ–36

ಚಿತ್ರ–37

**ಚಿತ್ರ–38: ನಿರ್ದೇಶಕ ಸ್ಯಾಮಿ ರೈಮಿ**

ಹಣದ ಕೊರತೆ, ಸಮಯದ ಅಭಾವ, ಅವಸರ, ಪ್ರತಿಭೆಗೆ ಮಣೆ ಹಾಕದಿರುವುದು ಈ ತರಹದ ಕಾರಣಗಳ ಬೆನ್ನು ಹತ್ತಿ ಸಿನಿಮಾದಲ್ಲಿ ರಾಜಿಯಾಗಿ ಕೆಟ್ಟ ಸಿನಿಮಾ ಕೊಡುವ ಬದಲು ಯೋಚಿಸಿ, ಆಲೋಚಿಸಿ,

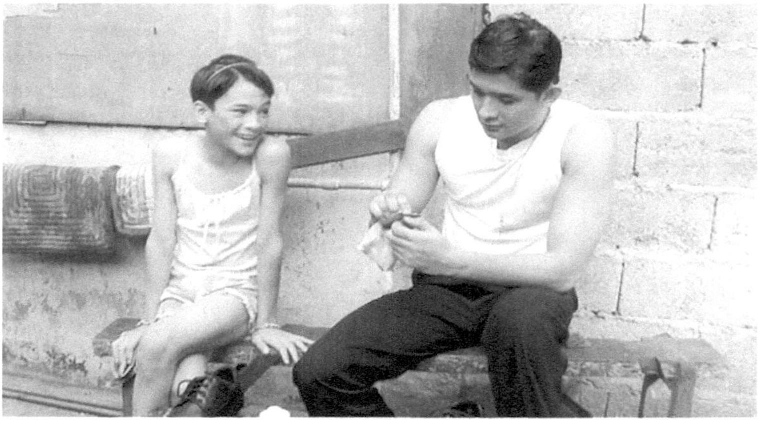

**ಚಿತ್ರ–39: ಮಕ್ಸಿಮೋ ವೆಲಿವೊರೊಸ್**

ಶ್ರಮಪಟ್ಟು, ಶ್ರದ್ಧೆಯಿಂದ ಅತಿಕಡಿಮೆ ವೆಚ್ಚದಲ್ಲಿ ಒಳ್ಳೆಯ ಅರ್ಥಗರ್ಭಿತ, ವಿಭಿನ್ನ ಸಿನಿಮಾಗಳನ್ನು ಮಾಡಬಹುದೆನ್ನುವುದಕ್ಕೆ ಈ ಮೇಲಿನ ಚಿತ್ರಗಳು ಸಾಕ್ಷಿಯಲ್ಲವೇ?

## 2

# ನೀಳ ಚಿತ್ರಿಕೆಗಳು

ಒಂದು ಚಲನಚಿತ್ರವೆಂದರೆ ಅದು ದೃಶ್ಯಗಳ ಅಚ್ಚುಕಟ್ಟಾದ, ಅರ್ಥಗರ್ಭಿತ ಸಂಕಲನ. ದೃಶ್ಯಗಳು ಕ್ರಮಬದ್ಧವಾದ ದೃಶ್ಯಿಕೆ ಅಥವಾ ಚಿತ್ರಿಕೆಗಳ (shot) ಜೋಡಣೆ. ಒಂದು ದೃಶ್ಯ ಪರಿಪೂರ್ಣವಾಗಿ ಅದರ ಸಂಪೂರ್ಣ ಭಾವವನ್ನು ಧ್ವನಿಸಬೇಕಾದರೆ ಕಲಾವಿದರ ಭಾವಾಭಿನಯ, ಹಿನ್ನೆಲೆ ಸಂಗೀತ, ಸಂಭಾಷಣೆಗಳ ಜೊತೆಗೆ ಸಕ್ರಮವಾದ ದೃಶ್ಯಿಕೆಗಳ ಸಂಕಲನ ಅತ್ಯಗತ್ಯ. ಹೇಗೆ ಒಂದು ಸಿನಿಮಾಕ್ಕೆ ಇಂತಿಷ್ಟೇ ದೃಶ್ಯಗಳಿರಬೇಕೆಂಬ ಕಾನೂನು ಇಲ್ಲವೋ ಹಾಗೆ ಒಂದು ದೃಶ್ಯಕ್ಕೆ ಇಷ್ಟೇ ದೃಶ್ಯಿಕೆಗಳಿರಬೇಕೆಂಬ ಕಾನೂನು ಇಲ್ಲ. ಸಾಮಾನ್ಯವಾಗಿ ದೃಶ್ಯದ ಭಾವಕ್ಕೆ ತಕ್ಕಂತೆ ಚಿತ್ರಿಕೆಗಳ ಉದ್ದ ಬದಲಾಗುತ್ತಿರುತ್ತದೆ.

ನೀವು ಶಾರುಕ್ ಖಾನ್ ಅಭಿನಯದ 'ಮೈ ಹೂ ನಾ' ಚಿತ್ರವನ್ನು ಗಮನಿಸಿದರೆ, ಅದರಲ್ಲಿ ಬರುವ ಒಂದು ಹಾಡನ್ನು ಎರಡೇ ಶಾಟ್‌ನಲ್ಲಿ ಚಿತ್ರೀಕರಿಸಲಾಗಿತ್ತು. ಇತ್ತೀಚೆಗೆ ಕನ್ನಡದಲ್ಲಿ ಬಂದ 'ಶಿಶಿರ' ಚಿತ್ರದಲ್ಲಿ ಮೂರುವರೆ ನಿಮಿಷದ ಒಂದು ಹಾಡನ್ನು ಕೇವಲ ಒಂದೇ ಒಂದು ದೃಶ್ಯಿಕೆಯಲ್ಲಿ ಸೆರೆಹಿಡಿಯಲಾಗಿತ್ತು. ಹಾಗೆ ಇಂಗ್ಲಿಷಿನ 'ಹಂಗರ್' ಚಿತ್ರದ ದೃಶ್ಯವೊಂದು ಸರಿಸುಮಾರು 17.5 ನಿಮಿಷಗಳ ದೀರ್ಘವಾದ ದೃಶ್ಯಿಕೆಯನ್ನೊಳಗೊಂಡಿತ್ತು. ಬಹುಶಃ ಇದೇ ಸಿನಿಮಾದ ಫಿಲ್ಮ್ ನೆಗೆಟಿವ್‌ನಲ್ಲಿ ಸಾರ್ವಕಾಲಿಕ ದಾಖಲೆ ಎನ್ನಬಹುದೇನೋ! ಯಾಕೆಂದರೆ ಒಂದು ಸಿನಿಮಾದ ಕೆಮೆರಾದ ಮ್ಯಾಗಝೀನ್ ಅಥವಾ ರೋಲ್, 19ರಿಂದ 20

**ಚಿತ್ರ–40: 'ಹಂಗರ್' ಚಿತ್ರದಲ್ಲಿ ಸ್ಟುವಾರ್ಟ್ ಗ್ರಹಾಮ್**

ನಿಮಿಷಗಳ ವರೆಗೆ ಮಾತ್ರ ದೃಶ್ಯೀಕರಿಸಬಹುದು. ಇದರ ಮೇಲೆ ಸಾಧಿಸಲು ಸದ್ಯಕ್ಕೆ ಸಾಧ್ಯವಿಲ್ಲ.

ಆದರೆ 'ಡಿಜಿಟಲ್ ವೀಡಿಯೋ'ದಲ್ಲಿ ನಾವು ಇದನ್ನು ಸಾಧಿಸುವ ಪ್ರಯತ್ನ ಮಾಡಬಹುದು. ಆದರೆ ಎಷ್ಟು ಉದ್ದದವರೆಗೆ ನಾವು ಒಂದು ದೃಶ್ಯಿಕೆಯನ್ನ ಚಿತ್ರಿಸಬಹುದು?

ಇಡೀ ಚಿತ್ರವನ್ನು ಒಂದೇ ಒಂದು ಶಾಟ್‌ನಲ್ಲಿ ಚಿತ್ರೀಕರಿಸಲು ಪ್ರಯತ್ನಿಸಿ ಯಶಸ್ವಿಯಾದ ಸಾಧಕರು ನಮ್ಮಲ್ಲಿದ್ದಾರೆ. ಅಂತಹ ಚಿತ್ರಗಳು ಯಾವುವೆಂಬುದನ್ನು ತಿಳಿಯೋಣ.

## ರಷಿಯನ್ ಆರ್ಕ್

'ಅಲೆಕ್ಸಾಂಡರ್ ಸೊಕೊರೋವ್' ನಿರ್ದೇಶನದಲ್ಲಿ 2002ರಲ್ಲಿ ಮೂಡಿ ಬಂದ ರಷಿಯನ್ ಭಾಷಾ ಚಲನಚಿತ್ರ 'ರಷಿಯನ್ ಆರ್ಕ್'. ಇದರ ಹೆಗ್ಗಳಿಕೆಯೆಂದರೇ 90 ನಿಮಿಷಗಳ ಇಡೀ ಚಿತ್ರವನ್ನು ಕೇವಲ ಒಂದೇ ಚಿತ್ರಿಕೆಯಲ್ಲಿ ಅಥವಾ ಸಿಂಗಲ್ ಶಾಟ್‌ನಲ್ಲಿ ಚಿತ್ರಿಸಲಾಗಿದೆ!

**ಚಿತ್ರ–41: ನಿರ್ದೇಶಕ ಸೊಕೊರೋವ್**

ಹೌದು! ಆಶ್ಚರ್ಯವಾದರೂ ಇದೊಂದು ದಾಖಲೆ.

ವಿಂಟರ್ ಅರಮನೆಯಲ್ಲಿ ಸತ್ತ ವ್ಯಕ್ತಿಯ ಭೂತವೊಂದು ಆ ಅರಮನೆಯಲ್ಲಿ ನಡೆಯುವ ಘಟನೆಗಳನ್ನ ತೋರಿಸುತ್ತಾ, ನಿರೂಪಣೆ ನೀಡುತ್ತಾ ಆ ನಗರದ ಬಗ್ಗೆ, ಜನರ ಬಗ್ಗೆ ಜೊತೆಗೆ 300 ವರ್ಷಗಳ ಜಗತ್ತಿನ ಇತಿಹಾಸವನ್ನು ತೆರೆದಿಡುವುದೇ 'ರಷಿಯನ್ ಆರ್ಕ್' ಚಿತ್ರದ ಕಥಾವಸ್ತು.

ಚಿತ್ರವು ಒಂದು ವೈಭವೋಪೇತವಾದ ಕುದುರೆ ಗಾಡಿಯೊಂದು ವಿಂಟರ್ ಅರಮನೆಯ ಮುಂದೆ ಬಂದು ನಿಲ್ಲುವುದರೊಂದಿಗೆ ಪ್ರಾರಂಭವಾಗುತ್ತದೆ. ಅದರಲ್ಲಿ ಆ ಅರಮನೆಯನ್ನು ನೋಡಲು ಒಂದಷ್ಟು ಜನ ಬಂದಿರುತ್ತಾರೆ, ಅವರು ಒಳ ಹೋಗುವುದರ ಜೊತೆಗೆ ನಮ್ಮ ನಿರೂಪಕನ ಕಣ್ಣುಗಳು ಅವರನ್ನು ಹಿಂಬಾಲಿಸುತ್ತದೆ. ಹಾಗೆ ಪ್ರಾರಂಭವಾಗುವ ಈ ಚಿತ್ರ ಅವರು ಪ್ರತಿಯೊಂದು ಕೋಣೆಯ ಒಳಹೊಕ್ಕು ಬರುವಾಗ ನಾವು ಕೂಡ ಅವರ ಜೊತೆ ಹೋಗಿ ಬಂದಿರುತ್ತೇವೆ. ನಿರೂಪಕನು ಆ ಕೋಣೆಯ ವಿಶೇಷಗಳನ್ನು ಅವರಿಗು, ನಮಗೂ ವಿವರಿಸುತ್ತಾ ಸಾಗುತ್ತಾನೆ. ತಾನೊಂದು ಭಯಾನಕ ಅಪಘಾತದಲ್ಲಿ ಸತ್ತಿರುವುದಾಗಿ ಹೇಳಿಕೊಳ್ಳುವ ನಿರೂಪಕ ರಷ್ಯಾದ ಇತಿಹಾಸವನ್ನು ಅರ್ಥವಾಗುವ ರೀತಿಯಲ್ಲಿ ಸರಳವಾಗಿ ಅಷ್ಟೇ ಸಂಕ್ಷಿಪ್ತವಾಗಿ ವಿವರಿಸುತ್ತಾನೆ. ಈ ಪ್ರಕ್ರಿಯೆಯಲ್ಲಿ ವೈಭವೋಪೇತ ಅರಮನೆಯ ಚಿತ್ತಾರದ ಗೋಡೆಗಳು, ಅತ್ಯದ್ಭುತ ಕಲಾಕೃತಿಗಳ ಜೊತೆಗೆ ಅಲ್ಲಿಗೆ ಭೇಟಿ ನೀಡಿರುವ ಮಹನೀಯರ ದರ್ಶನ ಭಾಗ್ಯವೂ ನಮಗೆ ಲಭಿಸುತ್ತದೆ. ನಿರೂಪಕನ ಮಾತುಗಳು ಗಾಳಿಯಲ್ಲಿ ತೇಲಿಬಂದಂತೆ ಭಾಸವಾಗುವುದರಿಂದ, ಹಾಗೆ ಕೆಮೆರಾದ

**ಚಿತ್ರ–42: 'ರಷಿಯನ್ ಆರ್ಕ್' ಚಿತ್ರದ ದೃಶ್ಯ**

ಚಲನೆ ನಿಧಾನಕ್ಕೆ ಎಲ್ಲೂ ಕಣ್ಣು ಕುಟುಕುವಂತಿಲ್ಲದಿರುವುದರಿಂದ ನಾವೇ ಗಾಳಿಯಲ್ಲಿ ತೇಲಾಡುತ್ತ ವೀಕ್ಷಿಸುತ್ತಿದ್ದೇವೆಂಬ ಭ್ರಮೆ ಹುಟ್ಟಿಸುವಲ್ಲಿ ಸಿನಿಮಾ ಯಶಸ್ವಿಯಾಗಿದೆ.

ಆ ಅರಮನೆಯ ಮೂವತ್ತ ಮೂರು ಕೋಣೆಗಳನ್ನೂ ಸುತ್ತಿ ಬರುವಲ್ಲಿ ತ್ಸಾರ್ ದೊರೆಗಳ ಆಳ್ವಿಕೆ, ಏಳು-ಬೀಳುಗಳು, ಅಲೆಗ್ಸಾಂಡರ್ ಗ್ರಿಬೋಡೊವ್‌ನ ಸಾವು, 2ನೇ ತ್ಸಾರ್ ನಿಕೊಲಸ್‌ನ ಕುಟುಂಬದ ಚರಿತ್ರೆ ಎರಡನೇ ಮಹಾಯುದ್ಧದ ಸಮಯದಲ್ಲಿ ಲೆನಿನ್‌ಗ್ರೆಡರ್ ತನ್ನ ಶವಪೆಟ್ಟಿಗೆ ತಾನೇ ತಯಾರಿಸಿಕೊಂಡಿದ್ದು, ಜೋಸೆಫ್ ಸ್ಟಾಲಿನ್ ಆಳ್ವಿಕೆಯಲ್ಲಿ ಅರಮನೆಯಲ್ಲಾದ ಬದಲಾವಣೆಗಳು, ಎರಡನೇ ಮಹಾಯುದ್ಧದ ಸಮಯದಲ್ಲಿ ರಷಿಯನ್ನರು ಅನುಭವಿಸಿದ ಕಷ್ಟ, ಕಾರ್ಪಣ್ಯಗಳು ನಮಗೆ ತಿಳಿದಿರುತ್ತವೆ.

ಇವೆಲ್ಲವೂ ನಮಗೆ ಒಪೆರಾ ಮತ್ತು ನಾಟಕ ರೂಪದಲ್ಲಿ ಕಾಣಸಿಗುತ್ತವೆ. ನಿರ್ದಿಷ್ಟ ಕೋಣೆಯಲ್ಲಿ ಆಯಾ ನಾಟಕದ ವಸ್ತುವಿಗೆ ತಕ್ಕಂತೆ ಸುತ್ತಮುತ್ತಲ ಕಲಾಕೃತಿಗಳು, ಕೋಣೆಯ ವಿನ್ಯಾಸವಿರುತ್ತದೆ.

ಚಿತ್ರದ ಕೊನೆಯಲ್ಲಿ ಆಯಾ ನಾಟಕ/ಒಪೆರಾದ ಪಾತ್ರಧಾರಿಗಳೆಲ್ಲರೂ ಅವರ ಅದೇ ವಸ್ತ್ರವಿನ್ಯಾಸದೊಂದಿಗೆ ಸಂಗೀತ ನಿರ್ದೇಶಕ ಮಿಕಾಯಿಲ್ ಗ್ಲಿಂಕಾರ ಸಂಗೀತಕ್ಕೆ ಹೆಜ್ಜೆ ಹಾಕುತ್ತ ಅರಮನೆ ಹೊರಬಾಗಿಲತ್ತ ಬಂದು ಮೆಟ್ಟಿಲು ಇಳಿಯುವಾಗ, ನಮ್ಮ ನಿರೂಪಕ ಆ ಅರಮನೆಯಲ್ಲಿ ಗವಾಕ್ಷಿಯೊಂದರಿಂದ ಹೊರಹೋಗಿ ಗಾಳಿಯಲ್ಲಿ ಲೀನವಾಗುವುದರೊಂದಿಗೆ ಚಿತ್ರ ಮುಗಿಯುತ್ತದೆ.

ಈ ಚಿತ್ರದ ನಿರ್ಮಾಣದ ಪ್ರಮುಖ ಅಂಶಗಳು ಇಂತಿವೆ:

- ಚಿತ್ರಕ್ಕಾಗಿ ಅರಮನೆಯ ಮೂವತ್ಮೂರು ಕೋಣೆಗಳನ್ನು, ಸುಮಾರು 2000 ಕಲಾವಿದರನ್ನೂ ಬಳಸಲಾಗಿದೆ.
- Sony HDW-F900 ಕ್ಯಾಮೆರಾ ಬಳಸಿ, 100 ನಿಮಿಷಗಳ ಸಾಮರ್ಥ್ಯದ 'ಹಾರ್ಡ್ ಡಿಸ್ಕ್' ಬಳಸಿ ಚಿತ್ರೀಕರಿಸಲಾಗಿದೆ.
- ಒಂದೇ ದಿನದಲ್ಲಿ ಒಂದೇ ಶಾಟ್‌ನಲ್ಲಿ ಇದನ್ನ ಚಿತ್ರೀಕರಿಸಿದ್ದರೂ ಸುಮಾರು ಒಂದು ತಿಂಗಳಿನ ಶ್ರಮ ಇದರಲ್ಲಿದೆ. ಪಾತ್ರದಾರಿಗಳ ಆಯ್ಕೆ, ಅವರ ವಸ್ತ್ರವಿನ್ಯಾಸ, ಅವರಿಗೆ ತರಬೇತಿ, ಕ್ಯಾಮೆರಾ ಚಾಲನೆ, ಸಾಧ್ಯತೆ-ಬಾಧ್ಯತೆಗಳ ಬಗ್ಗೆ ಚರ್ಚಿಸಿ ಪ್ರಾಯೋಗಿಕವಾಗಿ ಸಾಧಿಸಲು ಎಲ್ಲಾ ರೀತಿಯ ಪೂರ್ವತಯಾರಿಗಳನ್ನ ಮಾಡಿಕೊಂಡೇ ಚಿತ್ರೀಕರಣ ಮಾಡಲಾಗಿತ್ತಂತೆ.
- ಇಷ್ಟೆಲ್ಲಾ ಪೂರ್ವಸಿದ್ಧತೆಗಳ ನಡುವೆಯೂ 'ಯಶಸ್ವಿ ಶಾಟ್' ಸಿಕ್ಕಿದ್ದು ನಾಲ್ಕನೇ ಪ್ರಯತ್ನದಲ್ಲಿ. ಮೊದಲ ಮೂರು ಪ್ರಯತ್ನಗಳು ತಾಂತ್ರಿಕದೋಷಗಳಿಂದ ವಿಫಲವಾಗಿದ್ದವು.

- ಈ ಸುದೀರ್ಘ ದೃಶ್ಯಿಕೆಯ ಈ ಸಿನಿಮಾ ವಿಮರ್ಶಕರಿಂದ ಒಂದು ಅದ್ಭುತ ಪ್ರಯತ್ನ ಎಂದು ಪ್ರಶಂಸೆಗಳಿಸಿದರೂ ಕೆಲವೊಂದು ಋಣಾತ್ಮಕ ಅಂಶಗಳು ಈ ಚಿತ್ರದಲ್ಲಿದೆ. ಇಡೀ ಚಿತ್ರದಲ್ಲಿ ರಷಿಯನ್ ಇತಿಹಾಸ ಅನುಕ್ರಮವಾಗಿ ಬರದೇ ಅಲ್ಲಿ–ಇಲ್ಲಿ ಬರುವುದರಿಂದ ಸರಿಯಾದ ಕ್ರಮದಲ್ಲಿ ಅರ್ಥವಾಗುವುದಿಲ್ಲ. ಹಾಗೇ ರಷಿಯಾದ ಇತಿಹಾಸದ ಅರಿವಿದ್ದರೆ ಅಥವಾ ತಿಳಿದುಕೊಳ್ಳುವ ಆಸಕ್ತಿಯಿದ್ದರೆ ಅಥವಾ ಪ್ರಯತ್ನವನ್ನು ತಲೆಯಲ್ಲಿಟ್ಟುಕೊಂಡು ಸಿನಿಮಾ ವೀಕ್ಷಿಸಿದರೆ ಮಾತ್ರ ಸಹನೀಯವೆನಿಸುತ್ತದೆ.
- ಚಿತ್ರಕ್ಕೆ ಆಯ್ಕೆ ಮಾಡಿಕೊಂಡ ಕಥೆಯಲ್ಲಿ ಯಾವುದೇ ರೀತಿಯ ಹಿಡಿದಿಟ್ಟು ಕೂರಿಸಿಕೊಳ್ಳುವ ಅಂಶ ಇಲ್ಲದೇ ಇರುವುದು ಮತ್ತು ಇಡೀ ಚಿತ್ರದಲ್ಲಿ

**ಚಿತ್ರ–43: 'ರಷಿಯನ್ ಆರ್ಕ್' ಚಿತ್ರದ ಒರಿಜಿನಲ್ ಪೋಸ್ಟರ್**

**ಚಿತ್ರ–44: ಛಾಯಾನಿರ್ದೇಶಕ ಟಿಲ್‌ಮನ್ ಬಟ್ನರ್**

ಬರುವ ನಾಟಕ ಒಪೆರಾಗಳು ಆಗಾಗ ಬಂದು ಮರೆಯಾಗುವುದು, ನಾವು ಸಿನಿಮಾ ನೋಡಿದ್ದಕ್ಕಿಂತ ಯಾವುದೋ ಒಂದು ಸಾಂಸ್ಕೃತಿಕ–ಐತಿಹಾಸಿಕ ಉತ್ಸವ ಸಾಕ್ಷಚಿತ್ರ ನೋಡಿದಂತಾಗುತ್ತದೆ.

- ರಷಿಯನ್ ಆರ್ಕ್ ಚಿತ್ರ ಗಲ್ಲಾಪೆಟ್ಟಿಗೆಯಲ್ಲಿ ಅಂತಹ ದೊಡ್ಡ ಯಶಸ್ಸುಗಳಿಸಿಲ್ಲವಾದರೂ ಜಾಗತಿಕ ಚಲನಚಿತ್ರ ಕ್ಷೇತ್ರದಲ್ಲಿ ವಿಶಿಷ್ಟ ಪ್ರಯತ್ನವೆಂಬ ಹೆಗ್ಗಳಿಕೆಗೆ ಪಾತ್ರವಾಗಿದೆ.
- ಈ ಚಿತ್ರದಲ್ಲಿ ಸುಮಾರು 4500 ಜನ ತೆರೆಯಲ್ಲಿ ಹಾಗೂ ತೆರೆಮರೆಯಲ್ಲಿ ಕೆಲಸ ಮಾಡಿದ್ದಾರೆ.

**ಚಿತ್ರ–45: ಸುಕುರೋವ್ ಸುಕುರೋವ್**

ಅಲೆಕ್ಸಾಂಡರ್ ಸುಕುರೋವ್ ನಿರ್ದೇಶನದ ಚಿತ್ರಕ್ಕೆ ಟಿಲ್ ಮನ್ ಬಟ್‌ನರ್ ಛಾಯಾಗ್ರಹಣವಿದೆ. ಸೆರ್ಜಿ ಡ್ರೇಡನ್, ಮರಿಯಾ ಕುಜ್ನೆತ್ಸೋವಾ, ಲಿಯೊನಿಡ್ ಮೋಜ್ಗೊಂವೊಯ ಡೇವಿಡ್ ಗಿಯೋರ್ ಗೋಬಿಯಾನಿ, ಬೋರಿಸ್ ಪಿಯಾಟ್ರೋವಸ್ಕಿ ಮುಂತಾದವರು ತಾರಾ ಬಳಗದಲ್ಲಿದ್ದಾರೆ.

**ಅಲೆಕ್ಸಾಂಡರ್ ನಿಕೋಲಾಯೆವಿಚ್ ಸುಕುರೋವ್:** ಜನಿಸಿದ್ದು 1951 ಜೂನ್ ತಿಂಗಳಲ್ಲಿ. ಮಿಲಿಟರಿ ಅಧಿಕಾರಿಯ

ಮಗನಾಗಿ ಸೈಬೀರಿಯಾದಲ್ಲಿ, ಇತಿಹಾಸ ವಿಭಾಗದಲ್ಲಿ ಪದವಿ ಗಳಿಸಿರುವ ಸುಕುರೋವ್ ಆನಂತರ ವಿಜಿಐಕೆ ಸ್ಟುಡಿಯೋಗೆ ಸೇರಿಕೊಂಡ. ಮೊದಲಿಗೆ ಸಾಕ್ಷ್ಯಚಿತ್ರಗಳಲ್ಲಿ ತನ್ನನ್ನ ತೊಡಗಿಸಿಕೊಂಡವನು ಕ್ರಮೇಣ ಸಿನಿಮಾಗಳನ್ನ ತಯಾರಿಸತೊಡಗಿದ. ನಿರ್ದೇಶಿಸಿದ **'ಮದರ್ ಅಂಡ್ ಸನ್'** (1996) ಚಿತ್ರ ಅಂತಾರಾಷ್ಟ್ರೀಯ ಮಟ್ಟದಲ್ಲಿ ಹೆಸರುಗಳಿಸಿದ ಮೊದಲ ಚಿತ್ರ. **ದಿ ಡಿಗ್ರೇಡಡ್** (1980), **ಪೇನ್‌ಫುಲ್ ಇನ್ ಡಿಫರೆನ್ಸ್** (1983–87), **ಎಂಫೈರ್** (1986), **ಡೇಸ್ ಆಫ್ ಎಕ್ಲಿಪ್ಸ್** (1990), **ಸ್ಟೋನ್** (1992), **ವಿಷ್ಪರಿಂಗ್ ಪೇಜಸ್** (1993), **ಮೊನೋಚ್** (1999), **ಟಾರಸ್** (2000), **ಫಾದರ್ ಅಂಡ್ ಸನ್** (2003), **ದಿ ಸನ್** (2004), **ಅಲೆಕ್ಸಾಂಡ್ರಾ** (2007) ಸುಕುರೋವ್‌ರ ಇತರ ಚಿತ್ರಗಳು.

ಚಿತ್ರ–46

- **ಕೊಸರು:** ನಿರ್ದೇಶಕ ಅಲೆಕ್ಸಾಂಡರ್ ಸುಕುರೋವ್‌ಗೆ ರಷಿಯನ್ ಬಿಟ್ಟರೆ ಬೇರೆ ಭಾಷೆ ಬರುತ್ತಿರಲಿಲ್ಲ ಹಾಗೆ ಛಾಯಾಗ್ರಹಕ ಟೆಲ್ಮನ್ ಬಟ್ನರ್‌ಗೆ ಜರ್ಮನ್ ಭಾಷೆಯೊಂದೆ ಗೊತ್ತಿದ್ದದ್ದು. ಹಾಗಾಗಿ ದುಭಾಷಿಯೊಬ್ಬ ಇಡೀ ಚಿತ್ರತಂಡದಲ್ಲಿದ್ದು ನಿರ್ದೇಶಕ–ಛಾಯಾಗ್ರಾಹಕರ ನಡುವಿನ ಸಂವಹನ ಸಮಸ್ಯೆಯನ್ನು ನಿವಾರಿಸಿದ್ದ.

**ಪಿವಿಸಿ–1**

ಒಂದೇ ಒಂದು ಉದ್ದನೆಯ ಚಿತ್ರಿಕೆಯ ಮೂಲಕ ಒಂದು ಘಟನೆಯನ್ನು ನಿರೂಪಿಸುವ ಮತ್ತೊಂದು ಚಿತ್ರವೆಂದರೆ ಪಿವಿಸಿ–1. ಇದು ಕೊಲಂಬಿಯಾದ ನಿರ್ದೇಶಕ **ಸ್ಪೈರೋಸ್ ಸ್ಟಾಥೊಪೊಲಸ್**‌ನ ಮೊದಲ ಚಲನಚಿತ್ರ 2007ರ ಕಾನ್ಸ್ ಅಂತಾರಾಷ್ಟ್ರೀಯ ಚಲನಚಿತ್ರೋತ್ಸವದಲ್ಲಿ ಪ್ರದರ್ಶನಗೊಂಡು ಎಲ್ಲರ ಗಮನ

**ಚಿತ್ರ–47: 'ಪಿವಿಸಿ–1' ಚಿತ್ರದಲ್ಲಿ ನಟಿ ಡೇನಿಯಲ್ ಪೇಜ್**

ಸೆಳೆದ ಈ ಚಿತ್ರದ ಅವಧಿ 81 ನಿಮಿಷಗಳು. ಚಿತ್ರದಲ್ಲಿನ ಕಥೆಯ ಅವಧಿಯು 81 ನಿಮಿಷಗಳೇ. ಈ ಚಿತ್ರವು 2000ರಲ್ಲಿ ಕೊಲಂಬಿಯಾದಲ್ಲಿ ನಡೆದಂತಹ ಸತ್ಯಘಟನೆಯಾಧರಿಸಿದ್ದಾಗಿದೆ.

**ಚಿತ್ರ–48: 'ಪಿವಿಸಿ–1' ಚಿತ್ರದ ಪೋಸ್ಟರ್**

ಮುಖವಾಡಗಳನ್ನು ಧರಿಸಿದ ದರೋಡೆಕೋರರ ತಂಡವೊಂದು ಮನೆಗೆ ನುಗ್ಗುವುದರೊಂದಿಗೆ ಚಿತ್ರದ ಕತೆ ಪ್ರಾರಂಭವಾಗುತ್ತದೆ. ಇಡೀ ಮನೆಯವರನ್ನೆಲ್ಲಾ ಒಂದೆಡೆ ಕಲೆಹಾಕಿ, 15 ಮಿಲಿಯನ್ ಪೆಸೋಗಳ ಬೇಡಿಕೆಯನ್ನು ಮುಂದಿಡುತ್ತಾರೆ. ಆದರೆ ಕುಟುಂಬದ ಯಜಮಾನ ತನ್ನ ಹತ್ತಿರ ಹಣವಿಲ್ಲವೆಂದು ಪ್ರಮಾಣಮಾಡಿ ಹೇಳಿದಾಗ, ಅವರಿಗೆ ಅರಿವಾದಾಗ, ಅವನ ಹೆಂಡತಿಯ ಕೊರಳಿಗೆ ಪಿ.ವಿ.ಸಿ. ಪೈಪಿನಿಂದ ಮಾಡಿದ ರಿಮೋಟ್ ಚಾಲಿತ ಬಾಂಬ್ ಕಟ್ಟಿ ಹಣ ತಂದು ಕೊಡದ ಹೊರತು

**ಚಿತ್ರ–49: ಕ್ಯಾಮೆರಾಮೊಂದಿಗೆ ನಿರ್ದೇಶಕ**

ಬದುಕುವ ಯಾವ ಅವಕಾಶವನ್ನು ಕೊಡುವುದಿಲ್ಲವೆಂದು ಹೇಳಿ ಹೊರಟು ಹೋಗಿ ಬಿಡುತ್ತಾರೆ. ಪಕ್ಕದ ಪುಟ್ಟನಗರಕ್ಕೆ ಹೋಗಿ ವಿಶೇಷ ಕಾರ್ಯಪಡೆಯ ಸಹಾಯದಿಂದ ಆ ಬಾಂಬ್ ಅನ್ನು ನಿರ್ಜೀವಗೊಳಿಸಲು ಪ್ರಯತ್ನಿಸುವುದೇ ಚಿತ್ರದ ಕಥಾ ಹಂದರ. ಚಿತ್ರಕ್ಕೆ ಚಿತ್ರಕಥೆ, ಸಂಭಾಷಣೆ ಬರೆದು, ನಿರ್ದೇಶಿಸುವ ಜೊತೆಗೆ ಛಾಯಾನಿರ್ದೇಶನವನ್ನೂ ಸ್ಪೈರೋಸನೇ ಯಶಸ್ವಿಯಾಗಿ ನಿರ್ವಹಿಸಿದ್ದಾನೆ.

- **ಚಿತ್ರ:** ಪಿವಿಸಿ–1.
- **ರಚನೆ, ಛಾಯಾಗ್ರಹಣ, ನಿರ್ದೇಶನ:** ಸ್ಪೈರೋಸ್ ಸ್ಟಾಥೊಪೊಲಸ್.
- **ನಿರ್ಮಾಣ:** ಜಾಸನ್ ಹಾಲ್.
- **ತಾರಾಗಣ:** ಡೇನಿಯಲ್ ಪೇಜ಼್, ಮೆರಿಡಾ ಉರ್ಖಿಯ, ಅಲ್ಬರ್ಟೋ ಝೊನ್ರೊಜ಼, ಹ್ಯುಗೋ ಪೆರೀರ.
- **ಬಿಡುಗಡೆಯಾದ ದಿನಾಂಕ:** 14 ನವಂಬರ್ 2008.
- **ದೇಶ:** ಕೊಲಂಬಿಯ, ಭಾಷೆ: ಸ್ಪ್ಯಾನಿಶ್.
- **ಕೊಸರು:** ನಿರ್ದೇಶಕ ಸ್ಪೈರೋಸ್ ಸ್ಟಾಥೊಪೊಲಸ್ 14 ವರ್ಷದವನಿದ್ದಾಗ ನಿರ್ದೇಶಿಸಿದ ಕಿರುಚಿತ್ರ **ಡೈಮನ್ಷನ್**ಗೆ ಹಲವಾರು ಪ್ರಶಸ್ತಿಗಳು ದೊರೆತವಲ್ಲದೆ ಅದು ದೇಶದಾದ್ಯಂತ ಪ್ರಸಾರಗೊಂಡಿತು.

## ಅಡ್ರೆನಾಲಿನ್:

'ಅಡ್ರೆನಾಲಿನ್' ಹೆಸರೇ ಹೇಳುವಂತೆ ಇದೊಂದು ಸಾಹಸ, ಕುತೂಹಲಭರಿತ ಚಿತ್ರ. ಬಹಳ ವೇಗವಾಗಿ ಓಡುವ ದೃಶ್ಯಗಳನ್ನೊಳಗೊಂಡಿರುವ ಈ ಚಿತ್ರದ ಕಥೆಯೂ ಅಂತಹದ್ದೆ. ಚಿತ್ರದ ವಿಶೇಷವೆಂದರೆ ಇಡೀ ಚಿತ್ರವನ್ನು ಕೇವಲ ಒಂದೇ ಒಂದು ಚಿತ್ರಿಕೆಯಲ್ಲಿ ನಿರೂಪಿಸಿರುವುದು ಇಂಗ್ಲಿಷ್‌ನಲ್ಲಿ ಬಂದ ಫೋನ್ ಬೂತ್ ಚಿತ್ರದ ಕಥೆಯ ಹೋಲಿಕೆಯಿರುವ ಈ ಚಿತ್ರದ ಚಿತ್ರಣ ಮಾತ್ರ ಆ ಚಿತ್ರಕ್ಕಿಂತ ಬೇರೆಯದೆ ಆದ ಶೈಲಿಯಲ್ಲಿದೆ.

ಒಂದೇ ಶಾಟ್‌ನಲ್ಲಿ ಚಿತ್ರಿತವಾಗಿರುವ ಈ ಚಿತ್ರದಲ್ಲಿ ದೃಶ್ಯಗಳ ಬದಲಾವಣೆಯಾಗಲಿ, ಸ್ಥಳಗಳ ಬದಲಾವಣೆಯಾಗಲಿ, 89 ನಿಮಿಷದ ನಾಗಾಲೋಟಕ್ಕೆ ಮತ್ತು ಒಂದೇ ಒಂದು ಚಿತ್ರಿಕೆಯ ಚಿತ್ರೀಕರಣಕ್ಕೆ ಅಡ್ಡಿ ಮಾಡುವುದಿಲ್ಲ. ಪಾನ್ ಅಂಗಡಿಯಿಂದ, ಕ್ರೀಡೋಪಕರಣಗಳ ಅಂಗಡಿಗೆ, ಅಲ್ಲಿಂದ ಬ್ಯಾಂಕ್‌ಗೆ ಹರಿದಾಡುವ ಸಿನಿಮಾದ ಕಥೆಗೆ ತಕ್ಕಂತೆ ಕೆಮೆರಾವನ್ನು ಓಡಾಡಿಸಿರುವ ಛಾಯಾಗ್ರಾಹಕನ ಕೆಲಸವನ್ನು ಪ್ರಶಂಸಿಸಬೇಕಾಗುತ್ತದೆ.

ಜೆ.ವಿ.ಸಿ. ಕಂಪೆನಿಯ ಹೊಸ JVC GY-HD110U ಕೆಮೆರಾ ಬಳಸಿ ತಯಾರಿಸಿರುವ ಈ ಚಿತ್ರ, ಹಿಂದಿನ ಪುಟಗಳಲ್ಲಿ ನೀವು ಓದಿದ ಚಿತ್ರಗಳದೇ ಪ್ರಾರಂಭಿಕ ಸಮಸ್ಯೆಗಳನ್ನೆದುರಿಸಿದೆ. ಇಡೀ 89 ನಿಮಿಷಗಳಷ್ಟು ಚಿತ್ರಣವನ್ನ ಹಿಡಿದಿಟ್ಟುಕೊಳ್ಳಬೇಕಾದರೆ 'ಮಿನಿ ಡಿ.ವಿ.' ಟೇಪ್ ಸಾಲದಾದ್ದರಿಂದ ನೇರವಾಗಿ ಎರಡು ಹಾರ್ಡ್ ಡ್ರೈವ್‌ಗಳನ್ನು ನೇರವಾಗಿ ಜೆವೈಸಿ ಕೆಮರಾಗೆ ಸಂಪರ್ಕಿಸಲಾಗಿತ್ತು. ತಿಂಗಳುಗಟ್ಟಲೇ ಕಲಾವಿದರಿಗೆ ಕಾರ್ಯಗಾರ ಮಾಡಿ ಅವರಿಗೆ

**ಚಿತ್ರ–50: 'ಅಡ್ರೆನಾಲಿನ್' ಚಿತ್ರದಲ್ಲಿ ಡೇವಿಡ್ ಅಲ್ಫೋರ್ಡ್**

ತರಬೇತಿ ನೀಡಲಾಯಿತು. ಆ ನಂತರ ಚಿತ್ರೀಕರಣಕ್ಕೆ ಬೇಕಾದ ಪರಿಕರಗಳನ್ನು ಮೊದಲೆ ಸಿದ್ಧಮಾಡಿಟ್ಟುಕೊಳ್ಳಲಾಯಿತು. ಚಿತ್ರೀಕರಣಕ್ಕೆ ಸರ್ವಸಿದ್ಧತೆಗಳನ್ನು ಮಾಡಿಕೊಂಡು ಒಂದು ಭಾನುವಾರ ಇಡೀ ಚಿತ್ರವನ್ನು ಅಥವಾ ಒಂದು ಶಾಟನ್ನು ಚಿತ್ರೀಕರಿಸಲಾಯಿತು. ಒಂದು ಸಾರಿ ಕೆಮೆರಾ ಆನ್ ಮಾಡಿ 'ಆಕ್ಷನ್' ಹೇಳಿದ ಮೇಲೆ 'ಕಟ್' ಹೇಳುವವರೆಗೆ ಇಡೀ ಸಿನಿಮಾವೇ ಮುಗಿದುಹೋಗಿತ್ತು.

ಚಿತ್ರ-51: 'ಅಡ್ರೆನಾಲಿನ್' ಚಿತ್ರದ ಪೋಸ್ಟರ್

ಚಿತ್ರದ ಕಥೆಯ ಬಗ್ಗೆ ಹೇಳುವುದಾದರೆ ಕ್ರಿಸ್‌ಥಾಮ್ಸನ್ ತನ್ನ ಹೊಸ ಕ್ರೀಡೋಪಯೋಗಿ ಕಾರೊಂದನ್ನು ಕೊಂಡುಕೊಂಡಿದ್ದಾನೆ. ಅದನ್ನು ತೆಗೆದುಕೊಂಡು ಖುಷಿಯಿಂದ ಮನೆಗೆ ಹೋಗಬೇಕೆನ್ನುವಷ್ಟರಲ್ಲಿ ಅವನಿಗೆ ಗೊತ್ತಾಗುವ ವಿಷಯವೆಂದರೆ ಕಾರಿನ ಉಪಗ್ರಹ ಸೇವೆಯ ಪಾಸ್‌ವರ್ಡನ್ನು ಕದ್ದಿರುವ ವ್ಯಕ್ತಿಯೊಬ್ಬ ಅದರ ಸಹಾಯದಿಂದ ಇಡೀ ಕಾರನ್ನು ತನ್ನ ನಿಯಂತ್ರಣಕ್ಕೆ ತೆಗೆದುಕೊಂಡಿದ್ದಾನೆಂಬುದು, ಈಗ ತಾನು ಹೇಳುವ ಹಾಗೆ ಕೇಳದಿದ್ದರೆ ಅಪಹರಿಸಿರುವ ಕ್ರಿಸ್ ಥಾಮ್ಸನ್ ಮಗಳನ್ನು ಕೊಂದು ಬಿಡುವುದಾಗಿ ಹೆದರಿಸುತ್ತನೆ. ತನ್ನ ಮಗಳ ಪ್ರಾಣ ರಕ್ಷಣೆಗಾಗಿ ಅಪಹರಣಕಾರನ ಬೇಡಿಕೆಗಳನ್ನು ಈಡೇರಿಸುವ ನಿಟ್ಟಿನಲ್ಲಿ ಒಂದಾದ ಮೇಲೊಂದು ಅಪರಾಧ ಕೃತ್ಯಗಳನ್ನ ಮಾಡುತ್ತ ಸಾಗುತ್ತಾನೆ ಕ್ರಿಸ್. ಆದರೆ ಎಲ್ಲೂ ಅಮಾಯಕರಿಗೆ ತೊಂದರೆಯಾಗದಂತೆ ಬೇರೆ ಆಯ್ಕೆಯಿಲ್ಲದೆ ಅವರ ಕೆಲಸಗಳನ್ನು ನೆರವೇರಿಸಿ ಮಗಳನ್ನು ಕಾಪಾಡಿಕೊಳ್ಳುವುದೇ ಚಿತ್ರದ ಕಥಾವಸ್ತು.

ಚಿತ್ರ-52

ಚಿತ್ರ–53: ರಾಬರ್ಟ್ ಲಿನ್ ನಿರ್ದೇಶನದ ಚಿತ್ರ

ನೀವು ಈ ಸಿನಿಮಾವನ್ನು ಒಂದೇ ಶಾಟ್‌ನಲ್ಲಿ ಚಿತ್ರೀಕರಿಸಿದ ಉದ್ದೇಶವೇನು? ಎಂಬ ಪ್ರಶ್ನೆಗೆ ನಿರ್ದೇಶಕ ರಾಬರ್ಟ್ ಲಿನ್ 'ಪ್ರಾಮಾಣಿಕವಾಗಿ ಹೇಳುವುದಾದರೆ, ಮುಖ್ಯಪಾತ್ರಧಾರಿಯ ತುಮುಲವನ್ನು, ಅವನ ಹೊಯ್ದಾಟವನ್ನು, ಹೋರಾಟವನ್ನ ನೇರವಾಗಿ ಪ್ರೇಕ್ಷಕರ ಮನಸ್ಸಿನಲ್ಲಿ ಕೂರಿಸಬೇಕಾಗಿತ್ತು' ಎಂದುತ್ತರಿಸಿದ್ದಾನೆ.

ಅದೇನೆ ಇರಲಿ ಮನರಂಜನೆಯ ಮಾಧ್ಯಮವಾದ ಚಲನಚಿತ್ರ ಕ್ಷೇತ್ರದಲ್ಲಿ ಆಗಾಗ ಇಂತಹ ಪ್ರಯೋಗಗಳು ಕಾಲಕಾಲಕ್ಕೆ ನಡೆದುಕೊಡೇ ಬಂದಿವೆ. ಒಂದು ಕಥೆಯನ್ನು ಪ್ರೇಕ್ಷಕರ ಮುಂದಿಡಲು ನಿರ್ದೇಶಕರು ನಾನಾ ಕಸರತ್ತುಗಳನ್ನು ಮಾಡಿದ್ದಾರೆ. ಮತ್ತು ಯಶಸ್ವಿಯೂ ಆಗಿದ್ದಾರೆ. ಆದರೆ ಇಂತಹ ಸಂದರ್ಭದಲ್ಲಿ ಚಿತ್ರದ ಒಟ್ಟು ಪರಿಣಾಮವನ್ನ ತುಲನೆ ಮಾಡುವುದಕ್ಕಿಂತ ಅವರ ಪ್ರಯತ್ನಗಳಿಗೆ ನವನವೀನ ನಿರೂಪಣೆ ಶೈಲಿ, ರಚನಾತ್ಮಕ ಚಿಂತನೆಗೆ ಒಂದು 'ಶಹಬ್ಬಾಸ್' ನೀಡಲೇಬೇಕಾಗುತ್ತದೆ.

- **ಚಿತ್ರ:** ಅಡ್ರೆನಾಲಿನ್.
- **ನಿರ್ದೇಶನ:** ರಾಬರ್ಟ್ ಆರ್ಚರ್ ಲಿನ್.
- **ಛಾಯಾಗ್ರಹಣ:** ಡೇವಿಡ್ ಟ್ರೆಂಕಲ್.
- **ತಾರಾಗಣ:** ಡೇವಿಡ್ ಅಲ್ಫೋರ್ಡ್, ಕೆಂಡಾ ಬೆನ್‌ವಾರ್ಡ್, ಜೆಫ್ಘ್ ಬೊಯೆಟ್, ಜೋಶ್ ಕೋಪ್‌ಲ್ಯಾಂಡ್, ರೀಡ್ ಡೈಮಂಡ್, ಜೆನ್ನಾ ಮೈಖೇಲ್ ಲೀ.
- **ಬಿಡುಗಡೆಯಾದ ದಿನಾಂಕ:** 10 ಏಪ್ರಿಲ್ 2007.
- **ಬಜೆಟ್:** 50,000 ಡಾಲರುಗಳು.
- **ಅವಧಿ:** 89 ನಿಮಿಷಗಳು.
- **ದೇಶ:** ಯು.ಎಸ್.ಎ.

- **ಭಾಷೆ:** ಇಂಗ್ಲಿಷ್.
- **ಕೊಸರು:** 'ಅಡ್ರೆನಾಲಿನ್' ಚಿತ್ರದ ನಿರ್ದೇಶಕನ ಮುಂದಿನ ಚಿತ್ರ 'ಹ್ಯಾವೊಕ್'. ಸುಮಾರು 110 ನಿಮಿಷಗಳ ಈ ಹಾರರ್/ಥ್ರಿಲ್ಲರ್ ಚಿತ್ರವನ್ನು ಒಂದೇ ಶಾಟಿನಲ್ಲಿ ಚಿತ್ರೀಕರಿಸುವ ಛಲ ಹೊತ್ತಿರುವ ರಾಬರ್ಟ್ ಲಿನ್, ಆ ಮೂಲಕ ತನ್ನ ದಾಖಲೆಯನ್ನ ತಾನೇ ಮುರಿದು ಹೊಸ ದಾಖಲೆ ಸೃಷ್ಟಿಸಲಿದ್ದಾನಂತೆ!

## ಟೈಮ್ ಕೋಡ್

ಒಂದೇ ಒಂದು ಉದ್ದನೆಯ ಚಿತ್ರಿಕೆಯನ್ನು ಒಂದು ಇಡೀ ಚಿತ್ರವನ್ನಾಗಿಸಿರುವ ಮತ್ತೊಂದು ಚಿತ್ರವೇ ಈ ಟೈಮ್ ಕೋಡ್. ಬರೇ ಒಂದೇ ಶಾಟ್‌ನಲ್ಲಿ ಚಿತ್ರೀಕರಿಸಿದ ಚಿತ್ರ ಮಾತ್ರವೇ ಅಲ್ಲ. ನಾಲ್ಕು ವಿಭಿನ್ನ ಕಥಾನಕಗಳನ್ನು ನಾಲ್ಕು ಶಾಟ್‌ನಲ್ಲಿ ಚಿತ್ರೀಕರಿಸಿ ಏಕಕಾಲದಲ್ಲಿ ಪ್ರೇಕ್ಷಕರ ಮುಂದಿಡುವ ಪ್ರಯತ್ನವೇ ಟೈಮ್‌ಕೋಡ್. 2000ದಲ್ಲಿ ತೆರೆ ಕಂಡ ಈ ಪ್ರಯೋಗಾತ್ಮಕ ಚಿತ್ರದ ನಿರ್ದೇಶಕ ಮೈಕ್ ಫ್ಲಿಗ್ಗಿಸ್.

ಒಂದು ಚಲನಚಿತ್ರ ನಿರ್ಮಾಣ ಸಂಸ್ಥೆಗೆ ಸಂದರ್ಶನಕ್ಕೆ ಬರುವ ನಟಿ ರೋಸ್, ಅವಳ ನಿರ್ದೇಶಕ ಪ್ರಿಯಕರ ಅಲೆಕ್ಸ್, ಅವರಿಬ್ಬರನ್ನೂ ಬ್ಲ್ಯಾಕ್‌ಮೇಲ್

ಚಿತ್ರ–54: 'ಟೈಮ್ ಕೋಡ್' ಚಿತ್ರ ತೆರೆಯ ಮೇಲೆ ಹೀಗೆ ಮೂಡುತ್ತದೆ

**ಚಿತ್ರ–55: 'ಟೈಮ್ ಕೋಡ್' ಚಿತ್ರದ ಪೋಸ್ಟರ್**

ಮಾಡಲೆತ್ನಿಸುವ ರೋಸ್‌ಳ ಗೆಳತಿ ಲಾರೆನ್ ಮತ್ತು ಅಲೆಕ್ಸ್‌ನ ಹೆಂಡತಿ ಎಮ್ಮಾ ಈ ನಾಲ್ಕು ಜನರ ಜೀವನದಲ್ಲಿ ಒಂದು ದಿನ ಒಂದೂವರೆ ಗಂಟೆಯಲ್ಲಿ ನಡೆಯುವ ಕಥೆಯೇ ಟೈಮ್ ಕೋಡ್‌ನ ತಿರುಳು. ಈ ನಾಲ್ಕು ಘಟನಾವಳಿಗಳನ್ನು ನಿರ್ದೇಶಕ ಒಟ್ಟೊಟ್ಟಿಗೆ ಪರದೆಯ ಮುಂದೆ ತೆರೆದಿಡುತ್ತಾನೆ. ಅಂದರೆ ನಮ್ಮ ಕಣ್ಣ ಮುಂದಿನ ಪರದೆಯು ನಾಲ್ಕು ಭಾಗಗಳಾಗಿ ವಿಭಜನೆಗೊಂಡು ನಾಲ್ಕರಲ್ಲೂ ನಾಲ್ಕು ಕಥೆಗಳು ಮೂಡಿ ಬರುತ್ತವೆ, ಅದೂ ಏಕಕಾಲದಲ್ಲಿ. ಯಾವ ಕಥೆಯನ್ನು ಆಯ್ಕೆ ಮಾಡಿಕೊಳ್ಳಬೇಕು ಅಥವಾ ಯಾವುದನ್ನು ನೋಡಬೇಕೆಂಬುದು ಪ್ರೇಕ್ಷಕನಿಗೆ ಬಿಟ್ಟಿದ್ದು. ನಾಲ್ಕು ಸಿನಿಮಾಗಳನ್ನು ಒಂದು ಪರದೆಯ ಮೇಲೆ, ಅದೂ ಏಕಕಾಲದಲ್ಲಿ ತೋರಿಸುವ ನಿರ್ದೇಶಕ ಒಂದರ ಸಂಭಾಷಣೆಯಾಗಲಿ, ಹಿನ್ನೆಲೆ ಸಂಗೀತವಾಗಲಿ ಉಳಿದ ಮೂರಕ್ಕೆ ಯಾವುದೇ ರೀತಿಯ ಅಡೆತಡೆ ಉಂಟುಮಾಡದಂತೆ ನಿರೂಪಿಸುವಲ್ಲಿ ಯಶಸ್ವಿಯಾಗಿದ್ದಾನೆ. ಒಂದರಲ್ಲಿ ಸಂಭಾಷಣೆ ನಡೆಯುವಾಗ ಉಳಿದ ಮೂರರಲ್ಲಿ ಚಟುವಟಿಕೆ ಇಟ್ಟು, ಗೊಂದಲಕ್ಕೆಡೆ ಮಾಡದಂತೆ ನಿರ್ದೇಶಿಸಿರುವ ಮೈಕ್ ಫ್ಲಿಗ್ಗಿಯ ಜಾಣ್ಮೆ ಮೆಚ್ಚತಕ್ಕದ್ದೆ!

**ಚಿತ್ರ–56: ನಿರ್ದೇಶಕ ಮೈಕ್ ಫ್ಲಿಗ್ಗಿಸ್**

**ಮೈಕ್ ಫ್ಲಿಗ್ಗಿಸ್:** ಇಂಗ್ಲೆಂಡಿನ ಕಾರ್ಲೈಲ್‌ನಲ್ಲಿ 1948 ಫೆಬ್ರವರಿ

28ರಂದು ಜನಿಸಿದ ಮೈಕ್ ಫ್ಲಿಗ್ಗಿಸ್ ಬೆಳೆದದ್ದೆಲ್ಲ ಆಫ್ರಿಕಾದಲ್ಲಿ. ಯಾವಾಗಲೂ ಪ್ರಯೋಗಶೀಲತೆಗೆ ತನ್ನನ್ನು ತೊಡಗಿಸಿಕೊಂಡಿರುವ ಫ್ಲಿಗ್ಗಿಸ್ ಪ್ರಸಿದ್ಧ ಆಸ್ಕರ್ ಪ್ರಶಸ್ತಿಗೆ ಎರಡು ವಿಭಾಗಗಳಲ್ಲಿ ನಾಮಾಂಕಿತಗೊಂಡಿದ್ದಾನೆ.

ಇಂಟರ್ನಲ್ ಅಫ್ಲೇರ್ಸ್ (1990), ಮಿ॥ ಜೋನ್ಸ್ (1993), ಲೀವಿಂಗ್ ಲಾಸ್ ವೆಗಾಸ್ (1995), ಒನ್ ನೈಟ್ ಸ್ಟ್ಯಾಂಡ್ (1997), ಲವ್ ಲಿವ್ ಲಾಂಗ್ (2008) ಮುಂತಾದ ಯಶಸ್ವಿ ಚಿತ್ರಗಳನ್ನು ನಿರ್ದೇಶಿಸಿದ್ದಾನೆ.

ಚಿತ್ರ–57: 'ಲೀವಿಂಗ್‌ಲಾಸ್ ವೆಗಾಸ್' ಚಿತ್ರದಲ್ಲಿ ನಿಕೊಲಸ್‌ಕೇಜ್, ಎಲಿಸಬೆತ್‌ಶ್ಯು

- **ಚಿತ್ರ:** ಟೈಮ್ ಕೋಡ್.
- **ನಿರ್ದೇಶನ:** ಮೈಕ್ ಫ್ಲಿಗ್ಗಿಸ್.
- **ಛಾಯಾಗ್ರಹಣ:** ಪ್ಯಾಟ್ರಿಕ್ ಅಲೆಕ್ಸಾಂಡರ್ ಸ್ಟೆವಾರ್ಟ್.
- **ತಾರಾಗಣ:** ಸಲ್ಮಾ ಹಯೇಕ್, ಗ್ಲೆನ್ ಹೆಡ್ಲಿ, ರಿಚರ್ಡ್ ಎಡ್ಸನ್, ಗೋಲ್ಡನ್ ಬ್ರೂಕ್ಸ್,
- **ಬಿಡುಗಡೆಯಾದ ದಿನಾಂಕ:** 28 ಏಪ್ರಿಲ್ 2000.
- **ಅವಧಿ:** 97 ನಿಮಿಷಗಳು.
- **ದೇಶ:** ಯು.ಎಸ್.ಎ.
- **ಭಾಷೆ:** ಇಂಗ್ಲಿಷ್.
- **ಕೊಸರು:** ಟೈಮ್‌ಕೋಡ್ ಸಿನಿಮಾದಲ್ಲಿದ್ದದ್ದು ಒಂದೊಂದು ಶಾಟ್‌ನಂತೆ ನಾಲ್ಕು ಶಾಟ್‌ಗಳು. ಆ ನಾಲ್ಕು ಪಕ್ಕಾ ಶಾಟ್‌ಗಳಿಗಾಗಿ ಎರಡು ವಾರದ ಅವಧಿಯಲ್ಲಿ 15 ಬಾರಿ ಚಿತ್ರೀಕರಿಸಲಾಯಿತು.

## ರೋಪ್

**ಆಲ್ಫ್ರೆಡ್ ಹಿಚ್‌ಕಾಕ್** ಯಾರಿಗೆ ಗೊತ್ತಿಲ್ಲ ಹೇಳಿ? ಪತ್ತೇದಾರಿ ಸಿನಿಮಾಗಳ ಪಿತಾಮಹ ಎಂದೇ ಕರೆಯಲ್ಪಡುವ ಹಿಚ್‌ಕಾಕ್ ಕೂಡ ತನ್ನ ಚಿತ್ರದಲ್ಲಿ ಕುತೂಹಲ ಕೆರಳಿಸುವ ಕಥೆ, ಚಿತ್ರಕಥೆಯ ಹೊರತಾಗಿಯೂ ತಾಂತ್ರಿಕ ಪ್ರಯೋಗಗಳಿಗೆ ತನ್ನನ್ನು ಒಡ್ಡಿಕೊಂಡಿದ್ದಾನೆ. 36 ಯಶಸ್ವಿ ಚಿತ್ರಗಳನ್ನು ಕೊಟ್ಟು ಆಗಲೇ ಯಶಸ್ಸಿನ ಉತ್ತುಂಗದಲ್ಲಿದ್ದ ಹಿಚ್‌ಕಾಕ್ 37ನೇ ಚಿತ್ರವಾದ 'ರೋಪ್'ನ್ನು ಒಂದು ಪ್ರಯೋಗಾತ್ಮಕ ಚಿತ್ರವಾಗಿಸಿದ್ದಾನೆ.

ಮೊದಲೇ ಹೇಳಿದಂತೆ ಸಿನಿಮಾವೆಂದರೆ ದೃಶ್ಯಗಳ ಜೋಡಣೆ ಮತ್ತು ದೃಶ್ಯವೆಂದರೆ ಚಿತ್ರಿಕೆಗಳ ಜೋಡಣೆ. ಒಂದೊಂದೇ ಚಿತ್ರಿಕೆಗಳನ್ನು ಚಿತ್ರೀಕರಿಸಿ ಸಂಕಲನದಲ್ಲಿ ಕ್ರಮವಾಗಿ ಜೋಡಿಸಿದಾಗ ಮಾತ್ರ ನಿರ್ದೇಶಕನ ಕಲ್ಪನೆಯ ಚಿತ್ರ ಮೂಡಲು ಸಾಧ್ಯ. 1948ರಲ್ಲಿ ತೆರೆಗೆ ಬಂದ 80 ನಿಮಿಷಗಳ 'ರೋಪ್' ಚಿತ್ರದಲ್ಲಿ ಕೇವಲ ಹತ್ತೇ ಹತ್ತು ಚಿತ್ರಿಕೆಗಳಿವೆ, ಬಹುಶಃ ಹಿಚ್‌ಕಾಕ್ ಇಡೀ ಚಿತ್ರವನ್ನು ಕೇವಲ ಒಂದೇ ಒಂದು ಚಿತ್ರಿಕೆಯಲ್ಲಿ ಚಿತ್ರೀಕರಿಸಲು ಯೋಜಿಸಿದ್ದನೇನೋ? ಆದರೆ ಕೆಮರಾದ ಮಿತಿಗಾಗಿ ಹತ್ತು ಶಾಟ್‌ಗಳಾಗಿ ಚಿತ್ರವನ್ನು ವಿಭಾಗಿಸಿದ್ದಾನೆ. ಕೆಮೆರಾದ ಮ್ಯಾಗಜಿನ್‌ನಲ್ಲಿ 10 ನಿಮಿಷದವರೆಗೆ ಮಾತ್ರ ಚಿತ್ರೀಕರಿಸಬಹುದು. ಹಾಗಾಗಿ ಹಿಚ್‌ಕಾಕ್ ಹತ್ತು ಮ್ಯಾಗಜಿನ್‌ಗಳನ್ನು ಬಳಸಿ ಹತ್ತು ದೃಶ್ಯಿಕೆಗಳಿಂದ ಇಡೀ ಚಿತ್ರವನ್ನು ಸಂಪೂರ್ಣಗೊಳಿಸಿದ್ದಾನೆ.

**ಚಿತ್ರ–58: 'ರೋಪ್' ಚಿತ್ರದ ಪೋಸ್ಟರ್**

ಆದರೆ ಇಡೀ ಚಿತ್ರದಲ್ಲಿ ಹತ್ತು ಶಾಟ್‌ಗಳಿದ್ದರೂ ಪ್ರೇಕ್ಷಕನಿಗೆಲ್ಲೂ ಅದು ಗಣನೆಗೆ ಬರುವುದಿಲ್ಲ. ಇಡೀ ಚಿತ್ರ ಒಂದೇ ಒಂದು ಶಾಟ್‌ನಲ್ಲಿ ಚಿತ್ರೀಕರಿಸಿರಬೇಕೆನ್ನುವ ಭ್ರಮೆ ಹುಟ್ಟಿಸುವಲ್ಲಿ ಯಶಸ್ವಿಯಾಗಿದೆ. ಕಾರಣ ಹಿಚ್‌ಕಾಕ್ ಮತ್ತವನ 'ಮಾರ್ಪಾಟು' ತಂತ್ರ ಒಂದು ಮ್ಯಾಗಜಿನ್ ಕೊನೆಯಾಗುವಾಗ ಅದನ್ನು ಒಂದು ವಸ್ತುವಿನ ಮೇಲೆ ಕೇಂದ್ರೀಕರಿಸಿ, ಜೂಮ್ ಇನ್ ಮಾಡಿ. ಹೀಗೆ! ಸುಮ್ಮನೆ ಸಿನಿಮಾ ನೋಡಿದರೆ ಈ ತಾಂತ್ರಿಕ ಕಸರತ್ತುಗಳಾವುವು ಗಮನಕ್ಕೆ ಬರುವುದಿಲ್ಲ. ಅದಕ್ಕೆ ಮೊದಲ ಕಾರಣವೆಂದರೆ ಚಿತ್ರದ ಕುತೂಹಲಭರಿತ ಕಥೆ ಮತ್ತು ಕಲಾವಿದರುಗಳ ಅತ್ಯುತ್ತಮ ಅಭಿನಯ.

1924ರಲ್ಲಿ ನಡೆದ ಸತ್ಯಘಟನೆಯಾಧಾರಿಸಿ ತೆಗೆದ ಈ ಚಿತ್ರದ ಕಥೆ ಇಂತಿದೆ. 'ಕೊಲೆ ಕೂಡ ಒಂದು ಕಲೆ' ಎಂಬುದು ಬೆಂಡನ್ ಷಾ ಮತ್ತು ಫಿಲಿಫ್ ಮೊರ್ಗಾನ್ ಎಂಬ ಇಬ್ಬರ ಗೆಳೆಯರ ವಾದ. ಇಬ್ಬರೂ ಕಾಲೇಜು ವಿದ್ಯಾರ್ಥಿಗಳು. ಪ್ರೊಫೆಸರ್ ಒಬ್ಬರ ಮಾತಿನಿಂದ ಪ್ರೇರೇಪಿತರಾದ ಗೆಳೆಯರು ಒಂದು ಪರಿಪೂರ್ಣ ತಪ್ಪುಗಳಿಲ್ಲದೆ 'ಪಕ್ಕಾ' ಎನಿಸುವ ಕೊಲೆಯನ್ನು ಮಾಡಲು ಯಾಕೆ ಸಾಧ್ಯವಿಲ್ಲ. ಎಂಬ ಪ್ರಶ್ನೆಗೆ ಪ್ರಾಯೋಗಿಕವಾದ ಉತ್ತರ ಹುಡುಕಿಕೊಡಲು ಹವಣಿಸಿ, ತುಂಬಾ ತಲೆ ಕೆಡಿಸಿಕೊಳ್ಳುತ್ತಾರೆ. ಅದನ್ನು ಕಾರ್ಯರೂಪಕ್ಕೆ ತಂದು ತಮ್ಮ ಬುದ್ಧಿವಂತಿಕೆಯನ್ನು ಮೆರೆಯಲು ತಮ್ಮ ಇನ್ನೊಬ್ಬ ಗೆಳೆಯ

**ಚಿತ್ರ–59: 'ರೋಪ್' ಚಿತ್ರದಲ್ಲಿ ಫಾರ್ಲಿ ಗ್ರಾಂಗರ್ ಮತ್ತು ಜೋಆನ್ ಡಾಲ್**

ಡೇವಿಡ್ ಕಂಟ್ಲಿಯ ಕೊರಳಿಗೆ ಹಗ್ಗ ಬೀರಿ ಕೊಂದುಬಿಡುತ್ತಾರೆ. ಆನಂತರ ಅವನ ಶವವನ್ನು ಅಲ್ಲೇ ಇದ್ದ ಮರದ ಪೆಟ್ಟಿಗೆಯಲ್ಲಿಟ್ಟು, ಅದಕ್ಕೆ ಬೀಗವನ್ನೂ ಹಾಕದೆ ಒಂದು ಪಾರ್ಟಿ ಕೊಡುತ್ತಾರೆ. ಡೇವಿಡ್ ಕಂಟ್ಲಿಯ ತಂದೆ ಹೆನ್ನಿ ಕಂಟ್ಲಿ, ಪ್ರಿಯತಮೆ ಜೋನ್ ಚಾಂಡ್ಲೆರ್ ಸಂಬಂಧಿಕರು ಎಲ್ಲರನ್ನೂ ಪಾರ್ಟಿಗೆ ಆಹ್ವಾನಿಸುತ್ತಾರೆ.

ಇಲ್ಲಿ ಬ್ರೆಂಡನ್ ಷಾ ಸ್ವಲ್ಪ ಉದ್ಧಟ ಹಾಗೆ ಧೈರ್ಯವಂತ ಅಥವಾ ಹುಂಬ ಎನ್ನಬಹುದು. ತಮ್ಮದೇ ಗೆಳೆಯ ಡೇವಿಡ್ ಕೆಂಟ್ಲಿಯನ್ನು ಕೊಲೆಗೈದದ್ದಕ್ಕೆ ಅವನಿಗೆ ಪಶ್ಚಾತ್ತಾಪವಾಗಲಿ, ಪಾಪಪ್ರಜ್ಞೆ ಯಾಗಲಿ ಇಲ್ಲವೇ ಇಲ್ಲ. ಎಲ್ಲೂ ಅನುಮಾನ ಬರದ ರೀತಿ ಯಶಸ್ವಿಯಾಗಿ ಪಾರ್ಟಿ ಮುಗಿಸಿ ಒಂದು 'ಪಕ್ಕಾ ಕಲಾತ್ಮಕ' ಎಂಬುದನ್ನು 'ನಾವು ಸಾಧಿಸಿ ತೋರಿಸಿದೆವು' ಎಂದು ಎದೆಯುಬ್ಬಿಸಿ ಹೇಳಿಕೊಳ್ಳುವ ಹೆಬ್ಬಯಕೆ ಅವನದು. ಆದರೆ ಫಿಲಿಪ್‌ನದು ಮೃದು ಮನಸ್ಸು. ಯಾವುದೋ ಒಂದು ಕೆಟ್ಟ ಘಳಿಗೆಯಲ್ಲಿ ಗೆಳೆಯನ ಜೊತೆ ಸೇರಿ ದುಷ್ಕೃತ್ಯವೆಸಗುವ ಫಿಲಿಫ್ ಆನಂತರ ಚಿತ್ರದುದ್ದಕ್ಕೂ ಚಡಪಡಿಸುತ್ತಾನೆ. ಮತ್ತವನ ಅನುಮಾನಾಸ್ಪದ ನಡವಳಿಕೆ ಮತ್ತು ತಳಮಳದಿಂದಾಗಿ ಇಡೀ ಪ್ರಕರಣ ಬಯಲಿಗೆ ಬಂದುಬಿಡುತ್ತದೆ.

ಇಡೀ ಸಿನಿಮಾದ ಕಥೆ ನಡೆಯುವುದು ಒಂದು ಘಂಟೆಯ ಅವಧಿಯಲ್ಲಿ ಒಂದೇ ಮನೆಯಲ್ಲಿ, ಹೆಚ್ಚಾಗಿ ಒಂದೇ ಕೋಣೆಯಲ್ಲಿ ನಡೆಯುವ ಘಟಾನವಳಿಗಳು ಪ್ರೇಕ್ಷಕನಿಗೆ ಬೋರ್ ಹೊಡೆಸುವುದಿಲ್ಲ, ಬದಲಿಗೆ ಕುತೂಹಲವನ್ನು, ಉದ್ವಿಗ್ನತೆಯನ್ನು ಗಂಭೀರವಾಗಿ ಪ್ರೇಕ್ಷಕರಲ್ಲಿ ತುಂಬುತ್ತಾ ಹೋಗುತ್ತವೆ. ಚಿತ್ರದಲ್ಲಿ ಗಮನ ಸೆಳೆಯುವ ಇನ್ನೊಂದು ಪ್ರಮುಖ ಅಂಶವೆಂದರೆ ಛಾಯಾಗ್ರಹಣ. ಒಂದು ಕಡೆಯಿಂದ ಇನ್ನೊಂದು ಕಡೆಗೆ ಹರಿದಾಡುತ್ತಲೇ ಇರುವ ಕೆಮೆರಾ ಕಣ್ಣು ಅಗತ್ಯ ಅಂಶಗಳನ್ನು ಚಾಚೂ ತಪ್ಪದಂತೆ ದಾಖಲಿಸುತ್ತ ನಿರ್ದೇಶಕರ ಆಶಯವನ್ನು ನೇರವಾಗಿ ಪ್ರೇಕ್ಷಕರಿಗೆ ತಲುಪಿಸುವಲ್ಲಿ ಯಶಸ್ವಿಯಾಗಿದೆ. ಇಲ್ಲಿ ನಿರ್ದೇಶಕರು ಮತ್ತು ಛಾಯಾಗ್ರಾಹಕ. ಇಬ್ಬರೂ ಸಂಕಲನಕಾರರ ಕೆಲಸವನ್ನು ತೀರಾ ಎನ್ನುವಷ್ಟು ಕಡಿಮೆ ಮಾಡಿಬಿಟ್ಟಿದ್ದಾರೆ.

**ಚಿತ್ರ–60: ನಿರ್ದೇಶಕ ಹಿಚ್ ಕಾಕ್**

ಒಂದು ದೃಶ್ಯದಿಂದ ಮತ್ತೊಂದು ದೃಶ್ಯಕ್ಕೆ ಬದಲಾಗುವ ನಡುವಿನ ಜೋಡಣೆ (ಈ ಚಿತ್ರದಲ್ಲಿ ಒಂದು ಶಾಟ್‌ನಿಂದ ಇನ್ನೊಂದು ಶಾಟ್‌ಗೆ) ಛಾಯಾಗ್ರಾಹಕರೇ ಮಾಡಿದ್ದಾರೆ. ಉದಾಹರಣೆಗೆ ಕ್ಯಾಮೆರಾ ಚಲಿಸುತ್ತಾ ಸಾಗಿ ಕಲಾವಿದನ ಬೆನ್ನಿಗೆ ಹತ್ತಿರವಾಗಿ, ಇಡೀ ಪರದೆ ಕಪ್ಪಾಗಿ, ನಂತರ ಅಲ್ಲಿಂದ ಕ್ಯಾಮೆರಾ ಹಿಂದೆ ಸರಿಯುತ್ತ ಮುಂದಿನ ಚಿತ್ರಿಕೆಗೆ ಕೊಂಡಿಯಾಗುತ್ತದೆ. ಕೆಮೆರಾವನ್ನು ಪಾತ್ರದಿಂದ ಪಾತ್ರಕ್ಕೆ ತಿರುಗಿಸುವುದು, ಮೇಲೆ ಹೇಳಿದಂತೆ ಕಲಾವಿದರ ಬೆನ್ನಿಗೆ ಜೂಮ್ ಇನ್–ಜೂಮ್ ಔಟ್ ಮಾಡುವುದು, ಒಂದು ಪಾತ್ರ ಕೆಮೆರಾ ಮುಂದೆ, ಇಡೀ ಪರದೆ ಮುಚ್ಚುವಷ್ಟು ಹತ್ತಿರದಲ್ಲಿ ಹಾದು ಹೋಗುವುದು. ಇಂತಹ ತಂತ್ರಗಳನ್ನನುಸರಿಸಿ ಚಿತ್ರದ ಹತ್ತು ಶಾಟ್‌ಗಳನ್ನು ಜೋಡಿಸಿದ್ದಾನೆ ಹಿಚ್‌ಕಾಕ್. ಆದರೆ ಯಾವುದೂ ಪ್ರಯತ್ನ ಪೂರ್ವಕವೆನಿಸುವುದಿಲ್ಲ.

ಸಾಮಾನ್ಯವಾಗಿ ಈ ಚಿತ್ರದ ಬಗ್ಗೆ ಮಾತನಾಡುವಾಗ 10 ನಿಮಿಷಗಳ ಹತ್ತು ಶಾಟ್‌ಗಳನ್ನೊಳಗೊಂಡ ಚಿತ್ರ ಎಂದೇ ಬಣ್ಣಿಸುತ್ತಾರೆ. ಆದರೆ ವಾಸ್ತವವಾಗಿ ಈ ಚಿತ್ರದಲ್ಲಿ ಹತ್ತು ಶಾಟ್‌ಗಳಿರುವುದೇನೋ ನಿಜ. ಆದರೆ ಎಲ್ಲಾ 10 ಶಾಟ್‌ಗಳೂ 10 ನಿಮಿಷಗಳಷ್ಟು ಉದ್ದವಿಲ್ಲ. ಶಾಟ್‌ಗಳ ಉದ್ದದ ವಿವರವಾದ ಪಟ್ಟಿ ಇಂತಿದೆ.

| ಸಂ. | ಅವಧಿ ನಿ.ಗಳಲ್ಲಿ | ಎಲ್ಲಿಂದ | ಎಲ್ಲಿಗೆ |
|---|---|---|---|
| 1. | 09:34 | ಕೊಲೆ ಮಾಡುವುದು | ಬ್ರೆಂಡನ್ ಬೆನ್ನಿಗೆ |
| 2. | 07:51 | ಕಪ್ಪುಪರದೆಯಿಂದ ಬ್ರೆಂಡನ್ ಬೆನ್ನಿನಿಂದ | ಕೆನೆಟ್ ಸಂಭಾಷಣೆಗೆ |
| 3. | 07:18 | ಜಾನೆಟ್‌ಳನ್ನು ವ್ಯಕ್ತಿಯೊಬ್ಬ ಹಾದುಹೋಗುವಾಗ | ಕೆನೆಟ್ ಬೆನ್ನಿಗೆ ಜೂಮ್ |
| 4. | 07:08 | ಕೆನೆಟ್ ಬ್ಯಾಕ್ | ಫಿಲಿಫ್‌ನ ಕ್ಲೋಸ್ ಅಪ್ಗೆ |
| 5. | 09:57 | ರೂಪರ್ಟ್‌ನ ಕ್ಲೋಸ್‌ಅಪ್‌ನಿಂದ | ಬ್ರೆಂಡನ್ ಬೆನ್ನಿಗೆ |
| 6. | 07:33 | ಬ್ರೆಂಡನ್ ಬೆನ್ನಿನಿಂದ | ಮೂವರು ಇರುವ ಶಾಟ್ |
| 7. | 07:46 | ವಿಲ್ಸನ್‌ನ ಸಂಭಾಷಣೆಯಿಂದ | ಬ್ರಾಂಡನ್‌ಗೆ |
| 8. | 10:06 | ಬ್ರಾಂಡನ್‌ನಿಂದ | ಬ್ರಾಂಡನ್ ಕೈಗೆ ಕ್ಲೋಸ್ |
| 9. | 04:37 | ರೂಪರ್ಟ್ ಕ್ಲೋಸ್–ಅಪ್ | ಪೆಟ್ಟಿಗೆಗೆ |
| 10. | 05:38 | ಪೆಟ್ಟಿಗೆಯಿಂದ | ಚಿತ್ರ ಮುಗಿಯುವವರೆಗೆ |

ಯಶಸ್ಸಿನ ತೆಕ್ಕೆಯಲ್ಲಿದ್ದಾಗಲೂ ಇಂತಹದ್ದೊಂದು ಪ್ರಯೋಗಾತ್ಮಕ ಚಿತ್ರವನ್ನು ನಿರ್ದೇಶಿಸುವ ಮೂಲಕ, ಸಿನಿಮಾ ಕ್ಷೇತ್ರದಲ್ಲಿನ ಹೊಸ ಹೊಸ ತಂತ್ರಗಳೆಡೆಗಿನ ತುಡಿತವನ್ನ, ತಮ್ಮ ಪ್ರಯೋಗಶೀಲತೆಯನ್ನು ಈ ಚಿತ್ರದ ಮೂಲಕ ಆಲ್ಫ್ರೆಡ್ ಹಿಚ್‌ಕಾಕ್ ಮೆರೆದಿದ್ದಾರೆ ಎನ್ನಬಹುದು. ಹಿಚ್‌ಕಾಕ್‌ರ ಮೊದಲ ಬಣ್ಣದ ಚಿತ್ರವಾದ 'ರೋಪ್' ತನ್ನ ಹೊಸತನದಿಂದ ತಾಂತ್ರಿಕ ಅಂಶದಿಂದ, ಕುತೂಹಲಭರಿತ ಸತ್ಯಯುತ ಕಥೆ, ನಿರೂಪಣೆಯಿಂದ ಗಮನ ಸೆಳೆಯುವ ಚಿತ್ರವಾಗಿದೆ.

- **ನಿರ್ದೇಶಕರು:** ಆಲ್ ಫ್ರೆಡ್ ಹಿಚ್‌ಕಾಕ್.
- **ಛಾಯಾಗ್ರಹಣ:** ವಿಲಿಯಮ್ ವಿ. ಸ್ಕಾಲ್, ಜೋಸೆಫ್ ಎ. ವ್ಯಾಲೆಂಟೈನ್.
- **ಸಂಕಲನ:** ವಿಲಿಯಮ್ ಎಚ್. ಜೀಗ್ಲರ್.
- **ಸಂಗೀತ:** ಡೇವಿಡ್ ಬಟ್ಟೋಲ್ಫ್.
- **ತಾರಾಗಣ:** ಜೇಮ್ಸ್ ಸ್ಟೆವಾರ್ಟ್, ಜೋಆನ್ ಚಾಂಡ್ಲರ್, ಜಾನ್ ಡಾಲ್ಲ್, ಡಗ್ಲಾಸ್ ಡೀಕ್, ಡಿಕ್ ಹೋಗ್ಯಾನ್.
- **ಬಿಡುಗಡೆಯಾದ ದಿನಾಂಕ:** 28 ಆಗಸ್ಟ್ 1948.
- **ಅವಧಿ:** 80 ನಿಮಿಷಗಳು.
- **ಕೊಸರು:** ಈ ಚಿತ್ರ 1948ರಲ್ಲಿ ಬಿಡುಗಡೆಯಾಗಿತ್ತು. ಅದಾದ ನಂತರ ಅದರ ಎಲ್ಲಾ ಹಕ್ಕುಗಳನ್ನು 'ಹಿಚ್‌ಕಾಕ್'ರವರೇ ಖರೀದಿಸಿ, ತನ್ನ ಮಗಳ ಹೆಸರಿನಲ್ಲಿ ಕಾಯ್ದಿರಿಸಿದ್ದರಿಂದ ಈ ಚಿತ್ರ ಮರುಬಿಡುಗಡೆಯಾಗಿ, ಪ್ರೇಕ್ಷಕರಿಗೆ ಅದರ ದರ್ಶನ ಭಾಗ್ಯ ಲಭಿಸಿದ್ದು ಸರಿಸುಮಾರು ಮೂವತ್ತು ವರ್ಷಗಳ ನಂತರ.

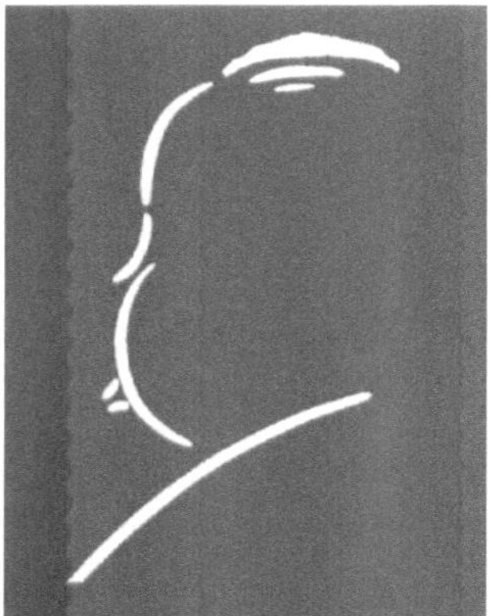

ಚಿತ್ರ–61

**ಹಿಚ್‌ಕಾಕ್**

1899ರ ಆಗಸ್ಟ್ 13ರಂದು ಲೇಟನ್ ಸ್ಟೋನ್, ಲಂಡನ್‌ನಲ್ಲಿ ಜನಿಸಿದ ಹಿಚ್‌ಕಾಕ್ 1920ರ ಆಸುಪಾಸಿನಲ್ಲಿ ಸಿನಿಮಾಗಳೆಡೆಗೆ ಆಕರ್ಷಿತನಾದರು. ಆಲ್ವೇಸ್ ಟೆಲ್ ಯುವರ್ ವೈಫ್ (1923)ರ ನಿರ್ದೇಶಕ ಅಚಾನಕ್ಕಾಗಿ

ಕಾಯಿಲೆ ಬಿದ್ದಾಗ ಅದನ್ನ ನಿರ್ದೇಶಿಸುವ ಸುವರ್ಣಾವಕಾಶ ಹಿಚ್‌ಕಾಕ್‌ಗೆ ಒದಗಿ ಬಂತು. ಆ ಚಿತ್ರದಲ್ಲಿ ಕೆಲಸ ನೋಡಿದ ಸ್ಟುಡಿಯೋದ ಮುಖ್ಯಸ್ಥ 2ನೇ ಸಿನಿಮಾ 'ನಂಬರ್ 13'ನ್ನು ನಿರ್ದೇಶಿಸಲಿಕ್ಕೆ ಅವಕಾಶ ನೀಡಿದ. ದುರದೃಷ್ಟವಶಾತ್ ಸಿನಿಮಾ ಪೂರ್ಣಗೊಳ್ಳುವ ಮೊದಲೆ ಸ್ಟುಡಿಯೋ ಮುಚ್ಚಿಹೋಯಿತು. ಅದಾದ ಸುಮಾರು 3 ವರ್ಷಗಳವರೆಗೆ ಸಿನಿಮಾ ಕ್ಷೇತ್ರದಲ್ಲಿ ಬರಹಗಾರನಾಗಿ, ಕಲಾ ನಿರ್ದೇಶಕನಾಗಿ ಕೆಲಸ ಮಾಡಿದ ಹಿಚ್‌ಕಾಕ್ ನಂತರ 'ದಿ ಪ್ಲೆಸರ್ ಗಾರ್ಡನ್' ನಿರ್ದೇಶಿಸುವ ಮೂಲಕ ಹಾಲಿವುಡ್‌ನಲ್ಲಿ ತನ್ನ ಖಾತೆ ತೆರೆದವರು ತನ್ನ 50 ವರ್ಷದ ವೃತ್ತಿ ಜೀವನದಲ್ಲಿ ಚಿತ್ರರಂಗಕ್ಕೆ ಮಹತ್ವದ ಕೊಡುಗೆ ನೀಡಿದ್ದಾರೆ.

ಸೈಕೊ (1960), ರೇರ್ ವಿಂಡೋ (1954), ಸ್ಪೆಲ್ ಬೌಂಡ್ (1945), ಲೈಫ್ ಬೋಟ್ (1944), ರೆಬೆಕ್ಕಾ (1940), ವರ್ಟಿಗೋ (1958), ಫ್ರೆಂಜಿ (1972) ಮುಂತಾದ 60ಕ್ಕೂ ಹೆಚ್ಚು ಮಹತ್ವದ ಕುತೂಹಲಭರಿತ ಚಿತ್ರಗಳನ್ನು ನಿರ್ದೇಶಿಸಿದ್ದಾರೆ.

ಸಿನಿಮಾ ವಿಜ್ಞಾನಿಗಳಂತೆ, ಸಂಶೋಧಕರಂತೆ ಕೆಲಸ ಮಾಡುವ ಇಂತಹ ಸಿನಿಮಾಕರ್ಮಿಗಳ

ಚಿತ್ರ-62

ಚಿತ್ರ-63

ಈ ತರಹದ ಪ್ರಯೋಗಗಳನ್ನು ಚಲನಚಿತ್ರರಂಗ ಯಾವತ್ತೂ ಮುಕ್ತವಾಗಿ ಸ್ವಾಗತಿಸುತ್ತದೆ! ಆದರೆ ಕೆಲವೊಮ್ಮೆ ದಾಖಲೆಗಳ ಹುಚ್ಚಿಗೆ ಬಿದ್ದು ಚಲನಚಿತ್ರದ ಭಾವವನ್ನು ನಾವೇ ಕಡಿತಗೊಳಿಸುತ್ತಿದ್ದೇವೇನೋ ಎನ್ನಿಸಿಬಿಡುತ್ತದೆ. ಯಾಕೆಂದರೆ ಸಿನಿಪ್ರಿಯ ದಾಖಲೆಗಳನ್ನು ಕೇಳುವುದಿಲ್ಲ. ಬದಲಿಗೆ ಒಳ್ಳೆಯ ಹೊಸತನದ ಚಿತ್ರಗಳನ್ನಷ್ಟೇ ಬಯಸುತ್ತಾನೆ. ಯಾವುದೇ ಪ್ರಯೋಗವೂ ಸೃಜನಶೀಲತೆಯ ಚೌಕಟ್ಟಿನಲ್ಲೇ ಇದ್ದು, ಅದು ಕತೆಗೆ ಪೂರಕವಾಗಿದ್ದಲ್ಲಿ ಮಾತ್ರ ಇತಿಹಾಸ ಬರೆಯಲು ಸಾಧ್ಯವಾಗುತ್ತದೆ...!

3

# ಅಂಕು-ಡೊಂಕಿನ ಹರಿಕಥೆ

ಒಂದು ಸಿನಿಮಾ ಪ್ರಾರಂಭವಾಗುತ್ತಿದ್ದಂತೆ, ಚಿತ್ರದ ಪರಿಚಯವಾಗಿ, ಆನಂತರ ಒಂದೊಂದೇ ಪಾತ್ರಗಳ ಪರಿಚಯವಾಗಿ ಕಥೆ ಪ್ರಾರಂಭಗೊಂಡು ಸನ್ನಿವೇಶಗಳು ಆಪ್ತವೆನಿಸಿ ಹಾಗೆ ಮುಂದುವರೆದು ಅಂತಿಮಘಟ್ಟಕ್ಕೆ ತೆರಳಿ ಕೊನೆಯಲ್ಲಿ ಎಂಥದೋ ಒಂದು ಸಂದೇಶದೊಂದಿಗೆ ಅಥವಾ ಸನ್ನಿವೇಶದೊಂದಿಗೆ ಅಂತ್ಯಗೊಂಡಾಗ ಪ್ರೇಕ್ಷಕ ನಿಟ್ಟುಸಿರು ಬಿಡುತ್ತಲೋ, ಆನಂದಾನುಭೂತಿ ಹೊಂದುತ್ತಲೋ ಎದ್ದು ಹೊರಬರುತ್ತಾನೆ. ಅಲ್ಲಿಯವರೆಗೆ ಅವನ ಪಂಚೇಂದ್ರಿಯಗಳನ್ನ ತನ್ನತ್ತ ಲೀನಗೊಳಿಸಿಕೊಂಡಿದ್ದ ಸಿನಿಮಾದಿಂದ ಬಿಡುಗಡೆ ಹೊಂದಿದವನ ಮನಸ್ಸಿನಲ್ಲಿ ಅದೇ ಕಥೆಯೋ, ಸನ್ನಿವೇಶವೋ, ಪಾತ್ರವೋ ಕಾಡತೊಡಗುವುದು ಸರ್ವೇ ಸಾಮಾನ್ಯ.

ಹೀಗೆ ಪ್ರೇಕ್ಷಕರನ್ನು ಒಂದು ಕಥೆ ಕಾಡುವಂತೆ ಮಾಡಬೇಕಾದರೆ ಅದಕ್ಕೆ ಪೂರಕವಾದ ಮತ್ತು ಅಷ್ಟೇ ಶಕ್ತಿಶಾಲಿಯಾದ ಚಿತ್ರಕಥೆ ಅತ್ಯಗತ್ಯ. ಚಿತ್ರದ ಘಟನೆಗಳು ತೆರೆಯ ಮೇಲೆ ನಡೆಯುತ್ತಾ ಹೋದಂತೆ ಪ್ರೇಕ್ಷಕ ಕಣ್ಣುಗಳನ್ನು ಪರದೆಗೆ ಮೆತ್ತಿಕೊಂಡು ಕುಳಿತುಬಿಡಬೇಕು... ನಿರ್ಜೀವ ಪರದೆಗೆ ಜೀವ ಬಂದು ಅದು ನೋಡುಗನನ್ನು ಅಳಿಸಿ, ನಗಿಸಿ, ಉದ್ರೇಕಿಸಿ, ಆಲೋಚಿಸುವಂತೆ ಮಾಡಬೇಕು. ಅದು ಒಂದು ಚಿತ್ರದ ಸಾರ್ಥಕತೆ, ಇಡೀ ಚಿತ್ರದ ಯಶಸ್ಸಿನ ಮೊದಲ ಹೆಜ್ಜೆ ಎಂದು ಹೇಳಬಹುದು. ನಾವು ನೋಡಿದಂತೆ ಮೊದಲೆಲ್ಲಾ ಕಥೆಯ ನಿರೂಪಣೆಯಲ್ಲಿ ನಾವೀನ್ಯತೆ ಇರಲಿಲ್ಲ. ಬದಲಿಗೆ ಸಶಕ್ತವಾದ ಕತೆ ಇರುತ್ತಿತ್ತು. ಹಾಗೆ ಅಂತಹ ಸಿನಿಮಾ ದಟ್ಟಣೆಯೂ ಇರಲಿಲ್ಲವಾದ್ದರಿಂದ ಜನರಿಗೆ

ಒಂದಷ್ಟು ಸಿನಿಮಾ ಬೇಕಿತ್ತೆ ಹೊರತು ನಾವಿನ್ಯತೆ, ವಿಭಿನ್ನತೆ ಮುಂತಾದವುಗಳೆಲ್ಲಾ ದ್ವಿತೀಯ ಪ್ರಾಮುಖ್ಯತೆಗಳಾಗಿದ್ದವೆನ್ನಬಹುದು.

ಆದರೆ ಚಿತ್ರಗಳ ಸಂಖ್ಯೆ ಗಣನೀಯವಾಗಿ ಹೆಚ್ಚತೊಡಗಿದಂತೆ ನಿರ್ದೇಶಕರು/ಚಿತ್ರಕಥೆ ರಚನೆಗಾರರು ಸಿನಿಮಾದ ನಿರೂಪಣೆಯಲ್ಲಿ ಹೊಸ ಹೊಸದನ್ನು ಹುಡುಕಲು ಪ್ರಾರಂಭಿಸಿದರು. ಆಗ ಬಂದಿದ್ದು ಫ್ಲ್ಯಾಶ್‌ಬ್ಯಾಕ್ ತಂತ್ರ. ಮೊದಲೆಲ್ಲಾ ಘಟನೆ, ಘಟನೆಯ ಕೊನೆಗೆ ಪರಿಣಾಮ. ಬರುಬರುತ್ತಾ ಮೊದಲೇ ಪರಿಣಾಮ ಆನಂತರ ಘಟನೆ/ಕಾರಣ ಸಾಮಾನ್ಯವಾಗುತ್ತ ಹೋಯಿತೆನಿಸುತ್ತದೆ. ನಂತರ ಚಿತ್ರಕತೆಯನ್ನು ತಿರುಚಿ ಮುರುಚಿ, ಏನೇನೋ ತೋರಿಸಿ, ಏನೇನೋ ಹೇಳಿ ಕೊನೆಗೆ ಇನ್ನಾವುದೋ ಘಟನೆಯೊಂದಿಗೂ, ಸಂದೇಶದೊಂದಿಗೋ ಮುಕ್ತಾಯಗೊಳಿಸುವುದು ಕೆಲ ನಿರ್ದೇಶಕರಿಗೆ ಇಷ್ಟವಾದದ್ದಷ್ಟೇ ಅಲ್ಲ, ಅದು ಪ್ರೇಕ್ಷಕರಿಗೂ ವಿಭಿನ್ನ, ರೋಮಾಂಚಕ ಅನುಭವಕೊಡುವಲ್ಲಿ ಯಶಸ್ವಿಯಾಯಿತೆಂದೇ ಹೇಳಬಹುದು.

ಸಿನೆಮಾವನ್ನು ಬರೀ ಮನರಂಜನೆಗಾಗಿ ನೋಡಿ ತೆಗೆದುಹಾಕದೆ, ಬೌದ್ಧಿಕವಾಗಿ ಚಿಂತಿಸುವಂತೆ ಮಾಡುವಲ್ಲಿ ಯಶಸ್ವಿಯಾಗುತ್ತದೆ. ಈ ತಿರುಗಾಮರುಗಾ ತಂತ್ರ. ಈ ರೀತಿಯ ಸಮರ್ಪಕ ನಿರೂಪಣೆ ಹೊಂದಿದ ಚಿತ್ರವು ತುಂಬಾ ಹೊತ್ತು ಕಾಡದಿರದು. ಈ ಫ್ಲ್ಯಾಶ್‌ಬ್ಯಾಕ್ ತಂತ್ರ ಇತ್ತೀಚೆಗೆ ಸರ್ವೇಸಾಮಾನ್ಯವಾಗಿಬಿಟ್ಟಿದೆ. ಆದರೆ ಇಡೀ ಚಿತ್ರದ ನಿರೂಪಣೆಯನ್ನೇ ಕಲೆಸಿ, ಹಿಂಡಿ ಪ್ರೇಕ್ಷಕ ಕಿಂಚಿತ್ತೂ ಅಲುಗಾಡದೆ, ತೆರೆಯ ಮೇಲಿನ ದೃಶ್ಯಾವಳಿಗಳನ್ನ ತಪ್ಪಿಸಿಕೊಳ್ಳದೆ ನೋಡುವಂತೆ ಮಾಡಿರುವ ಕೆಲವೊಂದು ಚಿತ್ರಗಳಿವೆ. ಅಂತಹ ಚಿತ್ರ ತಯಾರಿಕೆಯಲ್ಲಿ ಬರಹಗಾರ/ನಿರ್ದೇಶಕ ಎಷ್ಟು ಮುಖ್ಯವೋ ಅಷ್ಟೇ ಸಂಕಲನಕಾರನೂ ಆಗಿರುತ್ತಾನೆ ಇಂಥ ಸಿನಿಮಾಗಳ ನಿರ್ದೇಶಕರು ಚಿತ್ರರಂಗಕ್ಕೆ ಹೊಸ ವ್ಯಾಖ್ಯಾನ ಕೊಟ್ಟರು, ತಮ್ಮ ಸಿನಿಮಾ 2D ಅಂದರು, 3D ಅಂದರು. ಆದರೆ ಇದಿಷ್ಟೇ ಅಲ್ಲದೇ ಸುಮ್ಮನೆ ಪಾಪ್ ಕಾರ್ನ್ ಮೆಲ್ಲುತ್ತಾ ಸಿನಿಮಾ ನೋಡಿ ಕಥೆಗೋ, ಅಭಿನಯಕ್ಕೋ ಮರುಳಾಗಿ ಸಿನಿಮಾ ತೃಪ್ತಿಯಿಂದ ಎದ್ದು ಹೋಗುತ್ತಿದ್ದವನನ್ನು ಹಿಡಿದು ಕೂರಿಸಿ ಸಿನಿಮಾ ನೋಡುವುದು ಹಾಗಲ್ಲ ಹೀಗೆ ಎಂದ ಕೆಲವು ವಿಶಿಷ್ಟ ನಿರ್ದೇಶಕರಿದ್ದಾರೆ. ಅವರ ಕೆಲವು ವಿಶೇಷ ಚಿತ್ರಗಳಿವೆ.

ಬನ್ನಿ. ಅಂತಹ ಒಂದಷ್ಟು ಸಿನಿಮಾಗಳನ್ನು ನೋಡಿ ಬರೋಣ...

## ಲಾಸ್ಟ್ ಇಯರ್ ಅಟ್ ಮರೀನಾಬಾದ್

**ಲಾಸ್ಟ್ ಇಯರ್ ಅಟ್ ಮರೀನಬಾದ್** ಒಂದು ಫ್ರೆಂಚ್ ಭಾಷೆಯ ಚಲನಚಿತ್ರ. **ಅಲೈನ್ ರೆಸ್ನಾಯಿಸ್** ನಿರ್ದೇಶನದ ಈ ಚಿತ್ರ 1961ರಲ್ಲೇ ಚಿತ್ರಕಥೆಯಲ್ಲಿ ವಿಭಿನ್ನತೆಯನ್ನು ಸಾರಿದ ಚಿತ್ರ.

**ಚಿತ್ರ–64: 'ಲಾಸ್ಟ್ ಇಯರ್ ಅಟ್ ಮರೀನಾಬಾದ್' ಚಿತ್ರದ ಪೋಸ್ಟರ್**

ಚಿತ್ರದ ಕತೆಯೇ ಗೊಂದಲಮಯವಾಗಿದೆ. ಮೊದಲ ನೋಟಕ್ಕೆ ಪ್ರೇಕ್ಷಕನಿಗೆ ಏನೊಂದು ಅರ್ಥವಾಗುವುದಿಲ್ಲ. ಚಿತ್ರದ ಪ್ರಾರಂಭದಲ್ಲಿ ಒಂದು ಸಂತೋಷ ಕೂಟ. ಅಲ್ಲಿ ವ್ಯಕ್ತಿಯೊಬ್ಬ (ನಾಯಕ) ಅಲ್ಲಿದ್ದ ಸುಂದರ ಮಹಿಳೆಯೊಬ್ಬಳನ್ನು ಸಮೀಪಿಸಿ 'ನಾವು ಕಳೆದ ವರ್ಷ ಇದೇ ಮರೀನಾಬಾದ್‌ನಲ್ಲಿ ಭೇಟಿಯಾಗಿದ್ದೆವಾ?' ಎಂದು ಕೇಳುತ್ತಾನೆ. ಆಕೆ ಗೊಂದಲಕ್ಕೀಡಾಗುತ್ತಾಳೆ. 'ನಿನ್ನ ಗಂಡನನ್ನು ಬಿಟ್ಟು ನನ್ನ ಜೊತೆ ಓಡಿಬರ್ತೀನಿ ಅಂತ ಹೇಳಿದ್ದೆ ಅಲ್ವಾ?' ಆತನ ಪ್ರಶ್ನೆಗೆ ಆಕೆ ಈ ಸಾರಿ 'ಇಲ್ಲಾ' ಎಂದು ಸ್ಪಷ್ಟವಾಗಿ ಹೇಳುತ್ತಾಳೆ. ಆದರೆ ಅವರ ಮಾತುಕತೆ ಮುಂದುವರೆದಂತೆ ಅವರಿಬ್ಬರೂ ನಿಜಕ್ಕೂ ಹಾಗೊಂದು ಪ್ಲಾನ್ ಮಾಡಿದ್ದರಾ? ಅಥವಾ ಪ್ಲಾನ್ ಮಾಡುತ್ತಿದ್ದಾರಾ? ಅವರು ಕಳೆದ ವರ್ಷ ಸಂಧಿಸಿದ್ದರಾ? ಅಥವಾ ಈಗ ನಡೆಯುತ್ತಿರುದು ಕಳೆದ ವರ್ಷ ಸಂಭವಿಸಿದ ಘಟನೆಯಾ? ಹೀಗೆ ಪ್ರಶ್ನೆಗಳನ್ನು ಹುಟ್ಟಿಹಾಕುತ್ತಾ ಸಾಗುತ್ತದೆ. ಆದರೆ ಆಕೆಯ ಪತಿ ಅಲ್ಲಿಗೆ ಬರುವುದರೊಂದಿಗೆ ಅವರ ಮಾತು ಅಲ್ಲಿಗೆ ನಿಲ್ಲುತ್ತದೆ. ನಾಯಕ ಅಲ್ಲಿಂದ ಹೋಗುತ್ತಾನೆ.

**ಚಿತ್ರ-65: ಜಾರ್ಜಿಯೋ ಅಲ್ಬರ್ತಾಜ್ಜಿ ಮತ್ತು ಡೆಲ್ಫಿನ್ ಸೆಯ್‌ರಿಗ್**

ಆದರೆ ಸಿನಿಮಾ ಮುಂದುವರೆದಂತೆ ಆ ಎರಡು ಪಾತ್ರಗಳ ಸಂಬಂಧ ಸಂಕೀರ್ಣಗೊಳ್ಳುತ್ತಾ ಹೋಗುತ್ತದೆ. ಜೊತೆಗೆ ನಾಯಕ-ನಾಯಕಿಯ ನಡುವಿನ ಮೇಲಿನ ಸಂಭಾಷಣೆ ಬೇರೆ-ಬೇರೆ ಸ್ಥಳಗಳಲ್ಲಿ ಪುನರಾವರ್ತನೆಯಾಗುತ್ತದೆ. ಆಕೆಯನ್ನು ನಾಯಕ ಒತ್ತಾಯ ಮಾಡುತ್ತಿದ್ದಾನೋ ಅಥವಾ ಅವಳಿಗೆ ಹಳೆಯ ಘಟನೆಯನ್ನು ನೆನಪಿಸುತ್ತಿದ್ದಾನಾ. ಎಂಬುದು ಗೊತ್ತಾಗುವುದಿಲ್ಲ. ಒಂದಷ್ಟು ಘಟನೆಗಳು ನಡೆದ ನಂತರ, ಆಕೆ ಗಂಡನನ್ನು ಬಿಟ್ಟು ಅವನ ಜೊತೆ ಹೋಗಲು ತಯಾರಾಗುತ್ತಾಳೆ ಎಂಬುವಲ್ಲಿಗೆ ಚಿತ್ರ ಕೊನೆಯಾಗುತ್ತದೆ.

ಚಿತ್ರದ ಕತೆ ಏನೇ ಇರಲಿ, ಇಲ್ಲಿ ಗಮನ ಸೆಳೆಯುವ ಅಂಶವೆಂದರೆ ಸತ್ವಯುತ ಚಿತ್ರಕತೆ-ನಿರೂಪಣೆ. ವಾಸ್ತವ ಯಾವುದು-ಕಾಲ್ಪನಿಕವಾದದು ಯಾವುದು ಎಂಬುದನ್ನ ಅರಿಯಲಾಗದಂತಹ ಅಯೋಮಯ ಸ್ಥಿತಿಗೆ ಪ್ರೇಕ್ಷಕರನ್ನು ತಳ್ಳಿಬಿಟ್ಟರೂ, ಕುತೂಹಲ ಕೆರಳಿಸುತ್ತಾ ಸಾಗುತ್ತದೆ. ಕೆಲವೊಮ್ಮೆ ಸ್ಥಿರಚಿತ್ರಗಳು ಮತ್ತು ಪಾತ್ರಧಾರಿಗಳ ಸಂಯಮದ ಅಭಿನಯ ಚಿತ್ರದ ಹೈಲೈಟ್. ಹಾಗೆ ಇನ್ನೊಂದು ಪ್ರಮುಖವಾದ ಅಂಶವೆಂದರೆ ಗಾಢವಾಗಿ ಕಾಡುವಂತಹ ಹಿನ್ನೆಲೆ ಸಂಗೀತ ಚಿತ್ರಕ್ಕೆ ಬೇಕಾದ ನಿಗೂಢತೆಯನ್ನು ಅಭಿವ್ಯಕ್ತಗೊಳಿಸುವಲ್ಲಿ

**ಚಿತ್ರ-66: ಅಲನ್‌ರೆಸ್ನಾಯಿಸ್**

ಯಶಸ್ವಿಯಾಗಿದೆ. ಚಿತ್ರದುದ್ದಕ್ಕೂ ನಿರೂಪಣೆ ಕೊಡುವ ನಾಯಕ, ತನ್ನ ಕತೆಯನ್ನು ಹೇಳುತ್ತಿದ್ದಾನೋ ಅಥವಾ ತನಗೆ ತಾನೆ ಗೊಣಗಿಕೊಳ್ಳುತ್ತಿದ್ದಾನೋ...?! ಎಂಬ ಅನುಮಾನ ಪ್ರೇಕ್ಷಕನಲ್ಲಿ ಮೂಡದಿರದು. ಹಾಗೆ ಅದೇನಾದರೂ ಆಗಲಿ ಈಗ ನಡೆಯುತ್ತಿರುವುದಾದರೂ ನಿಜವಾ ಅಥವಾ ಈಗಾಗಲೇ ಇದು ನಡೆದು ಹೋಗಿದೆಯ ಎನ್ನುವ ಇನ್ನೊಂದು ಸಂದೇಹ ಕೂಡ ಬಂದು ಹೋಗಬಹುದು. ಆದರೆ ನಿರ್ದೇಶಕ ಈ ಯಾವ ಪ್ರಶ್ನೆಗಳಿಗೂ ಸ್ಪಷ್ಟ ಉತ್ತರ ಕೊಡುವ ಗೋಜಿಗೆ ಹೋಗುವುದಿಲ್ಲ. ಅದನ್ನು ನೋಡುಗನಿಗೇ ಬಿಟ್ಟು ಬಿಟ್ಟಿದ್ದಾನೆ. ಇಲ್ಲಿ ನೋಡುಗ ಬರೀ ವೀಕ್ಷಕನಾಗಿರದೆ ಚಿತ್ರ ಮುಂದುವರೆದಂತೆ, ಚಿತ್ರದಲ್ಲಿ ತಾನು ಒಬ್ಬ ಪಾತ್ರಧಾರಿಯಾಗಿ, ಅಥವಾ ತಾನೆ ಕಥೆಗಾರನಾಗಿ ಅಥವಾ ಕೊನೆಕೊನೆಗೆ ತಾನೆ ನಿರ್ದೇಶಕನೂ ಆಗಿ ಚಿತ್ರದ ಅಂತ್ಯದಲ್ಲಿನ ಅರ್ಥವನ್ನು ತನ್ನ ಗ್ರಹಿಕೆಗೆ ತಕ್ಕಂತೆ ಭಾವಿಸಿಕೊಳ್ಳುತ್ತಾನೆ.

ಹೌದು! ಸಿನಿಪ್ರಿಯನಿಗೆ ಬೇರೆ ದಾರಿಯಿಲ್ಲ. ಯಾವುದಾದರೊಂದು ಅಭಿಪ್ರಾಯಕ್ಕೆ ಬರದ ಹೊರತು ಈ ಚಿತ್ರ ಕಾಡುವುದನ್ನು ನಿಲ್ಲಿಸುವುದಿಲ್ಲ. ಬಹುಶಃ ಅಲಾಯಿನ್ ರೆಸ್ನಾಯಿಸ್ ಉದ್ದೇಶ ಕೂಡ ಅದೇ ಆಗಿತ್ತೇನೋ. ಚಿತ್ರದ ಮೂಲಾಂಶವನ್ನ ಪ್ರೇಕ್ಷಕನ ಮುಂದೆ ತೆರೆದಿಟ್ಟು, ಅಂತ್ಯವನ್ನು ಅವರಿಗೆ ಬಿಟ್ಟುಬಿಡುವುದಾಗಿತ್ತೇನೋ? ಯಾಕೆಂದರೆ ಇಂತಹ ಚಿತ್ರಕತೆ ರಚಿಸುವುದು ಸುಲಭದ ಮಾತಲ್ಲ. ಇದಕ್ಕೆ ಮನೋವೈಜ್ಞಾನಿಕ ಜ್ಞಾನವಿರಬೇಕು, ಸಾಮಾಜಿಕ ಪ್ರಜ್ಞೆ ಇರಬೇಕು ಮತ್ತು ಇಂತಹದ್ದೊಂದು ಸಂಕೀರ್ಣವಾದ ಸಿನಿಮಾ ತಯಾರಿಸಲು ಧೈರ್ಯವೂ ಇರಬೇಕು. ಅದಮ್ಯ ಪ್ರೀತಿ, ಸಾಮಾಜಿಕ ಸ್ಥಾನಮಾನಗಳು, ಸ್ವತಂತ್ರ ಅಥವಾ ಸ್ವೇಚ್ಛಾಪ್ರವೃತ್ತಿ ಮತ್ತು ಕ್ರಾಂತಿಕಾರಿ ಮನೋಭಾವಗಳನ್ನು

**ಚಿತ್ರ-67**

ವಿಚಿತ್ರ ನಿರೂಪಣೆಯ ಮೂಲಕ ತೆರೆದಿಡುವುದಷ್ಟೇ ಅಲ್ಲ. ಜನರನ್ನು ಅದರೆಡೆಗೆ ಅವರಿಗರಿವಿಲ್ಲದೆ ಆಲೋಚಿಸುವಂತೆ ಮಾಡುವುದು ಅಷ್ಟು ಸುಲಭದ ಮಾತಲ್ಲ. ಒಬ್ಬ ಸಾಮಾನ್ಯ ಮನುಷ್ಯನ ಅಂತಃಸತ್ವವನ್ನು, ಆಂತರಿಕ ಗೊಂದಲವನ್ನ ಮತ್ತು ಹಠಮಾರಿ ಪ್ರವೃತ್ತಿಯನ್ನು ಇಲ್ಲಿ ಸೂಚ್ಯವಾಗಿ, ಅನೇರವಾಗಿ ನಿರೂಪಿಸಿರುವುದು ಚಿತ್ರವನ್ನು ಜಗತ್ತಿನ ಅತ್ಯುತ್ತಮ ಚಿತ್ರಕತೆಯಿರುವ ಚಲನಚಿತ್ರ ಎಂಬ ಹೆಗ್ಗಳಿಕೆಗೆ ಪಾತ್ರವಾಗುವಂತೆ ಮಾಡಿದೆ.

ಮೂರೇ ಮೂರು ಪಾತ್ರಗಳು, ಯಾರಿಗೂ ಹೆಸರಿಲ್ಲ ಅಥವಾ ಹೆಸರಿಡಿದು ಸಂಭೋದಿಸುವ ಸಂದರ್ಭ ಚಿತ್ರದಲ್ಲಿ ಒದಗಿಬರುವುದಿಲ್ಲ. ಒಂದಷ್ಟು ಸ್ಥಿರ ಚಿತ್ರಗಳು, ಕೇವಲ ಒಂದೇ ಲೊಕೇಶನ್‌ನಲ್ಲಿ ಮತ್ತು ಒಂದೇ ವಿಷಯದ ಸುತ್ತ ಗಿರಕಿ ಹೊಡೆಯುವ ಚಿತ್ರದ ಕಥಾಹಂದರ ಮಾತ್ರ ವಿಶಾಲವಾದದ್ದು. ಒಂದು ವರ್ಷದ ಅಥವಾ ಒಂದು ಕಾಲಘಟ್ಟದ, ಇಬ್ಬರ ಸಂಪೂರ್ಣ ಜೀವನವನ್ನು ಒಂದು ಘಟನೆಯ ಮೂಲದಿಂದ ವಿವರಿಸುತ್ತಾ ಸಾಗುವ ನಿರೂಪಣೆ ಗೊಂದಲಕ್ಕೀಡುಮಾಡಿದರೂ ಚಿತ್ರರಸಿಕರಲ್ಲಿ ಅತೀವ ಆಸಕ್ತಿಯ ಜೊತೆಗೆ ಒಂದು ವಿಶಿಷ್ಟಾನುಭೂತಿಯನ್ನುಂಟುಮಾಡುವಲ್ಲಿ ಯಶಸ್ವಿಯಾಗುತ್ತದೆ. ಮೊದಲೇ ಹೇಳಿದಂತೆ ಇಂತಹ ಚಿತ್ರದಲ್ಲಿ ಛಾಯಾಗ್ರಹಣ ಮತ್ತು ಸಂಕಲನ ಕೂಡ ಮಹತ್ವದ ಪಾತ್ರ ವಹಿಸುತ್ತವೆ. ಈ ಚಿತ್ರದಲ್ಲೂ ಅಷ್ಟೆ! ಈ ಎರಡು ತಾಂತ್ರಿಕ ವಿಭಾಗಗಳ ಕೆಲಸ ಅಚ್ಚರಿಗೀಡುಮಾಡುತ್ತವೆ. ಭೂತ, ವರ್ತಮಾನಗಳನ್ನು ಕ್ಷಣಮಾತ್ರದಲ್ಲಿ ಬದಲಿಸುವಾಗ ಎರಡರ ನಡುವೆ, ಆ ಅಲ್ಪ ಸಮಯದಲ್ಲೇ ವ್ಯತ್ಯಯಗಳನ್ನ ಸ್ಪಷ್ಟಪಡಿಸುವುದು ದೃಶ್ಯ ಮಾಧ್ಯಮದಲ್ಲಿ ಸವಾಲಿನ ಕೆಲಸ. ಉದಾಹರಣೆಗೆ ಚಿತ್ರದ ನಾಯಕಿ ಮತ್ತು ಆಕೆಯ ಗಂಡ ಆ ಅರಮನೆಯಂತಹ ಉದ್ಯಾನವನದಲ್ಲಿ ನಿಂತು ಮಾತನಾಡುವ ದೃಶ್ಯವೊಂದಿದೆ. ಆ ದೃಶ್ಯಿಕೆಯನ್ನು ಸರಿಯಾಗಿ ಗಮನಿಸಿದರೆ, ಅಲ್ಲೊಂದು ಸುಮಾರು ಮೂವತ್ತು ವರ್ಷದಷ್ಟು ಹಳೆಯದಾದ ದೊಡ್ಡ ಪ್ರತಿಮೆಯೊಂದಿರುತ್ತದೆ. ಆ ಉದ್ಯಾನದಲ್ಲಿ ಓಡಾಡುವ ಇತರ ವ್ಯಕ್ತಿಗಳಿಗೆ ಉದ್ದನೆಯ ನೆರಳಿದ್ದರೆ ಪ್ರತಿಮೆಗೆ ನೆರಳಿರುವುದಿಲ್ಲ! ಹಾಗೆ ಅಲ್ಲೆಲ್ಲ ಓಡಾಡುವ ಜನರಿಗೆ ಉದ್ದುದ್ದ ನೆರಳಿದ್ದರೆ ಆ ಉದ್ಯಾನದಲ್ಲಿರುವ ಬೇರಾವುದೇ ವಸ್ತುವಿಗೆ ನೆರಳು ಇಲ್ಲವೇ ಇಲ್ಲ. (**ಚಿತ್ರ-68**ನ್ನು ಗಮನಿಸಿ) ಇಂತಹ ಚಮತ್ಕಾರಗಳು ಚಿತ್ರದುದ್ದಕ್ಕೂ ಇವೆ. ಸಾವಧಾನವಾಗಿ ಕುಳಿತು ಪ್ರತಿ ಶಾಟ್‌ನ್ನು ಸೂಕ್ಷ್ಮವಾಗಿ ಅವಲೋಕಿಸುತ್ತ ನೋಡಿದರೆ ಇಡೀ ಚಿತ್ರವೇ ಒಂದು ಮಾಯಾಚಿತ್ರವಾಗಿ, ಜಾದುನಗರಿಯಾಗಿ ಕಾಣದೆ ಇರದು. ಒಟ್ಟಿನಲ್ಲಿ ಮುಂದಿನ ಪೀಳಿಗೆಯ ವಿಭಿನ್ನ-ವಿಶೇಷ ನಿರೂಪಣೆಯ ಚಿತ್ರಗಳಿಗೆ **ಲಾಸ್ಟ್ ಇಯರ್ ಅಟ್ ಮರೀನಾಬಾದ್** ಚಿತ್ರವೇ ಸ್ಫೂರ್ತಿ ಅಥವಾ ಮೂಲಾಧಾರ ಎಂದು ಹೇಳಬಹುದು.

ಛಾಯಾಗ್ರಹಣದ ಜವಾಬ್ದಾರಿಯನ್ನು **'ಸಾಚ ವೀರ್ನಿ'** ಹೊತ್ತಿದ್ದರೆ, **'ಜಾಸ್ಮಿನ್ ಚಾಸ್ನಿ'** ಚಿತ್ರಕ್ಕೆ ಕತ್ತರಿ ಹಾಕಿದ್ದಾರೆ.

ಚಿತ್ರಕತೆ: **ಅಲೈನ್ ರಾಬ್ಬಿ ಗ್ರಿಲೆಟ್–ಡೇಲ್ಫಿನ್ ಸೇಯ್ರಿಗ್.**

ಸಂಗೀತ, 'ಫ್ಲಾನ್ಸಿಸ್ ಸರ್ವಿಂಗ್'.

ತಾರಾಗಣ: ಜಾರ್ಜಿಯೋ ಅಲ್ಬರ್ಟಜ್ಜಿ, ಸಾಚಾ ಪಿಟೋಫ್ಫ್.

ಸುಮಾರು 94 ನಿಮಿಷವಿರುವ ಲಾಸ್ಟ್ ಇಯರ್ ಅಟ್ ಮರೀನಾಬಾದ್ **1963**ರಲ್ಲಿ ಅತ್ಯುತ್ತಮ ಚಿತ್ರಕತೆ ವಿಭಾಗಕ್ಕೆ ಆಸ್ಕರ್ ಪ್ರಶಸ್ತಿಗೆ ನಾಮಾಂಕಿತವಾಗಿತ್ತು. **1961**ರಲ್ಲಿ ನಡೆದ **ವೆನಿಸ್ ಫಿಲ್ಮ್ ಫೆಸ್ಟಿವಲ್**ನಲ್ಲಿ **ಗೋಲ್ಡನ್ ಲಯನ್** ಪ್ರಶಸ್ತಿಯನ್ನು ಮುಡಿಗೇರಿಸಿಕೊಂಡಿತ್ತು.

**ಅಲನ್ ರೆಸ್ನಾಯಿಸ್:** ಮಾರ್ಬಿಯನ್ಸ್‌ನ ವೇನ್ಸ್‌ನಲ್ಲಿ 1922 ಜೂನ್ 3ರಂದು ಜನಿಸಿದ 'ಅಲನ್ ರೆಸ್ನಾಯಿಸ್' ಪ್ರಸಿದ್ಧ ಫ್ರೆಂಚ್ ಭಾಷೆಯ ನಿರ್ದೇಶಕ. ಪ್ರಾರಂಭದಲ್ಲಿ ಒಂದಷ್ಟು 'ಕಿರುಚಿತ್ರ'ಗಳನ್ನು ತಯಾರಿಸಿದ ಅಲೆನ್ ನಂತರ ಗಣನೀಯ ಪ್ರಮಾಣದಲ್ಲಿ ಸಿನಿಮಾಗಳನ್ನ ಮಾಡಿದ್ದಷ್ಟೆ ಅಲ್ಲ, ತನ್ನ ವಿಶಿಷ್ಟ ಪ್ರಯತ್ನಗಳಿಂದ 'ಜಗತ್ತು ಕಂಡ ಅಪರೂಪದ ನಿರ್ದೇಶಕ'ರುಗಳಲ್ಲಿ ಒಬ್ಬನೆಂದು ಪ್ರಸಿದ್ಧನಾಗಿದ್ದಾನೆ. **ನೈಟ್ ಅಂಡ್ ಫಾಗ್ (1955), ಹಿರೋಷಿಮಾ ಮಾನ್**

**ಚಿತ್ರ–68**

**ಅಮಾರ್** (1959) ಮತ್ತು **ಲಾಸ್ಟ್ ಇಯರ್ ಅಟ್ ಮರೀನ್ ಬಾದ್** (1961). ಈ 3 ಚಿತ್ರಗಳು ಅವನ ಚಿತ್ರ ಜೀವನದ ಶ್ರೇಷ್ಠ ಚಿತ್ರಗಳೆನ್ನಬಹುದು.

- **ಕೊಸರು:** ಅತೀ ಕೆಟ್ಟ 50 ಸಾರ್ವಕಾಲಿಕ ಸಿನಿಮಾಗಳ ಪಟ್ಟಿಯಲ್ಲಿ 'ಲಾಸ್ಟ್ ಇಯರ್ ಅಟ್ ಮರೀನಾಬಾದ್' ಕೂಡ ಸೇರಿದೆ!

## ಮೆಮೆಂಟೋ

ಬಹುಶಃ ನಾನು ನೋಡಿದ ಚಿತ್ರಗಳಲ್ಲೇ ಅದ್ಭುತವಾದ ಅನೇರ ಚಿತ್ರಕಥೆಯನ್ನು ಹೊಂದಿರುವ ಚಿತ್ರವೆಂದರೆ ಮಮೆಂಟೋ. ವಿಭಿನ್ನ ವೈದ್ಯಕೀಯ ವಿಷಯಾಧಾರಿತ ಕಥಾವಸ್ತು, ವಿಭಿನ್ನ ನಿರೂಪಣಾ ತಂತ್ರ ಮತ್ತು ನೋಡುಗನಿಗೇ ಹೀಗೆ ನೋಡಬೇಕೆಂಬ ಫ಼ಾರ್ಮುಲಾ ಹೊಂದಿರುವುದು ಈ ಚಿತ್ರದ ವಿಶೇಷ. ನೋಲನ್‌ನ ಮೊದಲ ಚಿತ್ರ 'ಫ಼ಾಲೋಯಿಂಗ್'ನ ಮುಂದುವರೆದ ಭಾಗದಂತೆ ಭಾಸವಾಗುವ ನಿರೂಪಣೆ ಮತ್ತು ಕಥಾ ಹಂದರ ಅವನ ಚಿತ್ರಕಥೆಗಾರಿಕೆಯ ಕುಸುರಿಯನ್ನು ಇನ್ನಷ್ಟು ವಿಶದೀಕರಿಸುವಲ್ಲಿ ಯಶಸ್ವಿಯಾಗಿದೆ.

ಮೆಮೆಂಟೋ 2000ದಲ್ಲಿ ತೆರೆಗೆ ಬಂದ ಮನೋವೈಜ್ಞಾನಿಕ ರೋಮಾಂಚಕ ಚಲನಚಿತ್ರ. ಕ್ರಿಸ್ಟೋಫರ್ ನೋಲನ್ ಇದರ ನಿರ್ದೇಶಕ. ಮೊದಲಿಗೆ ಸಿನಿಮಾದ ಬಗ್ಗೆ, ಕಥೆಯ ಬಗ್ಗೆ ಮಾತಾಡೋಣ.

ನಾಯಕ ಲಿಯೊನಾರ್ಡೋ ಶೆಲ್ಬಿ ಒಬ್ಬ ಇನ್ಶೂರೆನ್ಸ್ ಇನ್ವೆಸ್ಟಿಗೇಟರ್. ಇವನ ಸೇಡಿನ ಸುತ್ತ ಇಡೀ ಕಥೆ ಸುತ್ತುತ್ತದೆ. ಅವನ ಹೆಂಡತಿಯನ್ನು ಅತ್ಯಾಚಾರವೆಸಗಿ ಕೊಲೆ ಮಾಡಲಾಗಿದೆ, ಆ ಸಂದರ್ಭದಲ್ಲಿ ಕಾಪಾಡಲು ಹೋದ ಶೆಲ್ಬಿಯ ತಲೆಗೆ ಯಾವುದೋ ಹತ್ಯಾರದಿಂದ ಹೊಡೆದದ್ದರಿಂದ ತಲೆಗೆ ಬಲವಾದ ಪೆಟ್ಟು ಬಿದ್ದಿದ್ದರಿಂದ ಅವನಿಗೆ ಅಲ್ಪಕಾಲಿಕ ನೆನಪಿನ ಶಕ್ತಿಯ ರೋಗ ಅಡರಿಕೊಂಡಿದೆ.

**ಚಿತ್ರ–69: 'ಮೆಮೆಂಟೋ' ಚಿತ್ರದ ಪೋಸ್ಟರ್**

ಈಗವನ ನೆನಪಿನಕೋಶಕ್ಕೆ ಯಾವುದೇ ಹೊಸ ಘಟನಾವಳಿಗಳ ದಾಖಲೆಗಳನ್ನು ಹದಿನೈದು ನಿಮಿಷಕ್ಕೂ ಹೆಚ್ಚಿಗೆ ಹಿಡಿದಿಟ್ಟು ಕೊಳ್ಳಲಾಗುವುದಿಲ್ಲ. ಅವನ ತಲೆಗೆ ಪೆಟ್ಟು ಬಿದ್ದಾಗಿನಿಂದ ಹಿಂದಿನ ಘಟನೆಗಳು ಅಚ್ಚಳಿಯದೆ ಹಾಗೇ ಕುಳಿತು ಬಿಟ್ಟವೇ. ಅದರಿಂದಾಚೆಗಿನ ಹೊಸ ಹೊಸ ನೆನಪುಗಳು ಅವನಲ್ಲಿ ಉಳಿಯುವುದೇ ಇಲ್ಲ. ಇಂಥ ಪರಿಸ್ಥಿತಿಯಲ್ಲಿರುವ ಶೆಲ್ಬಿಯು ಆ ಕೊಲೆಗಾರನನ್ನು ಹಿಡಿಯುವುದಾದರೂ ಹೇಗೆ? ಆದರೆ ದ್ವೇಷಾಗ್ನಿ ದಿನದಿನಕ್ಕೆ, ಕ್ಷಣಕ್ಷಣಕ್ಕೆ ಅವನಲ್ಲಿ ದ್ವಿಗುಣಗೊಳ್ಳುತ್ತಲೇ ಇರುತ್ತದೆ. ಆ ನೆನಪಿನ ತುಣುಕುಗಳು, ಆ ಆರ್ತನಾದ ಮರುಕಳಿಸಿದರೆ ಸಾಕು ಶೆಲ್ಬಿ ಹುಚ್ಚನಾಗಿ ಬಿಡುತ್ತಾನೆ. ಅದಕ್ಕಾಗಿ ಶೆಲ್ಬಿ ಕೆಲವೊಂದು ವ್ಯವಸ್ಥೆ ಮಾಡಿಕೊಳ್ಳುತ್ತಾನೆ. ಹೆಗಲಿಗೆ ಒಂದು ಪೊಲಾರಾಯಿಡ್ ಕ್ಯಾಮೆರಾ ನೇತುಹಾಕಿ ಕೊಳ್ಳುತ್ತಾನೆ. ಜೇಬಿನಲ್ಲಿ ಒಂದಷ್ಟು ಕಾಗದದ ತುಂಡುಗಳು ಮತ್ತು ಮೈಮೇಲೆಲ್ಲ ಹಚ್ಚೆಗಳನ್ನು ಹಾಕಿಸಿಕೊಂಡಿದ್ದಾನೆ. ಏನು ಮಾಡಬೇಕು, ಯಾವಾಗ ಮಾಡಬೇಕು ಎಂಬುದೆಲ್ಲಾ ಕನ್ನಡಿಯ ಮುಂದೆ ನಿಂತುಕೊಂಡುಬಿಟ್ಟರೆ ತಿಳಿದುಹೋಗಿಬಿಡುತ್ತದೆ. ಇಂಥ ಶೆಲ್ಬಿಯ ಹಂತಕನ ಬೇಟೆಯ ರೋಮಾಂಚಕ ಪಯಣದಲ್ಲಿ ಹಲವಾರು ಘಟನೆಗಳ ಜೊತೆಗೆ ಮುಖ್ಯವಾಗಿ ಸ್ಯಾಮ್ ಎನ್ನುವವನೊಬ್ಬನ ಉಪಕಥೆ ಬಂದುಹೋಗುತ್ತವೆ. ತನ್ನ

**ಚಿತ್ರ–70: ನಿರ್ದೇಶಕ ನೊಲನ್ ಮತ್ತು ನಾಯಕ ಗೈ ಪಿರ್ಸೆ**

**ಚಿತ್ರ-71: 'ಮೆಮೆಂಟೋ' ಚಿತ್ರದಲ್ಲಿನ ಒಂದು ದೃಶ್ಯ**

ದೌರ್ಬಲ್ಯಗಳ ನಡುವೆಯೂ ಛಲ ಬಿಡದೆ ತ್ರಿವಿಕ್ರಮನಂತೆ ಕೊಲೆಗಾರನನ್ನು ಹುಡುಕಿ ಅವನ ತಲೆಗೆ ಶೂಟ್ ಮಾಡುವುದರೊಂದಿಗೆ ಚಿತ್ರ ಮುಗಿಯುತ್ತದೆ!

ಹೌದು! ಮೊದಲ ವೀಕ್ಷಣೆಗೆ ಪ್ರೇಕ್ಷಕನ ಗ್ರಹಿಕೆಗೆ ಬರುವ ಕಥಾಹಂದರ ಇದು. ಸುಮ್ಮನೆ ನೋಡುತ್ತಾ ಹೋದಂತೆ ಇದಿಷ್ಟೆ ಕಥೆ ಅವನ ತೆಕ್ಕೆಗೆ ಸಿಕ್ಕಿ ಒಂದು ಸಾಮಾನ್ಯ ಸೇಡಿನ ಕಥೆ. ಒಂದು ವಿಚಿತ್ರ-ಅಪರೂಪದ ಕಾಯಿಲೆಯ ಜೊತೆಗೆ ಮಿಳಿತವಾಗಿರುವುದು ಗೋಚರಿಸುತ್ತದೆ. ಆದರೆ ಕ್ರಿಸ್ಟೋಫರ್ ನೋಲನ್ ಎನ್ನುವ ಅಸಾಮಾನ್ಯ ಬುದ್ಧಿವಂತ ನಿರ್ದೇಶಕ ಇಡೀ ಚಿತ್ರವನ್ನು 2 ಆಯಾಮಗಳಲ್ಲಿ ನಿರ್ದೇಶಿದಿದ್ದಾನೆ. ಚಿತ್ರಕಥೆಯೂ ಕೂಡ ಎರಡು ಆಯಾಮದಲ್ಲಿದೆ.

ಪ್ರತ್ಯಕ್ಷ ನೋಡಿದರೂ ಪ್ರಮಾಣಿಸಿ ನೋಡು ಎನ್ನುವ ಗಾದೆ ಈ ಚಿತ್ರಕ್ಕೆ ಕರಾರುವಕ್ಕಾಗಿ ಅನ್ವಯವಾಗುತ್ತದೆ. ಕಣ್ಣಮುಂದೆ ನಡೆಯುವ ದೃಶ್ಯದರ್ಥವೇ ಬೇರೆ, ಅದರ ಅಂತರಾರ್ಥವೇ ಬೇರೆ! ಮೇಲ್ನೋಟಕ್ಕೆ ಅರ್ಥವಾಗುವ ಚಿತ್ರದ ಕಥೆಯ ತಿರುಳಾದ ಹೆಂಡತಿಯ ಕೊಲೆ, ಸೇಡು ಇದಾವುದು ನಿಜದಲ್ಲಿ ಇಲ್ಲವೇ ಇಲ್ಲ. ನಾಯಕ ಶೆಲ್ಬಿಯ ಹೆಂಡತಿಯನ್ನು ಯಾರೂ ಕೊಂದೇ ಇರುವುದಿಲ್ಲ ಎನ್ನುವುದು ಪ್ರೇಕ್ಷಕನಿಗೆ ಮೊದಲ ಶಾಕ್! ಹಾಗೆ ಅವಳ ಸಾವಿಗೆ ಕಾರಣವಾದವನು ಅಥವಾ ಕೈಯಾರೆ ಕೊಂದವನು ಬೇರ್ಯಾರು ಅಲ್ಲ ಶೆಲ್ಬಿಯೇ. ಎನ್ನುವುದು ಎರಡನೇ ಶಾಕ್! ಮೊದಲು ಹೇಳಿದ ಕಥೆಗೂ, ಈಗ ಹೇಳುತ್ತಿರುವ ಕಥಾಹಂದರಕ್ಕೂ ಸಾಮ್ಯತೆಯೇ ಬರುತ್ತಿಲ್ಲವಲ್ಲ ಎನಿಸಬಹುದು ಅಥವಾ ಒಂದೇ ಸಿನಿಮಾದಲ್ಲಿ ಎರಡೆರಡು ಕಥಾಹಂದರ ಕಾಣಿಸುವಂತಹ ಚಿತ್ರಕಥೆ ರಚಿಸಿ ನಿರೂಪಿಸುವುದು ಸುಲಭದ ಮಾತಲ್ಲ. ನೋಲನ್ ಅದನ್ನಿಲ್ಲಿ ಸಾಧಿಸಿ ಭೇಷ್ ಎನಿಸಿಕೊಂಡಿದ್ದಾನೆ. ಈ ಎರಡನೇ ಕಥೆಯು ನಿಮಗೆ

ಅರ್ಥವಾಗಬೇಕಾದರೆ ಸಿನಿಮಾವನ್ನು ಬೇರೆ ರೀತಿಯಲ್ಲಿ ನೋಡಬೇಕಾಗುತ್ತದೆ. ಸುಮ್ಮನೆ 'ಸಿನಿಮಾ ಕಣ್ಣ ಮುಂದಿದೆ ನೋಡಬೇಕಷ್ಟೆ' ಎಂದು ನೋಡಿದರೆ ನಿಮಗೆ ಲವಲೇಶವೂ ಅರ್ಥವಾಗದು. ಸಿನಿಮಾದ ದೃಶ್ಯಗಳು ಮನಸ್ಸಿನಲ್ಲೇ ಹಿಂದೆ–ಮುಂದೆ ಮಾಡಿಕೊಳ್ಳಬೇಕಾಗುತ್ತದೆ. ಹಿಂದಿನ ಯಾವುದೋ ದೃಶ್ಯಕ್ಕೆ ಮುಂದಿನ ಯಾವುದೋ ದೃಶ್ಯವನ್ನು ಮನದಲ್ಲಿಯೇ ಜಂಟಿಮಾಡಿ, ಅರ್ಥೈಸಿಕೊಳ್ಳಬೇಕಾಗುತ್ತದೆ.

ಅಂದರೆ ಸಿನಿಮಾವನ್ನು ಅದರದೇ ಆದ ವಿಶೇಷವಾದ ಕ್ರಮದಲ್ಲಿ ನೋಡಬೇಕು. ಅಂದರೆ ಚಿತ್ರದಲ್ಲಿ ಕಪ್ಪು–ಬಿಳುಪು ಮತ್ತು ಬಣ್ಣದ ದೃಶ್ಯಗಳ ಮಿಳಿತವಿದೆ. ಮೊದಲಿಗೆ ಚಿತ್ರದಲ್ಲಿ ಬರುವ ಕಪ್ಪು–ಬಿಳುಪು ದೃಶ್ಯಗಳನ್ನಷ್ಟೆ ನೋಡುತ್ತಾ ಅರ್ಥೈಸಿಕೊಳ್ಳುತ್ತಾ ಸಾಗಬೇಕು. ಚಿತ್ರದ ಕೊನೆಯ ದೃಶ್ಯದಲ್ಲಿ ಕಪ್ಪು–ಬಿಳುಪಿನ ದೃಶ್ಯವು ಬಣ್ಣದ ದೃಶ್ಯವಾಗಿ ಬದಲಾಗುತ್ತದೆ. ಆಗ ಬಣ್ಣದ ದೃಶ್ಯಗಳನ್ನು ಹಿಂದಿನಿಂದ ಮೊದಲನೇ ದೃಶ್ಯದವರೆಗೆ ನೋಡುತ್ತಾ ವಾಪಸ್ ಬರಬೇಕು ಅಂದರೆ ಇಡೀ ಚಿತ್ರದ ದೃಶ್ಯಗಳ ಜೋಡಣೆ ಒಂದು ವೃತ್ತದಂತಿದೆ ಎಲ್ಲಿ ಪ್ರಾರಂಭವಾಗುತ್ತದೋ ಅಲ್ಲೆ ಚಿತ್ರ ಮುಗಿಯುತ್ತದೆ ಅಥವಾ ಎಲ್ಲಿ ಮುಗಿಯುತ್ತದೋ ಅಲ್ಲೇ ಪ್ರಾರಂಭವಾಗುತ್ತದೆ. ಒಂದರ್ಥದಲ್ಲಿ ಸಿನಿಮಾ ನೋಡಲು ಕೂಡ ಅದರದೇ ಆದ ಸಿದ್ಧಸೂತ್ರ ಹೊಂದಿರುವ ಅಪರೂಪದ ಚಿತ್ರ ಈ ಮೆಮೆಂಟೋ.

ಚಿತ್ರದ ಒಳಹೂರಣ ಇಂತಿದೆ. ಶೆಲ್ಬಿ ಒಬ್ಬ ಇನ್ಷೂರೆನ್ಸ್ ಇನ್ವೆಸ್ಟಿಗೇಟರ್. ಅವನ ಹೆಂಡತಿಗೆ ಮಧುಮೇಹದ ತೊಂದರೆ ಇರುವುದರಿಂದ ಇನ್ಸುಲಿನ್ ಕೊಡಬೇಕಾಗಿರುತ್ತದೆ. ಆದರೆ ಈ ಕಾಯಿಲೆ ಶೆಲ್ಬಿಯನ್ನು ಆವರಿಸಿದಾಗ ಅವನ ನೆನಪಿನ ಶಕ್ತಿ ಹದಿನೈದು ನಿಮಿಷಕ್ಕಿಳಿಯುತ್ತದೆ. ಆತನ ಹೆಂಡತಿಗೆ ಇದರ ಅರಿವಾದರೂ ಹೊರಗಿನ ಸಮಾಜ, ಮುಖ್ಯವಾಗಿ ಇನ್ಷೂರೆನ್ಸ್ ಕಂಪನಿಯವರು ನಂಬುವುದಿಲ್ಲ. ಹಣ ಹೊಡೆಯುವುದಕ್ಕಾಗಿ ನಾಟಕ ಮಾಡುತ್ತಿದ್ದಾನೆ ಎಂದು ತಿಳಿದುಕೊಳ್ಳುತ್ತಾರೆ. ಆದರೆ ಅತೀವವಾಗಿ ಪ್ರೀತಿಸುವ ಹೆಂಡತಿಗೆ ಗಂಡನ ಪರಿಸ್ಥಿಯ ಬಗ್ಗೆ ಯಾವುದೂ ಸ್ಪಷ್ಟವಾಗುವುದಿಲ್ಲ. ನಿಜಕ್ಕೂ ಆ ತರಹದ್ದೊಂದು ಕಾಯಿಲೆ ಇದೆಯಾ? ಅಥವಾ ಗಂಡನೇ ನಾಟಕವಾಡುತ್ತಿದಾನಾ? ಎಂಬ ಗೊಂದಲಕ್ಕೆ ಬೀಳುತ್ತಾಳೆ. ಆದರೆ ಇದು ಉಲ್ಬಣವಾದಾಗ ತಾನೇ ತನ್ನ ಗಂಡನನ್ನು ಪರೀಕ್ಷೆ ಮಾಡುವ ನಿರ್ಧಾರಕ್ಕೆ ಬರುತ್ತಾಳೆ. ಹದಿನೈದು ನಿಮಿಷಕ್ಕೊಮ್ಮೆ ಗಂಡನಿಗೆ ಮರೆತು ಹೋಗುವುದಾದರೆ ತನ್ನ ಇನ್ಸುಲಿನ್ ಇಂಜೆಕ್ಷನ್ ಅನ್ನು ಪ್ರತಿ ಹದಿನೈದು ನಿಮಿಷಕ್ಕೊಮ್ಮೆ ಪದೆ ಪದೇ ಕೊಡುವಂತೆ ಕೇಳುವುದು. ನಿಜವಾಗಲೂ ಮರೆವಿನ ಕಾಯಿಲೆ ಇದ್ದರೆ ಇಂಜೆಕ್ಷನ್ ಕೊಡುತ್ತಾನೆ. ತನ್ನನ್ನು ತುಂಬಾ ಪ್ರೀತಿಸುವ ತನ್ನ ಗಂಡ ನಾಟಕವಾಡುತ್ತಿದ್ದರೆ ಹಾಗೆ ಮಾಡುವುದಿಲ್ಲವೆಂಬ ನಂಬಿಕೆ ಆಕೆಯದು.

ಆದರೆ ಆ ಪ್ರಯೋಗದಲ್ಲಿ ಆಕೆ ಇನ್ಸುಲಿನ್ ಓವರ್ ಡೋಸ್ ಆಗಿ ಸಾಯುತ್ತಾಳೆ. ಆಕೆ ಸತ್ತ ಮೇಲೆ ಶೆಲ್ಬಿ ಆಸ್ಪತ್ರೆ ಸೇರುತ್ತಾನೆ.

ದಿನಕಳೆದಂತೆ ಅವನಿಗೆ ತನ್ನ ಪರಿಸ್ಥಿತಿಯ ಸಂಪೂರ್ಣ ಅರಿವು ಮೂಡುತ್ತದೆ. ಹದಿನೈದು ನಿಮಿಷದ ಮೇಲೆ ತನ್ನ ನೆನಪಿನ ಕೋಶದಲ್ಲಿ ಯಾವೊಂದು ಘಟನೆಯೂ ದಾಖಲಾಗುವುದಿಲ್ಲವೆಂಬ ಕಟುಸತ್ಯ ಅರಿವಿಗೆ ಬರುತ್ತದೆ. ಮೊದಮೊದಲಿಗೆ ತಾನಿನ್ನು ಯಾವ ಪುರುಷಾರ್ಥಕ್ಕೆ ಬದುಕಬೇಕು ಅನಿಸುತ್ತದೆ. ತಾನು ಬದುಕಲಿಕ್ಕೆ ಏನಾದರೂ ಕಾರಣ ಅತ್ಯವಶ್ಯ ಎಂದು ಕೊಳ್ಳುವ ಶೆಲ್ಬಿ ಅದಕ್ಕಾಗಿ ತನ್ನ ಹೆಂಡತಿಯನ್ನು ಯಾರೋ ಅತ್ಯಾಚಾರವೆಸಗಿ, ಕೊಲೆ ಮಾಡಿದ್ದಾರೆ ಎಂದು ಸುಳ್ಳು ಕಥೆ ಸೃಷ್ಟಿಸುತ್ತಾನೆ. ನಂತರ ತನ್ನ ಎದೆಯ ಮೇಲೆ ಅದನ್ನೇ ಹಚ್ಚೆಯನ್ನಾಗಿ ಹಾಕಿಸಿಕೊಳ್ಳುತ್ತಾನೆ. ಅವನಿಗೆ ತನ್ನ ದುಸ್ಥಿತಿಯ ಅರಿವು ಚೆನ್ನಾಗಿ ಗೊತ್ತಿರುವುದರಿಂದ ಏನೇ ಮಾಡಿಕೊಂಡರೂ ಹದಿನೈದು ನಿಮಿಷದ ನಂತರ ಅದು ಮರೆತು ಹೋಗುವ, ಮತ್ತದು ಸತ್ಯವೇ ಆಗಿಬಿಡುತ್ತದೆಂಬುದು ನಿಚ್ಚಳ ಸತ್ಯ. ಹಾಗೆ ತನ್ನನ್ನು ತಾನೇ ನಿಯಂತ್ರಿಸಿಕೊಳ್ಳುವ ಶೆಲ್ಬಿಯ ಎದೆಯ ಮೇಲಿನ ಹಚ್ಚೆ 'ನಿನ್ನ ಹೆಂಡತಿಯ ಕೊಲೆಗಾರನನ್ನು ಹುಡುಕು'ದ ಪ್ರಕಾರ ತನ್ನ ಹೆಂಡತಿ ನಿಜವಾಗಲೂ ಕೊಲೆಯಾಗಿದ್ದಾಳೆ ಎಂದು ಭ್ರಮಿಸಿ, ಆ ಸಂಗತಿಯನ್ನು ನಿಜವೆಂದೇ ನಂಬಿ ಅದರಂತೆ ಹುಡುಕಲು ಪ್ರಾರಂಭಿಸುತ್ತಾನೆ. ಒಂದು ಸುಳ್ಳು ತುಂಬಾ ದಿನದವರೆಗೆ ಜೀವಂತವಾಗಿದ್ದರೆ ಸತ್ಯವಾಗಿಬಿಡುತ್ತದೆನ್ನುವ ಮಾತು ಇಲ್ಲಿ ನಿಜವಾಗುತ್ತದೆ. ಹಾಗೆ ಹುಡುಕುತ್ತಾ ಸಾಗುವ ಶೆಲ್ಬಿಗೆ ಪರಿಚಯವಾಗುವವನು ಟೆಡ್ಡಿ, ಪೋಲೀಸ್ ಅಧಿಕಾರಿ. ಇವನ ದೌರ್ಬಲ್ಯವನ್ನು ಅರಿತು ಶೆಲ್ಬಿಯನ್ನು ದುರುಪಯೋಗ ಮಾಡಿಕೊಳ್ಳುತ್ತಾನೆ.

ಸ್ಥಳೀಯ ಡಾನ್‌ನನ್ನು 'ಇವನೇ ನಿನ್ನ ಹೆಂಡತಿಯ ಕೊಲೆಗಾರ' ಎಂದು ತೋರಿಸಿ ಅವನನ್ನು ವಿನಾಕಾರಣ ಕೊಲ್ಲಿಸುವ ಮೂಲಕ ತನ್ನ ಬೇಳೆ ಬೇಯಿಸಿಕೊಳ್ಳುತ್ತಾನೆ. ಅವನನ್ನು ಕೊಲೆಗೈದ ನಂತರ ಅವನ ಅಂದರೆ ಸತ್ತ ಡಾನ್‌ನ ಜಾಕೆಟ್ ಧರಿಸಿಕೊಳ್ಳುವ ನಾಯಕ ಅವರ ಜೇಬಲ್ಲಿದ್ದ ಪೇಪರ್ ತುಣುಕೊಂದರಿಂದ ಡಾನ್‌ನ ಪ್ರೇಯಸಿ ನತಾಲಿಯನ್ನ ಸಂಧಿಸುತ್ತಾನೆ. ನಡೆದ ಎಲ್ಲಾ ವಿಷಯಗಳನ್ನು ತಿಳಿದುಕೊಂಡು ಹಾಗೆ ನಾಯಕನ ದೌರ್ಬಲ್ಯವನ್ನು ತಿಳಿದುಕೊಳ್ಳುವ ನತಾಲಿ ತನ್ನ ಪ್ರಿಯಕರನನ್ನು ಕೊಲ್ಲಿಸಿದ ಟೆಡ್ಡಿಯ ಕೊಲೆಗೆ ಸಂಚುರೂಪಿಸಿ, ಟೆಡ್ಡಿಯೇ ಶೆಲ್ಬಿಯ ಹೆಂಡತಿಯನ್ನು ಕೊಂದದ್ದೆಂದು ಹೇಳಿ, ಅವಳನ್ನು ನಂಬಬೇಡ, ಸುಳ್ಳುಗಾರ ಎಂದು ಟೆಡ್ಡಿ ಮೇಲೆ ಎತ್ತಿಕಟ್ಟುತ್ತಾಳೆ.

ಇದನ್ನೆಲ್ಲಾ ಕೇಳಿದ ನಾಯಕ ಶೆಲ್ಬಿ ಟೆಡ್ಡಿಯ ಫೋಟೋದ ಮೇಲೆ ಕೊಲೆಗಾರನೆಂದು ಬರೆದುಕೊಂಡು ಟೆಡ್ಡಿಯನ್ನು ಕೊಲ್ಲಲು ನಿರ್ಧರಿಸುತ್ತಾನೆ. ಟೆಡ್ಡಿ ಅದೆಷ್ಟೆ ಬಡಿದುಕೊಂಡರೂ ಕೇಳದೆ ಅವನ ತಲೆಗೆ ಶೂಟ್ ಮಾಡಿ

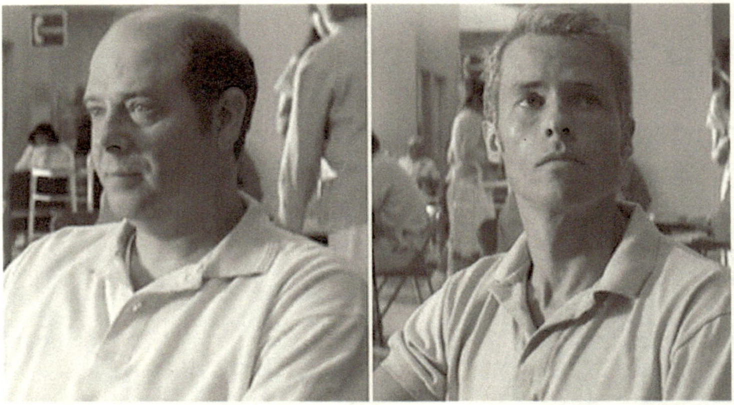

**ಚಿತ್ರ–72: ಕೇವಲ ಇದೊಂದು ಶಾಟ್‌ನಲ್ಲಿ ಸ್ಯಾಮ್ ಕತೆ ನಾಯಕನದೇ ಎಂದು ಗೊತ್ತಾಗುತ್ತದೆ**

ಅವನನ್ನು ಕೊಲೆಗೈದು ತನ್ನ ಪೊಲಾರಾಯಿಡ್ ಕ್ಯಾಮೆರದಿಂದ ಸತ್ತವನ ಫೋಟೋ ತೆಗೆದು ಅದರ ಮೇಲೆ ಕೊಂದದ್ದಾಯಿತೆಂದು ದಾಖಲಿಸಿದರೂ ಆ ಕ್ಷಣದಲ್ಲಿ ಶೆಲ್ಬಿ ಕುಳಿತು ಯೋಚಿಸುತ್ತಾನೆ. ಇನ್ನು ಮೇಲೆ ಆ ಫೋಟೋ ತನ್ನ ಬಳಿಯಿದ್ದರೆ, ತನ್ನ ಸೇಡು ಮುಗಿದು ಹೋದರೆ ನಾಳೆಯಿಂದ ತಾನು ಬದುಕುವುದಾದರೂ ಏತಕ್ಕೆ! ಮುಂದಿನ ಹದಿನೈದು ನಿಮಿಷದ ನಂತರ ತಾನು ಯೋಚಿಸಿದ್ದು, ಯೋಜಿಸಿದ್ದು, ಕಾರ್ಯರೂಪಕ್ಕೆ ತಂದಿದ್ದು ಎಲ್ಲವೂ ತನಗೆ ನೆನಪೇ ಇರುವುದಿಲ್ಲವೆನ್ನುವ ಕಹಿಸತ್ಯದ ಅರಿವು ಅವನಿಗಿದೆಯಾದ್ದರಿಂದ ತನ್ನ ಜೀವನದ ಧ್ಯೇಯೋದ್ದೇಶವನ್ನು ಜೀವಂತವಾಗಿಡಲು, ತನ್ನ ಗುರಿಯನ್ನು ಎಂದೂ ಸಾಯಗೊಡದಿರಲು ಯೋಚಿಸಿ 'ಕೊಂದದ್ದಾಯಿತು' ಎಂದು ಬರೆದಿದ್ದ ಫೋಟೋವನ್ನು ಸುಟ್ಟು ಹಾಕಿಬಿಡುತ್ತಾನೆ. ಆ ಮೂಲಕ ತನ್ನ ಗುರಿಯನ್ನು ತನ್ನ ಸೇಡನ್ನು ಜೀವಂತಗೊಳಿಸುತ್ತಾನೆ.

ಇಂಥ ಸಂಕೀರ್ಣವಾದ ಕಥೆಯನ್ನು ನೊಲನ್ ಅಷ್ಟೇ ಸಂಕೀರ್ಣವಾಗಿ, ಸೂಕ್ಷ್ಮವಾಗಿ ನಿರೂಪಿಸುತ್ತಾನೆ. ಮೊದಲನೆಯದಾಗಿ ತಿರುಗು ಮುರುಗಾದ ಚಿತ್ರಕಥೆಯನ್ನು ಜೋಡಿಸಿಕೊಂಡು

**ಚಿತ್ರ–73: ಕ್ಯಾರಿ ಆನ್ ಮೋಸ್**

**ಚಿತ್ರ-74: ಕೈ ಬರಹದಲ್ಲಿನ ವ್ಯತ್ಯಾಸ**

ದೃಶ್ಯದ ಬಾಲವನ್ನು ಮಧ್ಯದಲ್ಲಿ ಬರುವ ಇನ್ನೊಂದು ದೃಶ್ಯದ ತಲೆಗೆ ಅಂಟಿಸಿ, ತಾಳೆ ನೋಡಿ ಅರ್ಥೈಸಿಕೊಳ್ಳಬೇಕಾದ ಶ್ರಮ ಪ್ರೇಕ್ಷಕನದು. ಎರಡನೆಯದಾಗಿ ಪ್ರತಿಯೊಂದು ದೃಶ್ಯಿಕೆಯನ್ನು ಎವೆಯಿಕ್ಕದೆ ನೋಡಲೇಬೇಕಾದ ಅನಿವಾರ್ಯತೆ ಇದೆ ಯಾಕೆಂದರೆ ಕ್ಷಣಾರ್ಧದಲ್ಲಿ ಮಾಯವಾಗುವ ಒಂದು ದೃಶ್ಯಿಕೆಯಲ್ಲಿ ಇಡೀ ಚಿತ್ರದ ಗಂಟೊಂದನ್ನು ಬಿಡಿಸುವ ಸೂತ್ರದಾರವಿರುತ್ತದೆ ಅದಕ್ಕೆ ಎಲ್ಲೂ, ಯಾವುದನ್ನೂ ಮಿಸ್ ಮಾಡಿಕೊಳ್ಳದೆ ಚಿತ್ರಪರದೆಗೆ ಕಣ್ಣಂಟಿಸಿಕೊಂಡು ಕುಳಿತುಬಿಡಬೇಕಾಗುತ್ತದೆ. ಯಾಕೆಂದರೆ ಚಿತ್ರದ ನಾಯಕ ತನ್ನದೇ ಜೀವನದ ಕಥೆಯನ್ನು ಬೇರೊಬ್ಬ ವ್ಯಕ್ತಿಯ ಕಥೆಯೊಂದಿಗೆ ಸಮೀಕರಿಸಿಕೊಳ್ಳುತ್ತಾನೆ. ಚಿತ್ರ ನೋಡುತ್ತಾ ಹೋದಂತೆ ಅದು ಬೇರೊಂದು ಕಥೆಯಾಗಿಯೇ ಸಾಗುತ್ತದೆ.

ಚಿತ್ರದಲ್ಲಿ ಆ ಕಥೆಯು ಅಂತ್ಯವಾಗುವಲ್ಲಿ ಒಂದೇ ಒಂದು ಫ್ರೇಮ್‌ನಲ್ಲಿ ಆಸ್ಪತ್ರೆಯಲ್ಲಿ ಕುಳಿತ ಆ ವ್ಯಕ್ತಿಯ ಬದಲಿಗೆ, ನಾಯಕ ಕುಳಿತಿರುವುದನ್ನು (ಚಿತ್ರ: 72) ತೋರಿಸಿ, ನಿರ್ದೇಶಕ ಇದು ನಾಯಕನ ಕಥೆಯೇ ಎಂಬುದನ್ನು ಬಿಚ್ಚಿಡುತ್ತಾನೆ. ಕ್ಷಣಮಾತ್ರದಲ್ಲಿ ಬಂದು ಹೋಗುವ ಆ ಒಂದು ಚಿತ್ರಿಕೆ, ಚಿತ್ರದ ಇಡೀ ತಿರುಳನ್ನು ವಿವರಿಸುವಲ್ಲಿ ಯಶಸ್ವಿಯಾಗುತ್ತದೆ, ಹಾಗೆ ತನ್ನ ಹೆಂಡತಿಗೆ ಇನ್ಸುಲಿನ್ ಇಂಜೆಕ್ಟ್ ಮಾಡುವುದೂ ಕೂಡ ಕ್ಷಣಾರ್ಧದಲ್ಲಿ ತೋರಿಸಿ, ನಂತರ ಬೇರೆ ದೃಶ್ಯಿಕೆಯನ್ನು ಅಂಟಿಸಿ, ಪ್ರೇಕ್ಷಕರ ಗಮನವನ್ನು ಬೇರೆಡೆಗೆ ತಿರುಗಿಸಿಬಿಡುತ್ತಾನೆ ನಿರ್ದೇಶಕ. ಇಷ್ಟೆಲ್ಲವನ್ನೂ ಅರ್ಥೈಸಿಕೊಂಡು, ಸರ್ಕಸ್ಸು ಮಾಡಿಕೊಂಡು ಸಿನಿಮಾ ನೋಡತೊಡಗಿದರೆ ಸಿನಿಮಾ ಕೊಡುವ ಮಜವೇ ಬೇರೆ! ನಾಯಕ ತನ್ನನ್ನೇ ತಾನೇ ನಿಯಂತ್ರಿಸಿಕೊಳ್ಳುವುದು, ತನ್ನ ದೌರ್ಬಲ್ಯವನ್ನು ಸಾಮಾನ್ಯ ಎನ್ನುವಂತೆ ಹೇಳುವುದು, ಓಡುತ್ತಾ ಓಡುತ್ತಾ ಯಾಕೆ ಓಡುತ್ತಿದ್ದೇನೆಂಬುದನ್ನ ಮರೆತುಬಿಡುವುದು, ನತಾಲಿ ನಾ ನಿನಗೆ ಹದಿನೈದು ನಿಮಿಷದ ನಂತರ ಬಂದು, ಸುಳ್ಳು ಹೇಳಿ ಮೋಸ ಮಾಡುತ್ತೇನೆಂದು ಹೇಳಿ, ಪೇಪರು-ಪೆನ್ನುಗಳು ಕೈಗೆ

ಸಿಗದಂತೆ ಮಾಡಿದಾಗ, ತನಗೆ ನತಾಲಿ ಮೋಸ ಮಾಡುತ್ತಾಳೆ ಎಂಬುದು ಗೊತ್ತಾಗಿ, ಅದನ್ನ ಬರೆದಿಡಲು ಕಾಗದ-ಪೆನ್ನಿಗಾಗಿ ಹುಡುಕಾಡುವುದು. ಮುಂತಾದ ದೃಶ್ಯಗಳು ನಾಯಕನ ಮೇಲೆ ಕರುಣೆ, ಪ್ರೀತಿಯ ಮಿಶ್ರಭಾವ ಮೂಡಿಸುತ್ತವೆ. ಹಾಗೆ ಆ ದೃಶ್ಯಗಳನ್ನ ಹೆಣೆದಿರುವುದು, ಚಿತ್ರೀಕರಿಸಿರುವ ರೀತಿ ನೊಲನ್ ನಿರ್ದೇಶನದ ದಕ್ಷತೆಯ ಬಗ್ಗೆ ಹೆಮ್ಮೆ ಮೂಡಿಸುತ್ತದೆ. 'ಯಾಕಿಂಥ ಸರ್ಕಸ್ಸು ಸಿನಿಮಾ ನೋಡಲು. ಸರಳವಾಗಿ ನಿರೂಪಿಸಬಹುದಿತ್ತಲ್ಲ?' ಎಂಬ ಪ್ರಶ್ನೆಯನ್ನು ಪತ್ರಕರ್ತರು ನಿರ್ದೇಶಕ ನೊಲನ್ ಮುಂದಿಟ್ಟಾಗ, ಅವನು ಕೊಟ್ಟ ಉತ್ತರ ಇಂತಿದೆ.

'ನಮ್ಮ ಚಿತ್ರದಲ್ಲಿರುವ ಮುಮ್ಮುಖ ಮರೆವು ಅಥವಾ ಆಂಟೆರೋಗ್ರೇಡ್ ಕಾಯಿಲೆ ಅಥವಾ ಅರೆಕಾಲಿಕ ನೆನಪಿನ ಶಕ್ತಿ ಎಂಬ ಕಾಯಿಲೆ ತುಂಬಾ ಅಪರೂಪವಾದದ್ದು. ಪ್ರೇಕ್ಷಕರಿಗೆ ಈ ತರಹದ್ದೊಂದು ಕಾಯಿಲೆ ವಾಸ್ತವವಾಗಿ ಇದೆಯಾ? ಎಂಬ ಸಂಶಯ ಬರುವುದು ಸಹಜ. ಆ ನಿಟ್ಟಿನಲ್ಲಿ ಆ ಕಾಯಿಲೆಯ

ಚಿತ್ರ-75

ಪ್ರಭಾವ ಅವರಿಗೆ ನೇರವಾಗಿ ಆಗುವಂತೆ ಸಣ್ಣದೊಂದು ಪ್ರಯೋಗವನ್ನು ಚಿತ್ರಕತೆಯ ಮೂಲಕ ಮಾಡಿದ್ದೇನೆ. ನೋಡು ನೋಡುತ್ತಲೇ ಪ್ರೇಕ್ಷಕನಿಗೆ ತಾನೇ ಹದಿನೈದು ನಿಮಿಷದ ಹಿಂದೆ ನೋಡಿದ ದೃಶ್ಯ ಮರೆತು ಹೋಗುತ್ತದೆ, ಅಥವಾ ಕಥೆ ಹಿಡಿತಕ್ಕೆ ಸಿಗುವುದಿಲ್ಲ. ಪ್ರೇಕ್ಷಕ ಹಿಂದಿನ ದೃಶ್ಯವನ್ನು ಸರಿಯಾಗಿ ನೆನಪಿಟ್ಟುಕೊಳ್ಳದ ಹೊರತು ಮುಂದಿನ ದೃಶ್ಯಕ್ಕೆ ಲಿಂಕ್ ಸಿಗುವುದಿಲ್ಲ ಅಂದರೆ ತೆರೆಯ ಮೇಲೆ ನಾಯಕ ನೆನಪಿಟ್ಟುಕೊಳ್ಳಲು ಕಾಗದ, ಹಚ್ಚೆ, ಫೋಟೋಗಳನ್ನು ಬಳಸುವಂತೆ, ತೆರೆಯ ಮುಂದೆ ಕುಳಿತ ಪ್ರೇಕ್ಷಕ ತನ್ನ ಬುದ್ಧಿಮತ್ತೆಯನ್ನು ಬಳಸಬೇಕು. ಚಿತ್ರದಲ್ಲಿ ನಾಯಕನ ಮೇಲೆ ಆ ಕಾಯಿಲೆ ಬೀರುವ ಪರಿಣಾಮವನ್ನೂ ನೋಡುಗ ಕೂಡ ಸಿನಿಮಾ ನೋಡುವವರೆಗೆ ಪ್ರಾಯೋಗಿಕವಾಗಿ ಅನುಭವಿಸಬೇಕಾಗುತ್ತದೆ. ಚಿತ್ರ ಮುಗಿಯುವಷ್ಟರಲ್ಲಿ 'ಈ ತರಹದ ರೋಗ ಎಲ್ಲಿದೆ' ಎಂಬ ಪ್ರಶ್ನೆಗೆ ಸ್ವಾನುಭವದ ಉತ್ತರ ದೊರಕಿರುತ್ತದೆ. ಅದೇ ನನ್ನ ಉದ್ದೇಶ... ಎಂಥ ಬುದ್ಧಿವಂತಿಕೆಯಿಂದ ಕೂಡಿದ ಉತ್ತರ ನೋಡಿ!

ಸಿನಿಮಾದೊಳಗಿನ ಸಮಸ್ಯೆಯನ್ನು ಸಿನಿಮಾದ ಹೊರಗೆ ಕುಳಿತ ಪ್ರೇಕ್ಷಕನಿಗೆ ದಾಟಿಸಿ ಅವನನ್ನೇ ನಾಯಕನನ್ನಾಗಿಸಿ ಅವರ ಪ್ರಶ್ನೆಗಳಿಗೆ ಅನುಭವರೂಪದ ಉತ್ತರ ಕೊಡುವ ಪ್ರಯತ್ನ ನಿಜಕ್ಕೂ ಶ್ಲಾಘನೀಯ. ಇಷ್ಟೆಲ್ಲಾ ಬುದ್ಧಿವಂತಿಕೆಯಿಂದ ಕೂಡಿದ ಚಿತ್ರಕಥೆ ಹೊಂದಿರುವ ಮೆಮೆಂಟೋ ಚಿತ್ರ ತಾಂತ್ರಿಕ ಅಂಶದಲ್ಲೂ

**ಚಿತ್ರ–76: ನತಾಲಿ ಕೈ ಬರಹ**

**ಚಿತ್ರ–77: ಮಾಂಟ್ ಕ್ರೆಸ್ಟ್ ಇನ್ನ್ ಅಥವಾ ಮಾಂಟ್ ರೆಸ್ಟ್ ಇನ್ನ್..?**

ಅಷ್ಟೆ ಶ್ರೀಮಂತವಾಗಿದೆ. ಚಿತ್ರದ ಮೊದಲ ದೃಶ್ಯವೇ 'ಹಿಂದೆ' ಚಲಿಸುವ ಮೂಲಕ ಇಡೀ ಚಿತ್ರವೇ 'ಹಿಂದೆ–ಮುಂದೆ' ಎಂಬ ಸೂಕ್ಷ್ಮವನ್ನು ತೆರೆದಿಡುತ್ತದೆ. ನಾಯಕನ ಪಾತ್ರಧಾರಿ ಗೈ ಪಿಯರ್ಸ್ ತನ್ನ ಪಾತ್ರವನ್ನು ಅಚ್ಚುಕಟ್ಟಾಗಿ ನಿರ್ವಹಿಸಿದ್ದಾನೆ. ಮೊದಲಿಗೆ 'ಬ್ರಾಡ್ ಪಿಟ್' ನಿರ್ವಹಿಸಬೇಕಾಗಿದ್ದ ಪಾತ್ರವದು. ಕಾರಣಾಂತರಗಳಿಂದ ಆ ಪಾತ್ರ ಗೈ ಪಿಯರ್ಸ್ ಪಾಲಾಯಿತು. ನತಾಲಿಯಾಗಿ ಆನ್ ಮೋಸ್, ಟೆಡ್ಡಿಯಾಗಿ ಜೋ ಪಾಂಟೋಲಿಯಾನೋ ತಮ್ಮ ತಮ್ಮ ಪಾತ್ರಗಳನ್ನು ಪಾತ್ರೋಚಿತವಾಗಿ ಅಭಿನಯಿಸಿದ್ದಾರೆ.

ಸುಮಾರು 25 ದಿನಗಳಲ್ಲಿ ಚಿತ್ರೀಕರಿಸಿರುವ ಈ ಚಿತ್ರ ಮೊದಲಿಗೆ ಚಿತ್ರೋತ್ಸವಗಳಲ್ಲಿ ಪ್ರದರ್ಶನಗೊಂಡು ಪ್ರೇಕ್ಷಕ, ವಿಮರ್ಶಕರ ಮೆಚ್ಚುಗೆ ಗಳಿಸಿದ್ದಷ್ಟೇ ಅಲ್ಲ ಗಲ್ಲಾಪೆಟ್ಟಿಗೆಯನ್ನೂ ಕೊಳ್ಳೇ ಹೊಡೆದು ಅತ್ಯಂತ ಯಶಸ್ವಿ ಚಿತ್ರವಾಯಿತು. ಪ್ರಾರಂಭದಲ್ಲಿ ಕೇವಲ ಹನ್ನೊಂದೇ ಚಿತ್ರಮಂದಿರಗಳಲ್ಲಿ ಬಿಡುಗಡೆಯಾದ ಮೆಮೆಂಟೋ ಬರುಬರುತ್ತಾ ಚಿತ್ರಮಂದಿರಗಳ ಸಂಖ್ಯೆಯನ್ನು ಹೆಚ್ಚಿಸಿಕೊಳ್ಳುತ್ತಾ ಕೊನೆಕೊನೆಗೆ ಐದುನೂರಕ್ಕೂ ಹೆಚ್ಚು ಚಿತ್ರಮಂದಿರಗಳಲ್ಲಿ ಪ್ರದರ್ಶನಗೊಳ್ಳುವ ಮೂಲಕ ತನ್ನ ಪ್ರಾಬಲ್ಯ ಮೆರೆಯಿತು.

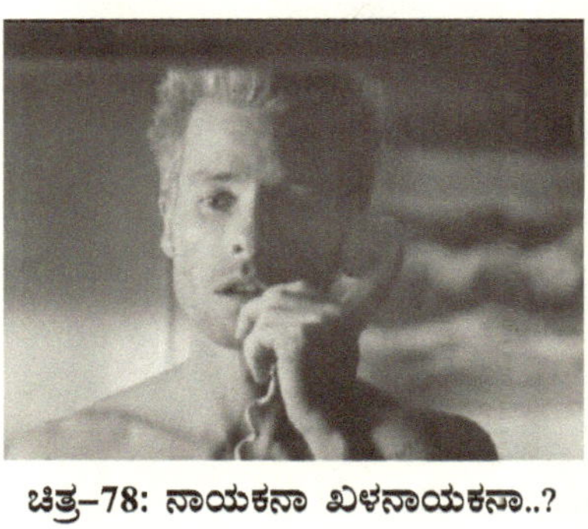

**ಚಿತ್ರ–78: ನಾಯಕನಾ ಖಳನಾಯಕನಾ..?**

ಅತ್ಯುತ್ತಮ ಮೂಲ ಚಿತ್ರಕಥೆ ಮತ್ತು ಸಂಕಲನ ಕ್ಷೇತ್ರಗಳಿಗೆ 'ಆಸ್ಕರ್'ಗೆ ನಾಮಾಂಕಿತವಾಯಿತಾದರೂ 'ಜೊನಾಥನ್ ನೊಲನ್'ನ ಸಣ್ಣಕತೆ ಮೆಮೆಂಟೋ ಬಿಡುಗಡೆಗೆ ಮುನ್ನಾ ಎಲ್ಲೂ ಮುದ್ರಣಗೊಂಡಿರಲಿಲ್ಲವಾದ್ದರಿಂದ ಸ್ವಲ್ಪದರಲ್ಲಿ ಕೈ ತಪ್ಪಿ ಹೋಯಿತು. ಆದರೂ ಬರೀ ಚಿತ್ರಕತೆಗಾಗಿ ಸುಮಾರು 13 ಪ್ರತಿಷ್ಠಿತ ಪ್ರಶಸ್ತಿಗಳನ್ನೂ, ಉತ್ತಮ ಚಿತ್ರಕ್ಕಾಗಿ 5 ಪ್ರಶಸ್ತಿಗಳನ್ನೂ ಮುಡಿಗೇರಿಸಿಕೊಂಡಿತಲ್ಲದೆ, ನೊಲನ್‌ನನ್ನು ವಿಶಿಷ್ಟ ನಿರ್ದೇಶಕ ಎಂಬ ಪಟ್ಟಕ್ಕೇರಿಸಿತು ಮತ್ತು 'ಸಾರ್ವಕಾಲಿಕ 100 ಅತ್ಯುತ್ತಮ ಸಿನಿಮಾಗಳು' ಪಟ್ಟಿಯಲ್ಲಿ 61ನೇ ಸ್ಥಾನದಲ್ಲಿರುವ ಮೆಮೆಂಟೋ ಸಿನಿಪ್ರಿಯರು, ಸಿನಿಮಾದವರೂ ನೋಡಲೇ ಬೇಕಾದ ಚಿತ್ರವಾಗಿದೆ.

ಕ್ರಿಸ್ಟೋಫರ್ ನೊಲನ್‌ನ ಸಹೋದರ ಜೊನಾಥನ್ ನೊಲನ್ ಬರೆದ ಸಣ್ಣಕತೆಯಾಧಾರಿತ ಸಶಕ್ತ ಕಥೆಯ ಈ ಚಿತ್ರವನ್ನು ಅದರ ಕ್ರಮದಲ್ಲೇ ನೋಡಿ, ಸಂಪೂರ್ಣ ಅರ್ಥ ಮಾಡಿಕೊಂಡರೂ ಕೆಲವೊಂದು ಪ್ರಶ್ನೆಗಳು ಹಾಗೆಯೇ ಉಳಿದುಬಿಡುತ್ತವೆ. ಬಹುಶಃ ಆ ಪ್ರಶ್ನೆಗಳಿಗೆ ನೊಲನ್ ಸ್ವತಃ ಉತ್ತರಿಸಬೇಕೇನೋ?

**ಚಿತ್ರ–79: ಕಾರಿನ ನಂಬರ್ ಪ್ಲೇಟ್ ಗಮನಿಸಿ...**

ಶಾರ್ಟ್ ಟೈಮ್ ಮೆಮೊರಿ ಲಾಸ್ಸ್ ಕಾಯಿಲೆಯಿಂದ ಬಳಲುತ್ತಿರುವ ನಾಯಕ ನಮಗೆ ನಿರೂಪಿಸುವ ಕಥೆ ಎಷ್ಟರ ಮಟ್ಟಿಗೆ ಸತ್ಯವಾದದ್ದು? ಅಥವಾ ಎಷ್ಟರ ಮಟ್ಟಿಗೆ ನಂಬಲರ್ಹವಾದುದು.

ಟೆಡ್ಡಿ ತನ್ನ ಕಾರನ್ನು ಪಾಳುಬಿದ್ದ ಕಟ್ಟಡದ ಮುಂದೆ ನಿಲ್ಲಿಸಿದಾಗ ನಾಯಕ ಆ ಕಾರಿನ ಸಂಖ್ಯೆ SG137IU ಎಂದಿರುತ್ತದೆ. ಆದರೆ ಅದನ್ನು SG1371U ಎಂದು ಕಾಗದದ ಮೇಲೆ ಬರೆದುಕೊಳ್ಳುತ್ತಾನೆ. ಹಾಗೆ ತೊಡೆಯ ಮೇಲೆ SG1371U ಎಂದು ಹಚ್ಚೆ ಹಾಕಿಸಿಕೊಳ್ಳುತ್ತಾನೆ. ಮುಂದಿನ ದೃಶ್ಯದಲ್ಲಿ ಮತ್ತದೇ ಕಾರಿನ ನಂಬರ್ ಪ್ಲೇಟ್ನಲ್ಲಿ SG1371U ಎಂದೇ ಇರುತ್ತದೆ. ಇದು ಉದ್ದೇಶಪೂರ್ವಕವಾಗಿ ಮಾಡಿದ್ದಾ? (ಗಮನಿಸಿ: ಚಿತ್ರ 80, 76 ಮತ್ತು 81)

ಟೆಡ್ಡಿಯ ಡ್ರೈವರ್ ಲೈಸನ್ಸ್ ಮೇಲೆ ಎಕ್ಸ್‌ಪೈರಿ ದಿನಾಂಕ 02/29/01 ಎಂದಿರುತ್ತದೆ (ಚಿತ್ರ: 75). ಆದರೆ 2001ರ ಫೆಬ್ರವರಿ ಅಧಿಕವರ್ಷ ಅಲ್ಲ. ಆದ್ದರಿಂದ 29 ಬರುವುದು ಸಾಧ್ಯವೇ ಇಲ್ಲ. ಇದು ಹೇಗೆ?

ಬಾತ್ ರೂಮಿನಲ್ಲಿ ಹೆಂಡತಿಯ ಕೊಲೆಯಾದ ಘಟನೆಯ ಫ್ಲ್ಯಾಶ್‌ಬ್ಯಾಕ್‌ನಲ್ಲಿ ಬಾತ್‌ರೂಮಿನ ಬಾಗಿಲು ಒಂದು ಸಾರಿ ತೋರಿಸುವಾಗ ಬಲಗಡೆಯಿಂದ ತೆರೆದಿದ್ದರೆ, ಮತ್ತೊಂದು ಸಾರಿ ತೋರಿಸುವಾಗ ಎಡಗಡೆಯಿಂದ ತೆರೆದಿರುತ್ತದೆ.

ನತಾಲಿಯ ಅಪಾರ್ಟ್ ಮೆಂಟ್‌ನಲ್ಲಿ ಲ್ಯಾರಿ ಜೊತೆಗಿನ ಫೋಟೋದಲ್ಲಿ ಒಂದು ಸಾರಿ ಮೀಸೆ ಇದ್ದರೆ ಮತ್ತೊಂದು ಸಾರಿ ಮೀಸೆ ಇರುವುದಿಲ್ಲ (ಚಿತ್ರ: 82).

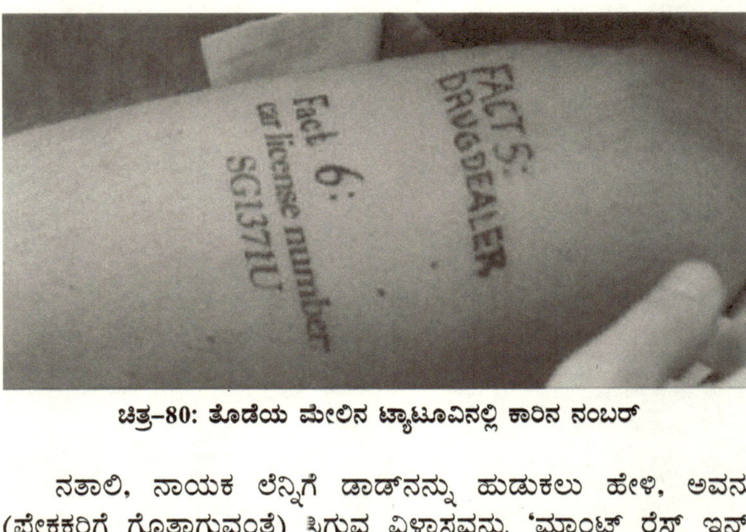


**ಚಿತ್ರ–80: ತೊಡೆಯ ಮೇಲಿನ ಟ್ಯಾಟೂವಿನಲ್ಲಿ ಕಾರಿನ ನಂಬರ್**

ನತಾಲಿ, ನಾಯಕ ಲೆನ್ನಿಗೆ ಡಾಡ್‌ನನ್ನು ಹುಡುಕಲು ಹೇಳಿ, ಅವನು (ಪ್ರೇಕ್ಷಕರಿಗೆ ಗೊತ್ತಾಗುವಂತೆ) ಸಿಗುವ ವಿಳಾಸವನ್ನು 'ಮಾಂಟ್ ರೆಸ್ಟ್ ಇನ್'

**ಚಿತ್ರ-81: ಎಡಗಡೆಯೋ..ಬಲಗಡೆಯೋ...**

ಎಂದು ಬರೆದುಕೊಟ್ಟರೆ ನಾಯಕ ಅದನ್ನು 'ಮಾಂಟ್‌ಕ್ರೆಸ್ಟ್ ಇನ್' ಎಂದು ಉಚ್ಚರಿಸುತ್ತಾನೆ. ಆದರೆ ಆ ಹೋಟೆಲ್ ಹತ್ತಿರ ಹೋದಾಗ ಅದರ ಹೆಸರು 'ಮಾಂಟ್ ಕ್ರೆಸ್ಟ್ ಇನ್' ಎಂದೇ ಇರುತ್ತದೆ (ಚಿತ್ರ: 77).

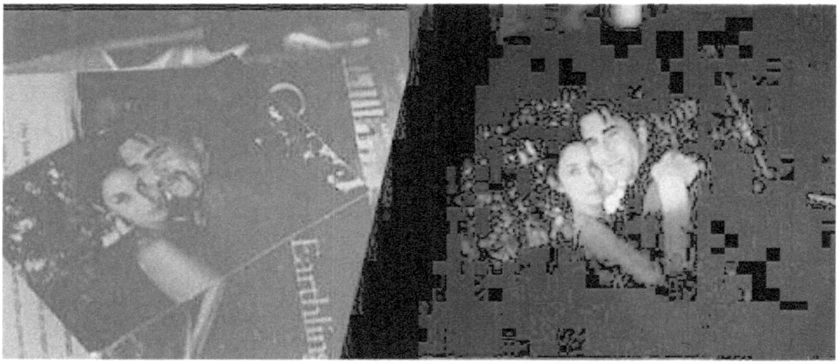

**ಚಿತ್ರ-82: ಮೀಸೆಯಿರಬೇಕೋ..ಬೇಡ್ವೋ..?**

ಇಡೀ ಚಿತ್ರದಲ್ಲಿ 'ನತಾಲಿ'ಯ ಕೈ ಬರಹ ಬೇರೆ, ಬೇರೆಯಾಗಿರುತ್ತದೆ. ಅದು ಪ್ರೇಕ್ಷಕರ ಗಮನಕ್ಕೆ ಬರುವಂತೆ! (ಚಿತ್ರ: 76)

ಚಿತ್ರದಲ್ಲಿ ಶೆಲ್ಬಿ ತನ್ನ ಮೈಮೇಲೆಲ್ಲಾ ನೆನಪಿಡಬೇಕಾದ ಸಂಗತಿಗಳನ್ನು ಹಚ್ಚೆ ಹಾಕಿಸುಕೊಂಡಿರುವ ಬರಹದ ಶೈಲಿ ಮುದ್ರಿತ ಅಕ್ಷರದಲ್ಲಿವೆ. ಆದರೆ ಕೈ ಮೇಲೆ ಮಾತ್ರ ಕೈಬರಹದ ರೂಪದಲ್ಲಿದೆ! (ಚಿತ್ರ: 86)

ಈ ಮೇಲ್ಕಂಡವು ಮೇಲ್ನೋಟಕ್ಕೆ ಚಿತ್ರೀಕರಣದ ಹಂತದಲ್ಲಾದ ತಪ್ಪುಗಳೆನಿಸುವುದು ಸಹಜ. ಆದರೆ ಸೂಕ್ಷ್ಮವಾಗಿ ಅವಲೋಕಿಸಿದರೆ ಅವೆಲ್ಲವನ್ನು ನಿರ್ದೇಶಕ ಪ್ರಜ್ಞಾಪೂರ್ವಕವಾಗಿಯೇ ಬೇಕಂತಲೇ ಮಾಡಿದ್ದಾನೆನ್ನುವುದು. ಹೇಗೆ

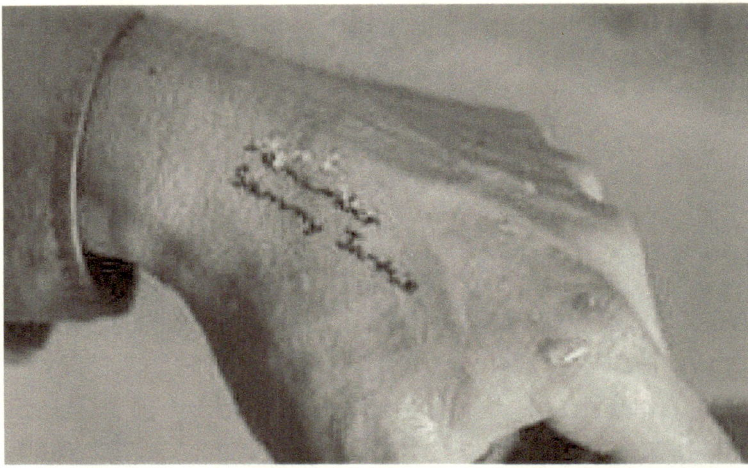

**ಚಿತ್ರ–83: ಕೈಬರಹದ ರೂಪದಲ್ಲಿರುವ ಟ್ಯಾಟೂ**

ಲಿಯೋನಾರ್ಡ್ ಶೆಲ್ಬಿಯ ನೆನಪಿನ ಶಕ್ತಿಯನ್ನು ನಂಬುವ ಹಾಗಿಲ್ಲವೋ. ಹಾಗೆ ನಮ್ಮ ನೆನಪಿನ ಶಕ್ತಿಯೂ ನೂರಕ್ಕೆ ನೂರು ನಂಬಲರ್ಹವಲ್ಲ. ಅವು ಕಾಲಕಾಲಕ್ಕೆ ಬದಲಾಗುತ್ತವೆ. ನಮ್ಮ ಗ್ರಹಿಕೆಗೂ ವಾಸ್ತವ ಸಂಗತಿಗೂ ಅಜಗಜಾಂತರ ವ್ಯತ್ಯಾಸವಿದೆ ಎಂಬುದನ್ನು ಸೂಚ್ಯವನ್ನು ವಿಶದೀಕರಿಸಲು ನಿರ್ದೇಶಕ ಜಾಣ್ಮೆಯಿಂದ ಚಿತ್ರಕಥೆ ಹೆಣೆದಿದ್ದಾನೆ. ಮತ್ತದರಲ್ಲಿ ಯಶಸ್ವಿಯೂ ಆಗಿದ್ದಾನೆ. ಈಗಾಗಲೇ ಸುಮಾರು ಜನ 'ಮೆಮೆಂಟೋ' ಚಿತ್ರವನ್ನು ನೋಡಿರಬಹುದು, ಅರ್ಥೈಸಿಕೊಂಡಿರಬಹುದು. ಈಗ ಮತ್ತೊಮ್ಮೆ ಮಗದೊಮ್ಮೆ ನೋಡಿ.

ಪ್ರತಿಸಾರಿಯು ಕೊಡುವ ಹೊಸ ಹೊಸ ಅನುಭವವನ್ನು ಎಂಜಾಯ್ ಮಾಡಿ.

- **ಕೊಸರು:** ನಿರ್ದೇಶಕ ನೊಲನ್ ಬರೀ ಸಿನಿಮಾಕ್ಕಷ್ಟೇ ಅಲ್ಲ ಚಿತ್ರದ ಪ್ರತಿಯೊಂದು ಅಂಶಕ್ಕೂ ತುಂಬಾ ತಲೆ ಕೆಡಿಸಿಕೊಂಡಿದ್ದಾನೆ. ಮೊದಲನೆಯದಾಗಿ ಚಿತ್ರದ ಪೋಸ್ಟರ್, ಫೋಟೋದೊಳಗೆ ಫೋಟೋ. ನೀವು ಅದನ್ನು zoom in ಮಾಡುತ್ತಾ ಹೋದರೂ ಒಳಗೊಂದು ಚಿತ್ರದೊಳಗೊಂದು, ಚಿತ್ರದೊಳಗೊಂದು ಚಿತ್ರ. ಹೀಗೆ ಸಾಗುತ್ತ ಹೋಗುತ್ತದೆ. (ಚಿತ್ರ: 69)

ಎರಡನೆಯದಾಗಿ ಈ ಸಿನಿಮಾದ 'ವೆಬ್‌ಸೈಟ್'ಗೆ ಉಲ್ಟಾ ಹೆಸರು 'OTNEMEM' ಎಂದು ಹೆಸರಿಟ್ಟಿರುವುದು.

**ಚಿತ್ರ–84: ನಾಯಕ ಗೈ ಪಿಯರ್ಸ್ ಮತ್ತು ಕ್ಯಾರಿಆನ್‌ಮೋಸ್**

ಮೂರನೆಯದಾಗಿ 'ಮೆಮೆಂಟೊ' ಸಿನಿಮಾದ 'DVD'ಯಲ್ಲೂ ಹೊಸತನ ತೋರಿದ್ದಾನೆ. ಅದರಲ್ಲಿ ಸಿನಿಮಾದ ಎರಡು ವಿಧದ ಆವೃತ್ತಿಯ ಜೊತೆಗೆ ಅದರಲ್ಲೇ 'ಗೇಮ್ ಕೂಡ ಇಟ್ಟು ಮೆದುಳಿಗೂ' ಕಸರತ್ತು ನೀಡಿದ್ದಾನೆ.

**ಕ್ರಿಸ್ಟೋಫರ್ ನೊಲನ್:** ಕ್ರಿಸ್ಟೊಫರ್ ನೊಲನ್ 1970, ಜುಲೈ 30ರಂದು ಲಂಡನ್‌ನಲ್ಲಿ ಜನಿಸಿದ. ತನ್ನ ತಂದೆಯ Super 8mm ಕ್ಯಾಮೆರಾ ಬಳಸಿಕೊಂಡು ಅತೀ ಚಿಕ್ಕವಯಸ್ಸಿನಲ್ಲೇ ಚಿತ್ರ ತಯಾರಿಸಲು ತೊಡಗಿದ ನೊಲನ್, **'ಸ್ಟಾರ್ ವಾರ್ಸ್'** ಚಿತ್ರ ನೋಡಿ ಇನ್ನಷ್ಟು ಪ್ರೇರಿತನಾಗಿ ಸಿನಿಮಾರಂಗವನ್ನು ಗಂಭೀರವಾಗಿ ಪರಿಗಣಿಸಿದ. ತೀರಾ ಕಡಿಮೆ ವೆಚ್ಚದ **ಫಾಲೋವಿಂಗ್ (1998)** ಮೊದಲ ಪೂರ್ಣಪ್ರಮಾಣದ ಚಲನಚಿತ್ರ. ಇದಕ್ಕೂ ಮೊದಲು **ಡೂಡಲ್ ಬಗ್ (1997)** ಎನ್ನುವ ಮೂರು ನಿಮಿಷದ 'ಕಿರುಚಿತ್ರ' ನಿರ್ದೇಶಿಸಿದ್ದ. **ಮೆಮೆಂಟೋ** (2000), **ಇನ್ಸೋಮ್ನಿಯಾ** (2002), **ಬ್ಯಾಟ್ಮನ್**

**ಚಿತ್ರ–85**

**ಚಿತ್ರ-86: ಮೈಮೇಲೆಲ್ಲಾ ಹಚ್ಚೆಗಳು... ಟ್ಯಾಟೂಗಳು...**

**ಚಿತ್ರ-87: ಮೆಮೆಂಟೋ ಚಿತ್ರದ ಸ್ಫೂರ್ತಿಯಿಂದ ತಯಾರಾದ ಚಿತ್ರ ಘಜಿನಿ (ಹಿಂದಿ & ತಮಿಳು)**

**ಬಿಗಿನ್ಸ್** (2005), **ದಿ ಪ್ರೆಸ್ಟೀಜ್** (2006), **ಡಾರ್ಕ್ ನೈಟ್** (2008), **ಇನ್ಸೆಪ್ಷನ್** (2010) ಮುಂತಾದವು ನೊಲನ್‌ನ ಇನ್ನಿತರ ಯಶಸ್ವಿ ಚಿತ್ರಗಳು.

ಸಿನಿಮಾ ಹೀಗಿದ್ದರೇ ಚೆನ್ನ. ಹೀಗಿರಬೇಕಿತ್ತು. ನಿರ್ದೇಶಕ ಇನ್ನೂ ಚೆನ್ನಾಗಿ ತೆಗೆಯಬೇಕಿತ್ತು ಎಂದೆಲ್ಲಾ ಆದೇಶಗಳನ್ನು ನೀಡುವ ಅನ್ನದಾತ ಪ್ರೇಕ್ಷಕ ಪ್ರಭುವಿಗೆ ನೀನು ಚಿತ್ರವನ್ನು ಹೀಗೆಯೇ ನೋಡಬೇಕೆಂದು ಹೇಳುವ ಎದೆಗಾರಿಕೆಯ ನಿರ್ದೇಶಕರ ಈ ಚಿತ್ರಗಳು ಬರೀ ಪ್ರಯೋಗಗಳಷ್ಟೇ ಆಗಿರದೇ ಜನಮನ್ನಣೆಗಳಿಸುವುದರ ಜೊತೆಗೆ ಹಲವಾರು ಪ್ರಶಸ್ತಿ-ಪುರಸ್ಕಾರಗಳನ್ನೂ ಬಾಚಿಕೊಂಡಿವೆ. ಜೊತೆಗೆ ಸಿನಿಮಾರಂಗಕ್ಕೆ ಹೊಸ ಹೊಸ ವ್ಯಾಕರಣ ನೀಡುವಲ್ಲಿ ಯಶಸ್ವಿಯಾಗಿವೆ...

**ಚಿತ್ರ-88: ಆರ್ಸನ್‌ವೆಲ್ಲೆಸ್**

ನಾನ್ ಲೀನಿಯರ್ ಚಿತ್ರಕಥೆ ಎಂದರೇನು ಎಂಬುದರ ಬಗ್ಗೆ ಸ್ಪಷ್ಟವಾದ ಉಲ್ಲೇಖ ನೀಡಲು ಸಾಧ್ಯವಾಗದಿದ್ದರೂ ಸಿನಿಮಾದಲ್ಲಿ ನೇರವಾಗಿ ನಿರೂಪಿಸದ ಶೈಲಿಯನ್ನು ನಾನ್-ಲೀನಿಯರ್ ಅಥವಾ ಅನೇರ ಚಿತ್ರಕತೆ ಎಂದು ಹೇಳಬಹುದು. ಚಲನಚಿತ್ರದಲ್ಲಿ ಇದು ಕಥೆ ನಿರೂಪಿಸುವ ಪರಿಣಾಮಕಾರಿ ವಿಧಾನ.

**ಆರ್ಸನ್ ವೆಲ್ಲೆಸ್‌ರ ಸಿಟಿಜೆನ್ ಕೇನ್** (1941), **ಅಕಿರಾ ಕುರುಶೋವಾರ**

**ಚಿತ್ರ-89: ಅಕಿರಾ ಕುರೊಸೊವ**

**ಚಿತ್ರ-90: ಡಿ.ಡಬ್ಲ್ಯು. ಗ್ರಿಫಿತ್**

**'ರಶೋಮನ್'** (1950) ಚಿತ್ರಗಳಲ್ಲಿ ಈ ತಂತ್ರವನ್ನು ಯಶಸ್ವಿಯಾಗಿ ಬಳಸಿಕೊಂಡಿರುವುದನ್ನು ನಾವು ಕಾಣಬಹುದು. ಮೂಕಿ ಕಾಲದಲ್ಲೂ ಚಿತ್ರ ಪಿತಾಮಹ **ಡಿ. ಡಬ್ಲ್ಯು. ಗ್ರಿಫಿತ್**‌ರ **'ಇಂಟಾಲರೆನ್ಸ್;** (1916), **ಅಬೆಲ್ ಗ್ಯಾನ್ಸೆಸ್**‌ರ **ನೆಪೋಲಿಯನ್** (1927), ಹೆಸರಾಂತ ಚಿತ್ರಕಲಾವಿದ ಸಾಲ್ವಡಾರ್ ಡಾಲಿಯ 'ದಿ ಗೋಲ್ಡನ್ ಏಜ್' (1930–ಮೂಲ ಫ್ರೆಂಚ್–**ಲಾ'ಏಜ್ ಡಿಆರ್**) ಮುಂತಾದವರು ಈ ನಾನ್‌ಲೀನಿಯರ್ ಚಿತ್ರಕಥೆ ವಿಧಾನವನ್ನು ತಮ್ಮ ಚಿತ್ರಗಳಲ್ಲಿ ಅಳವಡಿಸಿಕೊಂಡಿರುವುದನ್ನು ಕಾಣಬಹುದು. ಬರಿ ಚಿತ್ರಕಥೆಯನ್ನು ಹಿಂದೆಮುಂದೆ ಮಾಡಿ ಕಲಸು ಮೇಲೋಗರ ಮಾಡಿದರೆ ಅದು ಪರಿಣಾಮಕಾರಿಯಾಗಿಬಿಡುವುದಿಲ್ಲ. ಬದಲಿಗೆ ಅದು ಕಥೆಯ ಕುತೂಹಲವನ್ನು ಹೆಚ್ಚಿಸುವಂತಿರಬೇಕು. ಸಿನಿಮಾದ ಭಾವವನ್ನು ಯಾವುದೇ ರೀತಿಯಲ್ಲೂ ಕಡಿಮೆ ಮಾಡುವಂತಿರಬಾರದು ಮತ್ತು ಮುಖ್ಯವಾಗಿ ಏನೇ ಮಾಡಿದರೂ, ಹೇಗೇ ನಿರೂಪಿಸಿದರೂ ಅದು ಅರ್ಥಗರ್ಭಿತವಾಗಿರಬೇಕು.

**ಚಿತ್ರ–91: ಅಬೆಲ್ ಗ್ಯಾನ್ಸೆಸ್**

ನಾನ್–ಲೀನಿಯರ್ ಶೈಲಿಗೆ ಹೆಸರುವಾಸಿಯಾದ ಅಂಥ ಕೆಲವು ಚಿತ್ರಗಳ ಪಟ್ಟಿ ನಿಮಗಾಗಿ.

ಮ್ಯುರೇಲಿ (1963; ನಿರ್ದೇಶನ: ಅಲ್ಲೈನ್ ರೆಸ್ನಾಯಿಸ್), ನಿರ್ದೇಶಕ

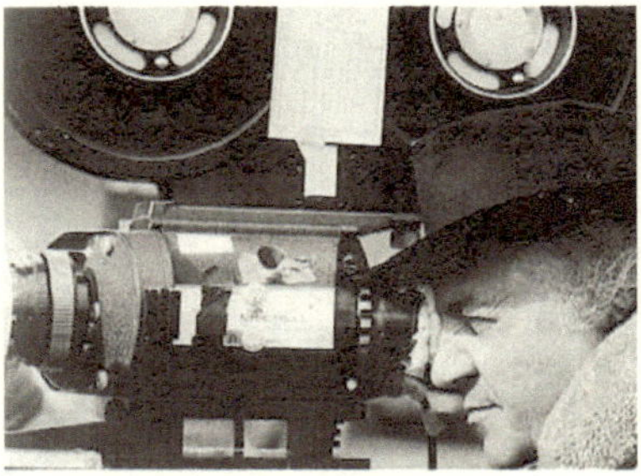

**ಚಿತ್ರ–92: ಫೆಡೆರಿಕೋ ಫೆಲ್ಲಿನಿ**

**ಚಿತ್ರ–93: ನಿಕೊಲಸ್ ರೊಎಗ್**

**ಚಿತ್ರ–94:** ವುಡಿ ಅಲ್ಲೆನ್, ಕ್ವೆಂಟಿನ್ ಟರಂಟಿನೋ ಮತ್ತು ಟೆರೆನ್ಸ್ ಮ್ಯಲಿಕ್

**ಚಿತ್ರ–95:** ಅಟಮ್ ಇಗೊಯಾನ, ಪಾಲ್ ಥಾಮಸ್ ಅಂಡರ್ಸನ್ ಮತ್ತು ಸ್ಟೀವನ್ ಸೊಡರ್‌ಬರ್ಗ್

**ಚಿತ್ರ–96:** ಡೇವಿಡ್ ಲಿಂಚ್, ಗುಸ್ ವ್ಯಾನ್ ಸಂಟ್ ಮತ್ತು ಫೆರ್ನಾಂಡೋ ಮೆರೆಲ್ಲಿಸ್

ಫೆಡೆರಿಕೋ ಫೆಲ್ಲಿನಿಯ ಲಾ ಸ್ಟ್ರಡ (1954), ಲಾ ಡಾಲ್ಸ ವಿಟ (1960), 81/2 (1963), ಸಟೈರಿಕಾನ್ (1969) ಮತ್ತು ರೋಮ (1972); ನಿಕೊಲಸ್ ರೊಎಗ್‌ರ ಪರ್ಫಾರ್ಮನ್ಸ್ (1968), ವಾಕ್ ಅಬೌಟ್ (1971), ಡೋಂಟ್

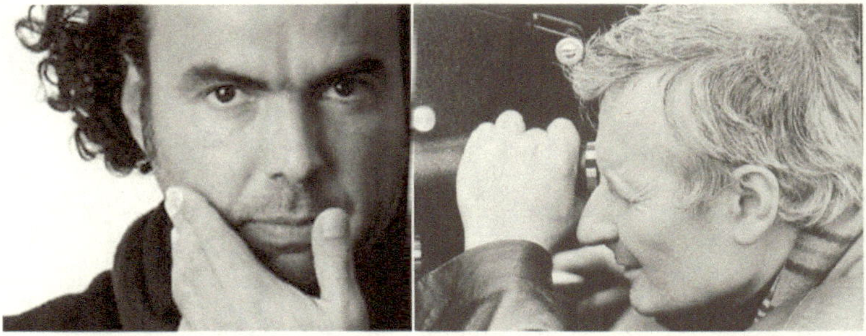

**ಚಿತ್ರ–97: ಅಲೆಜಾಂಡ್ರೋ ಗೋಂಜ಼ಾಲೇಜ಼್ ಇನಾರಿಟು ಮತ್ತು ಹಂಪ್ರೇ ಜೆನಿಂಗ್ಸ್**

ಲುಕ್ ನೌ (1973), ದಿ ಮ್ಯಾನ್ ವು ಫೆಲ್ ಆನ್ ಅರ್ಥ್ (1976) ಮತ್ತು ಬ್ಯಾಡ್ ಟೈಮಿಂಗ್ (1980), ರಾಬರ್ಟ್ ಆಲ್ಟ್ ಮನ್‌ರ ಮ್ಯಾಕಬೆ ಅಂಡ್ ಮಿಸ್ಟರ್ಸ್ ಮಿಲ್ಲರ್ (1971), ನ್ಯಾಶ್ ವಿಲ್ಲೆ (1975), ದಿ ಪ್ಲೇಯರ್ (1975), ಶಾರ್ಟ್ ಕಟ್ಸ್ (1993) ಮತ್ತು ಗೋಸ್ಫೋರ್ಡ್ ಪಾರ್ಕ್ (2001); ನಿರ್ದೇಶಕ ವುಡಿ ಅಲೆನ್‌ರವರ 'ಇಂಟೀರಿಯರ್ಸ್ (1978); ಕ್ವೆಂಟಿನ್ ಟರಂಟಿನೊ ನಿರ್ದೇಶನದ ಪಲ್ಪ್‌ಫ್ಲಿಕ್ಷನ್ (1994), ಆಟಮ್ ಇಗೋಯಾನ್‌ರವರ ಎಕ್ಸೋಟಿಕಾ (1994),

**ಚಿತ್ರ–98: ಸರ್ಜಿ ಐನ್‌ಸ್ಟೀನ್, ಅಲೆಕ್ಸಾಂಡರ್ ಡೊವೆಜೆಂಕೊ ಮತ್ತು ಸೇವೋಲ್ಡ್ ಫುಡ್ಕೋವಿನ್**

ಟೆರೆನ್ಸ್ ಮಾಲಿಕ್‌ರವರ ದಿ ಥಿನ್ ರೆಡ್ ಲೈನ್ (1998), ಪಾಲ್ ಥಾಮಸ್ ಅಂಡರ್ಸನ್‌ರವರ ಮ್ಯಾಗ್ನೋಲಿಯ (1999), ಜಿಲ್ ಸ್ಪೀಚರ್‌ರವರ ಥರ್ಟೀನ್ ಕಾನ್ವರ್ಸೇಷನ್ಸ್ ಅಬೌಟ್ ಒನ್ ಥಿಂಗ್ (2001), ಡೇವಿಡ್ ಲಿಂಚ್‌ರವರ ಲಾಸ್ಟ್ ಹೈವೇ (1997), ಮುಲ್ಹೋಲಂಡ್ ಡ್ರೈವ್ (2001), ಮತ್ತು ಇನ್‌ಲ್ಯಾಂಡ್ ಎಂಪೈರ್ (2006); ಸ್ಟೀವನ್ ಸೊಡರ್ಬರ್ಗ್‌ರವರ ಶೀಜ಼ೋಪೊಲಿಸ್ (1996),

**ಚಿತ್ರ-99: ಸಿಟಿಜೆನ್ ಕೇನ್ ಚಿತ್ರದಲ್ಲಿ ಜೋಸೆಫ್ ಕಾಟನ್**

ಸೊಲಾರಿಸ್ (2002), ಕ್ರಿಸ್ಟೋಫರ್ ನೊಲನ್ ನಿರ್ದೇಶನದ ಪ್ರೆಸ್ಟೀಜ್ (2006); ರಿಚರ್ಡ್ ಲಿಂಕ್ ಲೇಟರ್‌ರವರ ಸ್ಲ್ಯಾಕರ್ (1991), ವೇಕಿಂಗ್ ಲೈಫ್ (2001) ಮತ್ತು ಅ ಸ್ಕ್ಯಾನರ್ ಡಾರ್ಕ್ಲಿ (2006); ಗುಸ್ ವ್ಯಾನ್ ಸೆಂಟ್

**ಚಿತ್ರ-100: ಪಲ್ಪ್ ಫಿಕ್ಷನ್ ಚಿತ್ರದಲ್ಲಿ ಅಮಂಡಾ ಪ್ಲಮ್ಮರ್ ಮತ್ತು ಟಿಮ್ ರೋತ್**

ಚಿತ್ರ–101: 'ವಾಕ್ ಅಬೌಟ್' ಚಿತ್ರದ ದೃಶ್ಯ

ನಿರ್ದೇಶನದ ಲಾಸ್ಟ್ ಡೇಸ್ (2005) ಮತ್ತು ಪ್ಯಾರಾನಾಯ್ಡ್ ಪಾರ್ಕ್ (2007); ಫರ್ನಾಂಡೋ ಮೆರೆಲ್ಲೆಸ್ ನಿರ್ದೇಶನದ ಸಿಟಿ ಆಫ್ ಗಾಡ್ (2003) ಮತ್ತು ಕಾಂಸ್ಟಂಟ್ ಗಾರ್ಡ್ನರ್ (2006) ಮುಂತಾದವು ನಾನ್ ಲೀನಿಯರ್ ಚಿತ್ರಕಥೆಗೆ ಹೆಸರಾದ ಚಲನಚಿತ್ರಗಳು... ಹಾಗೆ ನಿರ್ದೇಶಕ ಅಲೆಜಾಂಡ್ರೋ ಗೋಂಜಾಲೇಜ್

ಚಿತ್ರ–102: 'ದಿ ಗೋಲ್ಡನ್ ಏಜ್' ಮತ್ತು 'ಮ್ಯುರಿಯೆಲ್' ಚಿತ್ರಗಳ ಪೋಸ್ಟರ್

ಚಿತ್ರ-103: ಸಿಟಿ ಆಫ್ ಗಾಡ್ ಚಿತ್ರದ ದೃಶ್ಯ

ಚಿತ್ರ-104: ಅಮೊರೋಸ್ ಫ಼ೆರೋಸ್ ಚಿತ್ರದ ಪೋಸ್ಟರ್

ಇನಾರಿಟು (ಬೇಬಲ್, ಎಮೆರೋಸ್ ಫ್ಲೆರೋಸ್, 21 ಗ್ರಾಮ್ಸ್) ಹಂಪ್ರೇ ಜೆನಿಂಗ್ಸ್ (ಸೈಲೆಂಟ್ ವಿಲೇಜ್, ಎ ಡೈರಿ ಆಫ್ ತಿಮೋಥಿ) ಸರ್ಜೀ ಐನ್‌ಸ್ಟೀನ್ (ಇವಾನ್ ದಿ ಟೆರಿಬಲ್, ಓಲ್ಡ್ ಅಂಡ್ ನ್ಯೂ), ಸೇವೋಲ್ಡ್ ಪುಡೊವ್ಕಿನ್ (ಮದರ್, ಲ ಮಾಡ್ರೆ) ಅಲೆಕ್ಸಾಂಡರ್ ಡೊವೆಜೆಂಕೊ (ಲಿಬರೇಷನ್, ಅರ್ಥ್, ಇವಾನ್) ಮುಂತಾದವರು ತಮ್ಮ ನಿರ್ದೇಶನದ ಚಿತ್ರಗಳಲ್ಲಿ ನಾನ್ ಲೀನಿಯರ್ ಶೈಲಿಯನ್ನು ತುಂಬಾ ಚೆನ್ನಾಗಿ ಬಳಸಿಕೊಂಡಿದ್ದಾರೆ.

## 4

# ದೀರ್ಘಾವಧಿ ದೃಶ್ಯಕಾವ್ಯಗಳು

ಹನಿಗತೆ, ಕಿರುಕಥೆ, ನೀಳ್ಗತೆ, ಕಾದಂಬರಿ, ಮಹಾಗ್ರಂಥ ಹೀಗೆ ಬರಹ ರೂಪದಲ್ಲಿನ ವಸ್ತು ಹೆಚ್ಚುತ್ತಾ ಹೋದಂತೆ ಪುಸ್ತಕದ ಗಾತ್ರವೂ ಹೆಚ್ಚಾಗಿ ಮೇಲ್ಕಂಡ ಹೆಸರನ್ನು ಪಡೆದುಕೊಳ್ಳುತ್ತಾ ಸಾಗುತ್ತದೆ. ಪುಸ್ತಕಕ್ಕೆ ಮಿತಿ ಇಲ್ಲ. ಒಂದು ಕಥೆಯನ್ನು ಎಲ್ಲೂ ಬೋರ್ ಆಗದಂತೆ ಹಾಗೆಯೇ ಕುತೂಹಲ ಕೆರಳಿಸುವಂತೆ ಬರೆದರೆ ಓದುಗದೊರೆ ಖುಷಿಪಡುತ್ತಾನೆ. ಓದುತ್ತಾ ಓದುತ್ತಾ ಆ ರಸಾನುಭವ ಪಡೆಯುತ್ತಾನೆ. ಯಾಕೆಂದರೆ ಓದುಗನಿಗೆ ಕಾಲಮಿತಿಯಿಲ್ಲ. ಎಷ್ಟು ದಿನ ಬೇಕಾದರೂ ಓದಬಹುದು. ಓದಿದ್ದನ್ನು ಅರ್ಥೈಸಿಕೊಂಡು, ಅರ್ಥವಾಗದಿದ್ದರೆ ಒಂದೆರೆಡು ಪುಟಗಳನ್ನು ತಿರುವಿ ಹಾಕಿ ಸರಿಯಾಗಿ ಮನನ ಮಾಡಿಕೊಂಡು ಓದಬಹುದು. ಆದರೆ ಅದೇ ಸಿನಿಮಾದ ವಿಷಯಕ್ಕೆ ಬಂದರೇ. ಮೊದಲೆಲ್ಲಾ ನಮ್ಮ ತಂದೆ ಹೇಳುತ್ತಿದ್ದರು 'ಆಗೆಲ್ಲಾ 24 ರೀಲಿನ ಸಿನಿಮಾಗಳು. ಮೂರುವರೆ ಘಂಟೆ ಅಲ್ಲಾಡೋ ಹಾಗಿರಲಿಲ್ಲ' ಎಂದು. ಆದರೆ ಇತ್ತೀಚಿನ ಸಿನಿಮಾಗಳನ್ನು ಗಮನಿಸಿದರೆ ಸಿನಿಮಾದ ಉದ್ದ ಅಷ್ಟಾಗಿ ಹೆಚ್ಚಿರುವುದಿಲ್ಲ. ಅತೀ ಹೆಚ್ಚೆಂದರೆ ಮೂರು ಘಂಟೆ. ಒಂದು ಸಿನಿಮಾವನ್ನು ಎರಡೂವರೆ ತಾಸು ಪ್ರೇಕ್ಷಕನಿಗೆ ಬೋರಾಗದಂತೆ, ಆಕಳಿಕೆ ಬರದಂತೆ ನಿರೂಪಿಸಿದರೆ ಆ ನಿರ್ದೇಶಕ ಗೆದ್ದಂತೆಯೇ. ಅದೂ ನಮ್ಮ ಭಾರತೀಯ ಚಿತ್ರಗಳಲ್ಲಿ ಇರುವ ಎರಡೂವರೆ ತಾಸಿನಲ್ಲಿ ನಾಲ್ಕು ಹಾಡುಗಳು, ಒಂದೆರೆಡು ಹೊಡೆದಾಟಗಳು ಬಂದು ಹೋಗಿ

ಬಿಡುವುದರಿಂದ ಅರ್ಧ ಘಂಟೆ ನಂದಲ್ಲಾ ಎನ್ನುವಂತೆ ಕಳೆದು ಹೋಗಿ, ಇನ್ನುಳಿಯುವುದು ಕೇವಲ ಎರಡು ತಾಸು ಮಾತ್ರ. ಆದರೆ ಕೆಲವೊಮ್ಮೆ ಎರಡು ತಾಸು ಎಂಬುದು ಒಂದು ಮಹಾಚಕ್ರವ್ಯೂಹವೇ ಆಗಿ ಹೋಗಿ ಸಿನಿಪ್ರಿಯ ಆಕಳಿಸಿ, ಮಲಗಿ, ಎದ್ದು ಓಡಾಡಿ, ತಲೆಚಚ್ಚಿಕೊಂಡು, ಇದೇನು ಕಥೆಯೇ ಮುಂದೆ ಸಾಗುತ್ತಿಲ್ಲ ಎಂದು ಒದ್ದಾಡಿಬಿಡುವ ಸಾಧ್ಯತೆಗಳಿವೆ. ಅಂತಹ ಹಲವಾರು ಸಿನಿಮಾಗಳೂ ಇವೆ. ಮತ್ತು ಸಿನಿಪ್ರಿಯ, ನೋಡುಗ ತನ್ನ ಜೀವಿತಾವಧಿಯಲ್ಲಿ ನೋಡಿದ ಸಿನಿಮಾಗಳ ಪಟ್ಟಿ ಮಾಡಿದರೆ ಇಂಥ ತಲೆ ಚಿಟ್ಟಿನ ಸಿನಿಮಾಗಳೇ ಅಧಿಕ ಸಂಖ್ಯೆಯಲ್ಲಿರುತ್ತವೆ. ಒಂದು ಸಿನಿಮಾ ಬೋರಾಗುವುದಕ್ಕೆ ಕಾರಣ ಕಥೆ-ಚಿತ್ರಕಥೆ ಎಂದು ನೇರಾರೋಪ ಮಾಡಿಬಿಡಬಹುದು. ಹೇಗೆಂದರೆ ಚಿತ್ರದಲ್ಲಿರುವ ಕಥೆಯು ನೋಡುಗನ ಮನದಾಳಕ್ಕಿಳಿಯದೇ, ಇದು ನನ್ನದೇ ಕಥೆ ಎಂಥಲೋ, ಅಥವಾ ಹೌದು ಹೀಗಿರಬೇಕು, ಹೀಗೆ ನಡೆಯಬೇಕು ಅಂತಲೋ ನೋಡುಗನಿಗೆ ಅನಿಸದೇ ತೆರೆಯ ಮೇಲೆ ನಡೆಯುತ್ತಿರುವುದು ಕಲ್ಪಿತ ಎಂದೆನಿಸಿದಾಗ ಆಕಳಿಕೆ ಆರಾಮವಾಗಿ ಬಂದು ಬಿಡುತ್ತದೆ. ನೋಡು ನೋಡುತ್ತಿದ್ದಂತೆ, ಚಿತ್ರದಲ್ಲಿರುವ ಕಥೆ, ಪಾತ್ರಗಳು ಘಟನೆಗಳು ಪ್ರೇಕ್ಷಕರನ್ನು ತನ್ಮಯನಾಗಿಸಿದರೆ, ಎದೆ ಬಾಗಿಲನ್ನು ತಟ್ಟಿದರೆ ಸಾಕು! ತೆರೆ ಮೇಲೆ ಮೂಡಿ ಬರುತ್ತಿರುವ ಕಥೆಗೆ, ಘಟನಾವಳಿಗಳಿಗೆ ಪ್ರೇಕ್ಷಕ ಸ್ಪಂದಿಸಲು ಪ್ರಾರಂಭಿಸುತ್ತಾನೆ. ಒಮ್ಮೆ ಹೀಗಾಯಿತೆಂದರೆ ಸಮಯ ಎಂಬುದು ಗೌಣವಾಗುತ್ತದೆ. ಸಿನಿಮಾದ ಉದ್ದ ಅದೆಷ್ಟೇ ಇರಲಿ ಪ್ರೇಕ್ಷಕ ತಲೆ ಕೆಡಿಸಿಕೊಳ್ಳುವುದಿಲ್ಲ. ಲೆಕ್ಕ ಹಾಕುವುದಿಲ್ಲ. ಸಿನಿಮಾಕ್ಕೆ ಮೆತ್ತಿಕೊಂಡು ಅದರಲ್ಲೇ ತನ್ಮಯನಾಗಿಬಿಡುತ್ತಾನೆ. ಅಂದರೆ ಒಂದು ಕುತೂಹಲಕಾರಿ, ಚಂದನೆಯ ಸಿನಿಮಾಕ್ಕೆ ಸಮಯದ ಲಂಗುಲಗಾಮಿಲ್ಲವೆಂದಾಯಿತು. ಹಾಗಾದರೆ ಎಷ್ಟು ಉದ್ದದವರೆಗೆ ಒಂದು ಕಥೆಯನ್ನು ಸಿನಿಮಾವನ್ನಾಗಿ ನಿರೂಪಿಸಬಹುದು...? ಇಲ್ಲಿಯವರೆಗೆ ಎಷ್ಟುದ್ದದ ಸಿನಿಮಾಗಳು ಬಂದಿವೆ? ಅಂತಹ ಸಿನಿಮಾಗಳ ಕುರಿತು ಜನರ ಪ್ರತಿಕ್ರಿಯೆ ಏನು? ಎಂಬೆಲ್ಲಾ ಪ್ರಶ್ನೆಗಳು ಮೂಡುವುದು ಸಹಜ. ನನಗೂ ಈ ಪ್ರಶ್ನೆ ಕಾಡಿದ್ದು ನಿಜ! ತಕ್ಷಣ ಹುಡುಕಲು ಹೊರಟೆ. ಹುಡುಕಿದೆ. ಆಗ ಸಿಕ್ಕ ಮಾಹಿತಿಗಳು, ಸಿನಿಮಾಗಳು ಅಚ್ಚರಿ ತರಿಸಿದ್ದಷ್ಟೇ ಅಲ್ಲ ಸಾಧನೆಯ ಒಂದು ಹೊಸ ಮೆಟ್ಟಿಲನ್ನೇ ತೋರಿಸಿತು. ಇಷ್ಟೆಲ್ಲಾ ಸವಲತ್ತುಗಳ ನಡುವೆಯೂ, ಇಷ್ಟೆಲ್ಲಾ ಮಾದರಿ ಸಿನಿಮಾಗಳನ್ನಿಟ್ಟುಕೊಂಡು ನಾವೊಂದು ಎರಡು ಘಂಟೆಯ ಸಿನಿಮಾವನ್ನು ಅಚ್ಚುಕಟ್ಟಾಗಿ ನಿರೂಪಿಸಲು ಏದುಸಿರು ಬಿಡುತ್ತಿರುವಾಗ, ನಮ್ಮ ಹಿರಿಯರು ಉದ್ದುದ ಸಿನಿಮಾಗಳನ್ನು ಬಹಳ ಚಂದಾಗಿ ನಿರೂಪಿಸಿದ್ದು ಕಂಡು ಅಚ್ಚರಿ ಸಂತೋಷ ಎರಡೂ ಆಯಿತು. ಬನ್ನಿ! ಅಂತಹ ಒಂದಷ್ಟು ಉದ್ದನೆಯ ಸಿನಿಮಾಗಳ ಕುರಿತು ಚರ್ಚಿಸುತ್ತಾ ಚಿತ್ರರಂಗದ ಸಾಧನೆಗಳ ಒಂದು ಭಿನ್ನ ಮೆಟ್ಟಿಲೊಂದನ್ನು ಏರಿ ಬರೋಣ.

## ಲವ್ ಎಕ್ಸ್‌ಪೋಷರ್ (2009)

ಇತ್ತೀಚಿನ ದಿನಗಳಲ್ಲಿ ತೆರೆಗೆ ಬಂದ ಉದ್ದನೆಯ ಉತ್ತಮ ಜಪಾನಿ ಚಿತ್ರ **ಲವ್ ಎಕ್ಸ್‌ಪೋಷರ್** ಅಥವಾ **'ಐ ನೋ ಮುಕಾದಶಿ'** ಸುಮಾರು ನಾಲ್ಕು ಘಂಟೆಯಷ್ಟು ಉದ್ದವಿರುವ ಈ ಪ್ರೇಮಕಥಾನಕದ ಚಿತ್ರ ತೆರೆಗೆ ಬಂದದ್ದು 2008ರಲ್ಲಿ. ಇದರ ನಿರ್ದೇಶಕ ಸಿಯೋನ್‌ಸೋನೋ. ಮೂರು ಯುವ ಮನಸ್ಥಿತಿಯನ್ನು ಮೂರು ವಿಭಿನ್ನ ಕಥೆಗಳ ಮೂಲಕ ತೆರೆದಿಡುವ ಪ್ರಯತ್ನವೇ 'ಲವ್ ಎಕ್ಸ್‌ಪೋಷರ್'. ಮಲತಾಯಿ ಬರೋವರೆಗೂ ತನ್ನ ತಂದೆಯಲ್ಲಿಯೇ

**ಚಿತ್ರ–105: ಲವ್ ಎಕ್ಸ್ ಪೋಸರ್ ಚಿತ್ರದ ಪೋಸ್ಟರ್**

**ಚಿತ್ರ-106: ತಕಹಿರೊ ನಿಶಿಜಿಮಾ ಮತ್ತು ಹಿಕಾರಿ ಮಿತ್ಸುಶಿಮಾ**

ಹೆತ್ತಮ್ಮನ ಪ್ರೀತಿ ಕಾಣುತ್ತಿದ್ದ ಯೂ ಹೊಂಡಾನದು ಮೊದಲಕಥೆ. ತಂದೆ ಚರ್ಚ್ ಒಂದರಲ್ಲಿ ಪಾದ್ರಿ. ತಾಯಿಯಿಲ್ಲದಿದ್ದರೂ ತಂದೆಗೆ ಮಗನೆಂದರೆ ಪಂಚಪ್ರಾಣ. ಇಬ್ಬರೂ ಗೆಳೆಯರಂತೆ ಹರಟೆ ಹೊಡೆಯುತ್ತಾ ಸುಖಕರವಾಗಿ ದಿನಗಳೆಯುತ್ತಿರುತ್ತಾರೆ. ಆ ಸಂದರ್ಭದಲ್ಲಿ ಬಿರುಗಾಳಿಯಂತೆ ಬಂದೆರಗುತ್ತಾಳೆ ಮಲತಾಯಿ. ಅವಳ ಪ್ರವೇಶ ಇಡೀ ಸಂಸಾರದ ದಿಕ್ಕನ್ನೇ ಬದಲಿಸಿ ಬಿಡುತ್ತದೆ.

'ಯೋಕೋ' ಕೂಡ ಕೆಟ್ಟ ಕೌಟುಂಬಿಕ ಹಿನ್ನೆಲೆಯಿಂದ ಬಂದಂತಹ ಹದಿ ಹರೆಯದ ತರುಣಿ. ಗಂಡಸರೆಂದರೆ ಕಿಡಿಕಾರುವ ಪುರುಷದ್ವೇಷಿ. ಒಂದು ಅನೂಚಿತ ಘಟನೆಯೊಂದರಲ್ಲಿ ಯುವತಿಯಂತೆ ವೇಷ ಧರಿಸಿದ 'ಯೂ ಹೊಂಡಾ'ನ ಪ್ರೇಮಪಾಶಕ್ಕೆ ಬೀಳುತ್ತಾಳೆ. ಅವನು ಯುವತಿ ಎಂದೇ ಭಾವಿಸಿ! ಆಯಾಕೋಯಿ ಕೆಯಳದು ಕೂಡ ಕೆಟ್ಟ ಕೌಟುಂಬಿಕ ಹಿನ್ನೆಲೆ.

ಬಾಲ್ಯದಲ್ಲೇ ಲೈಂಗಿಕ ದೌರ್ಜನ್ಯಕ್ಕೆ ಒಳಗಾಗಿ ಅಂದಿನಿಂದ ಇಡೀ ಸಮಾಜದೆಡೆಗೆ ಒಂದು ಋಣಾತ್ಮಕ ದೃಷ್ಟಿ ಬೆಳೆಸಿಕೊಂಡವಳು. ಈಗ 'ಜೀರೋ ಚರ್ಚ್'ನಲ್ಲಿ ಕಟ್ಟಾ ಕ್ರೈಸ್ತವಾದಿಯಾಗಿ ಕೆಲಸ ಮಾಡುತ್ತಿದ್ದಾಳೆ. ಹಠಮಾರಿ ಮತ್ತು ಯಾವುದಕ್ಕೂ ಹೇಸದಂತಹ ಹುಡುಗಿ. ಈ ಮೂವರು ಒಂದು ಕಡೆ ಸಂಧಿಸುವ ಸಂದರ್ಭ ಬಂದುಬಿಡುತ್ತದೆ. ಒಬ್ಬರನ್ನೊಬ್ಬರು ಇಷ್ಟವಿಲ್ಲದಿದ್ದರೂ ಹಚ್ಚಿಕೊಳ್ಳಬೇಕಾದ ಪರಿಸ್ಥಿತಿಗಳು ಮೇಲಿಂದ ಮೇಲೆ ಎರಗಲು ಪ್ರಾರಂಭಿಸುತ್ತವೆ. ಮುಂದೇನಾಗುತ್ತದೆ. ಸಿನಿಮಾ ಗಮನ ಸೆಳೆಯುವುದು ತನ್ನ ಕುತೂಹಲಕಾರಿ, ರಂಜನೀಯವಾದ ಕಥೆಯಿಂದ. ಹಾಗೆ ಕಲಾವಿದರ ಮನೋಜ್ಞ ಅಭಿನಯದಿಂದ.

ಪ್ರಾರಂಭದಲ್ಲಿ ಒಬ್ಬೊಬ್ಬರದೇ ಕಥೆಗಳನ್ನು ಹೇಳುತ್ತಾ ಹೋಗುವ ನಿರ್ದೇಶಕ ನಮಗೆಲ್ಲೂ ಬೋರ್ ಹೊಡೆಸುವುದಿಲ್ಲ. ಬದಲಿಗೆ ತೆರೆಯ ಮೇಲಿನ ದುರ್ಘಟನೆಗಳಿಗೆ ಮರುಗುವಂತೆ ಮಾಡಿಬಿಡುತ್ತಾನೆ. ಚಿತ್ರಕಥೆಯೂ ಅಷ್ಟೇ. ತುಂಬಾ ಚುರುಕಾಗಿ ಹೆಣೆದಿದ್ದಾನೆ. ಮೂರು ಕಥೆಗಳ ಮೀಟಿಂಗ್ ಪಾಯಿಂಟ್ ಕೂಡ ಅಷ್ಟೇ ಬುದ್ಧಿವಂತಿಕೆಯಿಂದ ಕೂಡಿದ್ದಾಗಿದೆ.

ಇಂಥ ಸಂಕೀರ್ಣವಾದ ಮತ್ತು ಅಷ್ಟೇ ವಿಶಾಲವಾಗಿರುವ ಕಥೆಯನ್ನು ನಿರೂಪಿಸ ಹೊರಟಾಗ ಆಗುವ ಕೆಲವು ಅಡೆತಡೆಗಳನ್ನು ಮತ್ತು ಅನಗತ್ಯ ಉದ್ದವನ್ನು ತುಂಡರಿಸಲು, ಸಿನಿಮಾ ಬೋರ್ ಹೊಡೆಯದಂತೆ ಮಾಡಲು ನಿರ್ದೇಶಕ ಸೋನೋ ನಿರೂಪಣಾ ತಂತ್ರವನ್ನು ಬಳಸಿಕೊಂಡಿದ್ದಾನೆ. ಇದು ಸಿನಿಮಾದ ಉದ್ದವನ್ನು ಕಡಿಮೆ ಮಾಡಿದೆಯಲ್ಲದೆ ಕಥೆಯ ಓಘವನ್ನು ಹೆಚ್ಚಿಸಿದೆ. ಸಂಬಂಧಗಳ ಸೂಕ್ಷ್ಮತೆಗಳನ್ನು ಈ ಚಿತ್ರದಲ್ಲಿ ತೆರೆದಿಟ್ಟಿರುವ ಪರಿ ಅದ್ಭುತ ಎಂದೆನ್ನಬಹುದು. ಪಾದ್ರಿಯಾದರೂ ಹೆಣ್ಣಿನೆಡೆಗೆ ಸೆಳೆತಕ್ಕೊಳಗಾಗಿ ಅವನು ಅನುಭವಿಸುವ ಮಾನಸಿಕ ದ್ವಂದ್ವಗಳನ್ನು ತುಂಬಾ ಚೆನ್ನಾಗಿ ದೃಶ್ಯರೂಪಕ್ಕೆ ತಂದಿದ್ದಾನೆ ಸೋನೋ. ನಾಲ್ಕು ಘಂಟೆಯ ಚಿತ್ರವನ್ನೊಮ್ಮೆ ನೋಡಿದ ಮೇಲೆ ಸಿನಿಮಾವನ್ನು ಮತ್ತೊಮ್ಮೆ ನೋಡಬೇಕನ್ನಿಸುತ್ತದೆಯೇ ಹೊರೆತು ಬೋರ್ ಹೊಡೆಸುವುದಿಲ್ಲ. ಹಾಗೇ ಸಿನಿಮಾವು ತುಂಬಾ ದಿನದವರೆಗೆ ಕಾಡುತ್ತದೆ.

## ಶಿಯಾನ್ ಸೋನೋ

1961ರಲ್ಲಿ ಜಪಾನಿನಲ್ಲಿ ಜನಿಸಿದ ಶಿಯಾನ್ ಸೋನೋ ಒಬ್ಬ ಕವಿ ಮತ್ತು ವಿವಾದಾತ್ಮಕ ಚಲನಚಿತ್ರ ನಿರ್ದೇಶಕ. 17 ವರ್ಷದವನಿದ್ದಾಗಲೇ ಕವಿತೆ ಬರೆಯಲು ಪ್ರಾರಂಭಿಸಿದ ಸೋನೋ 1985ರಲ್ಲಿ 8mm ಫಿಲ್ಮ್ ನೆಗೆಟಿವ್ ಬಳಸಿ 'ಐ ಯಾಮ್ ಶಿಯಾನ್ ಸೋನೋ' ಎಂಬ ಕಿರುಚಿತ್ರ ನಿರ್ಮಿಸಿದ. ಸುಮಾರು 30 ನಿಮಿಷಗಳಷ್ಟು ಉದ್ದವಿದ್ದ ಈ ಕಿರುಚಿತ್ರ 'ಪಿಯಾ' ಚಲನಚಿತ್ರೋತ್ಸವದಲ್ಲಿ ಎಲ್ಲರ ಪ್ರಶಂಸೆಗಳಿಸಿತ್ತು. ಆನಂತರ 1990ರಲ್ಲಿ ತನ್ನ ಪೂರ್ಣಪ್ರಮಾಣದ ಚಲನಚಿತ್ರವಾದ ಬೈಸಿಕಲ್ ಸೈಸ್ ನಿರ್ದೇಶಿಸಿದ. ಇದರಲ್ಲಿ ಮುಖ್ಯಪಾತ್ರವನ್ನೂ ವಹಿಸಿದ್ದ. ಈ

**ಚಿತ್ರ–107: ಶಿಯಾನ್ ಸೊನೊ**

ಚಿತ್ರವು ಗಲ್ಲಾಪೆಟ್ಟಿಗೆಯಲ್ಲಿ ದೋಚಿದ್ದಲ್ಲದೆ, ಸೋನೋಗೆ ನಿರ್ದೇಶಕನಾಗಿ ಅಪಾರ ಹೆಸರು ತಂದುಕೊಟ್ಟಿತು.

**ಸೂಸೈಡ್ ಕ್ಲಬ್** (2002), **ಹಜಾರ್ಡ್** (2005), **ಸ್ಟ್ರೇಂಜ್ ಸರ್ಕಸ್** (2005), **ನೋರಿಕಾ'ಸ್ ಡಿನ್ನರ್ ಟೇಬಲ್** (2006), **ಎಕ್ಸ್‌ಟೀ** (2007), **ಲಾರ್ಡ್ ಆಫ್ ಕಾವೋಸ್**(2010) ಇವು ಸೋನೋ ನಿರ್ದೇಶನದ ಪ್ರಸಿದ್ಧ ಚಿತ್ರಗಳು.

- **ನಿರ್ದೇಶಕರು:** ಶಿಯೋನ್ ಸೋನೋ.
- **ನಿರ್ಮಾಪಕರು:** ಯು ಟಾಕಾ ಮೋರೋಹಾಷಿ.
- **ತಾರಾಗಣ:** ತಕಹಿರೋ ನಿಶಿಜಿಮಾ, ಹಿಕಾರಿ ಮಿತ್ಸುಷಿಮಾ, ಸಕುರಾ ಆಂಡೋ, ಮಕಿಕೋ ವತನಬೇ.
- **ಭಾಷೆ:** ಜಪಾನಿ.
- **ಬಿಡುಗಡೆಯಾದ ದಿನಾಂಕ:** 31 ಜನವರಿ 2009.
- **ಅವಧಿ:** 237 ನಿಮಿಷಗಳು.
- **ಕೊಸರು:** ಬಿಡುಗಡೆಗೂ ಮುನ್ನ ಈ ಚಿತ್ರವು ಆರು ಗಂಟೆಯಷ್ಟು ಉದ್ದವಿತ್ತಂತೆ. ಆದರೆ ನಿರ್ಮಾಪಕರು ಆರು ಗಂಟೆಯ ಚಿತ್ರವನ್ನು ಬಿಡುಗಡೆ ಮಾಡಲು ಸಾಧ್ಯವಿಲ್ಲವೆಂದಾಗ ನಿರ್ದೇಶಕ ಸೋನೊ ಅದನ್ನು ನಾಲ್ಕು ಗಂಟೆಯ ಚಿತ್ರವನ್ನಾಗಿ ಸಂಕಲಿಸಿದನಂತೆ!

## ಲೆಸ್ ಮಿಸರಬಲ್ಸ್

1934ರಲ್ಲಿ ಬಿಡುಗಡೆಯಾದ 'ಫ್ರೆಂಚ್' ಭಾಷೆಯ ಚಲನಚಿತ್ರ 'ಲೆಸ್ ಮಿಸರಬಲ್ಸ್' ವಿಕ್ಟರ್ ಹ್ಯುಗೋನ ಇದೇ ಹೆಸರಿನ ಕಾದಂಬರಿ ಆಧಾರಿತ ಚಿತ್ರದ ನಿರ್ದೇಶಕ ರೇಮಂಡ್ ಬೆರ್ನಾರ್ಡ್. ಸುಮಾರು ನಾಲ್ಕು ಘಂಟೆ ಮೂವತ್ತೊಂಬತ್ತು ನಿಮಿಷದಷ್ಟು ಉದ್ದನೆಯ ಈ ಚಿತ್ರದ ತಾರಾಗಣದಲ್ಲಿ ಹ್ಯಾರಿ ಬಾರ್, ಚಾರ್ಲಸ್ ವ್ಯಾನೇಲ್ ಮುಂತಾದವರಿದ್ದಾರೆ. ವಿಕ್ಟರ್ ಹ್ಯುಗೋನ ಕಾದಂಬರಿಗೆ ಅದರ ಭಾವಕ್ಕೆ ಎಲ್ಲೂ ಚ್ಯುತಿ ಬಾರದಂತೆ, ಹಾಗೆ ಮೂಲಕ್ಕೆ ನಿಷ್ಠವಾಗಿ ಈ ಸಿನಿಮಾವನ್ನು ನಿರ್ದೇಶಿಸಲಾಗಿರುವುದು ಒಂದು ವಿಶೇಷವೆ ಸರಿ. ಒಂದು ಬೃಹತ್ ಕಾದಂಬರಿಯನ್ನು ಸಿನಿಮಾರೂಪಕ್ಕೆ ತರುವಾಗ ಹಲವಾರು ಲಾಭ ನಷ್ಟಗಳೆರಡೂ ಇರುತ್ತವೆ. ಇತಿಮಿತಿಗಳೂ ಇರುತ್ತವೆ. ಇಡೀ ಕಾದಂಬರಿಯ ಪುಟ ಪುಟವನ್ನೂ ದೃಶ್ಯರೂಪಕ್ಕೆ ತರುವುದು ಸುಲಭದ ಮಾತಲ್ಲ. ಅಥವಾ ಹಾಗೇ ತಂದಾಗ ಸಿನಿಮಾ ರೂಪದಲ್ಲಿ ಅದು ಹೆಚ್ಚು ಪರಿಣಾಮಕಾರಿಯಾಗದೇ

ಹೋಗಬಹುದು. ಆದರೆ 'ಲೆಸ್ ಮಿಸರಬಲ್ಸ್' ಇದಕ್ಕೊಂದು ಅಪವಾದ ಎನ್ನಬಹುದು. 'ವಿಕ್ಟರ್ ಹ್ಯುಗೋ'ನ ಕಾದಂಬರಿಯ ಅಂತಃಸತ್ವಕ್ಕೆ ಎಲ್ಲೂ ಚ್ಯುತಿ ಬರದಂತೆ ಈ ಸಿನಿಮಾವನ್ನು ನಿರೂಪಿಸಲಾಗಿದೆ. ನೋಡಲು ಸಮಯ, ಖಾಲಿ ಖಾಲಿ ಮನಸ್ಸಿರಬೇಕಷ್ಟೆ!

ಚಿತ್ರದಲ್ಲಿ ಪ್ರಮುಖವಾಗಿ ಎರಡು ಪಾತ್ರಗಳಿವೆ. ಜೀನ್‌ವಾಲ್‌ಜೀನ್ ಮತ್ತು ಜಾವರ್ಟ್. ಜಾವರ್ಟ್ ಒಬ್ಬ ಪೊಲೀಸ್ ಅಧಿಕಾರಿ. ತುಂಬಾ ಕಟ್ಟು ನಿಟ್ಟು. ಹಿಂದೆ-ಮುಂದೆ ನೋಡುವ ಜಾಯಮಾನದವನಲ್ಲ. ಜೀನ್ ಒಂದು ಸಾರಿ ಬ್ರೆಡ್ಡಿನ ತುಂಡು

**ಚಿತ್ರ–108: ಲೆಸ್ ಮಿಸೆರಬಲ್ಸ್ ಚಿತ್ರದ ಪೋಸ್ಟರ್**

ಕದ್ದು ಜಾವರ್ಟ್ ಕೈಗೆ ಸಿಕ್ಕಾಕಿಕೊಂಡಮೇಲೆ ಒಳ್ಳೆಯವನಾಗಲು, ತನ್ನ ದಾರಿ ಬದಲಿಸಿಕೊಳ್ಳಲು ಪದೇ ಪದೇ ಪ್ರಯತ್ನಿಸುತ್ತಾನೆ. ಆದರೆ ಅವನ ಪ್ರಯತ್ನವೆಲ್ಲಾ ಜಾವರ್ಟ್‌ನಿಂದಾಗಿ ಹಳ್ಳ ಹಿಡಿಯುತ್ತಿರುತ್ತದೆ. ಈ ಇಬ್ಬರು ಪಾತ್ರಗಳ ದ್ವಂದ್ವಗಳ ಸಂಘರ್ಷದ ಕತೆಯನ್ನು ವಿವರವಾಗಿ, ನಿಧಾನಕ್ಕೆ ಹೇಳುತ್ತಾ ಹೋಗುತ್ತಾನೆ ನಿರ್ದೇಶಕ. ಸಿನಿಮಾದಲ್ಲಿ ಎಲ್ಲಾ ಅಂಶಗಳಿವೆ. ರಾಜಕೀಯ, ಕೌಟುಂಬಿಕ ಸಮಸ್ಯೆಗಳು, ಆಷಾಢಭೂತಿತನ, ವೇಶ್ಯಾವಾಟಿಕೆ, ಕ್ರಾಂತಿಕಾರಿ ಘಟನೆಗಳು, ಪ್ರೀತಿ–ಪ್ರೇಮ–ದ್ವೇಷ. ಹೀಗೆ ಸಿನಿಮಾದ ಹರವೂ ಹಾಗಿದೆ. ಚಿತ್ರದ ಚಿತ್ರಕತೆ ಕವಲು ಕವಲಾಗಿ ಸಾಗಿ ಒಂದೊಂದೇ ಪಾತ್ರವನ್ನು ಪರಿಚಯಿಸುತ್ತಾ ಅದರ ಹಿನ್ನೆಲೆಯನ್ನು ಬಿಡಿಸಿಟ್ಟು ಅದರ ಅಕ್ಕಪಕ್ಕದ ಪಾತ್ರಗಳ ಮೇಲೆ ಬೆಳಕು ಚೆಲ್ಲುತ್ತಾ, ಸುತ್ತಲಿನ ಪರಿಸ್ಥಿತಿಯನ್ನು ವಿವರಿಸುತ್ತಾ ನಿರೂಪಿತವಾಗುತ್ತದೆ. ಸುಮಾರು 20 ವರ್ಷಗಳ ಕಾಲಾವಧಿಯಲ್ಲಿ ನಡೆಯುವ ಘಟನೆಗಳನ್ನು ನಾಲ್ಕು ಮುಕ್ಕಾಲು ಘಂಟೆಯಲ್ಲಿ ಬಿಡಿಸಿಡುತ್ತಾ ಸಾಗುವ ಈ ಕಪ್ಪು–ಬಿಳುಪು ಚಿತ್ರ 1951ರಲ್ಲಿ ಪುನರ್ ಬಿಡುಗಡೆಯಾಯಿತು. ಬಿಡುಗಡೆಯಾದ ಸಂದರ್ಭದಲ್ಲಿ ಪ್ರೇಕ್ಷಕರಿಂದ ವಿಮರ್ಶಕರಿಂದ ಅಪಾರ ಪ್ರಶಂಸೆ ಪಡೆದರೂ ಚಿತ್ರದ ದೀರ್ಘಾವಧಿಯಿಂದಾಗಿ ಫ್ರಾನ್ಸ್ ಬಿಟ್ಟು ಬೇರೆಡೆ ಬಿಡುಗಡೆಯಾಗಲಿಲ್ಲ.

**ಚಿತ್ರ–109: ವಿಕ್ಟರ್ ಹ್ಯುಗೋ**

ಇದೇ **ಲೆಸ್ ಮಿಸರ್ಬಲ್** 1935ರಲ್ಲಿ, ರಿಚಾರ್ಡ್ ಬೋಲೆಸ್ಲಾವಿಸ್ಕಿ ನಿರ್ದೇಶನದಲ್ಲಿ ಇಂಗ್ಲಿಷಿನಲ್ಲಿಯೂ, ಗ್ಲೇನ್ ಜೋರ್ಡಾನ್ ನಿರ್ದೇಶನದಲ್ಲಿ 1978ರಲ್ಲೂ, ಲೆವಿಸ್ ಮೈಲ್‌ಸ್ಟೋನ್ ನಿರ್ದೇಶನದಲ್ಲಿ 1952ರಲ್ಲೂ, ರಾಬರ್ಟ್ ಹೊಸೇನ್ ನಿರ್ದೇಶನದಲ್ಲಿ 1982ರಲ್ಲೂ, ಕ್ಲಾಡ್ ಲಿಲೌಚ್ ನಿರ್ದೇಶನದಲ್ಲಿ 1995ರಲ್ಲೂ, ಬಿಲ್ಲೇ ಆಗಸ್ಟ್ ನಿರ್ದೇಶನದಲ್ಲಿ 1998ರಲ್ಲೂ ಪುನರ್ನಿರೂಪಿತವಾಗಿದೆ. ಪದೆ ಪದೇ ಬೇರೆ ಬೇರೆ ನಿರ್ದೇಶಕರ ಕೈಯಲ್ಲಿ ಸಿನಿಮಾ ರೂಪ ಪಡೆಯುತ್ತಲೇ ಇದೆ. ಆದರೂ ನಮಗೆ ಕಾದಂಬರಿಗೆ ಹೆಚ್ಚು ಹತ್ತಿರವಾಗಿರುವುದು 1934ರ ಲೆಸ್ ಮಿಸರ್ಬಲ್! ಒಂದು ದಿನವೆಲ್ಲಾ ಈ ಚಿತ್ರಕ್ಕೆ ಮೀಸಲಿಡಿ. ಒಂದಷ್ಟು ಪಾಪ್ ಕಾರ್ನ್ ಪಕ್ಕದಲ್ಲಿಟ್ಟುಕೊಂಡು ಮೊಬೈಲ್

ಸ್ವಿಚ್ ಆಫ್ ಮಾಡಿಕೊಂಡು ಲೆಸ್ ಮಿಸರ್ಬಲ್ ಮುಂದೆ ಕುಳಿತು ಬಿಡಿ. ಮುಂದಿನದನ್ನು 'ಲೆಸ್ ಮಿಸರ್ಬಲ್' ಸಿನಿಮಾಕ್ಕೆ ಬಿಟ್ಟುಬಿಡಿ!

## ರೇಮಂಡ್ ಬರ್ನಾರ್ಡ್

ಖ್ಯಾತ ಲೇಖಕರ ಟ್ರಿಸ್ಟಾನ್ ಬೆರ್ನಾಡ್ ಮಗನಾದ ರೇಮಂಡ್ ಹುಟ್ಟಿದ್ದು 1891 ಅಕ್ಟೋಬರ್ 10ರಂದು, ಪ್ಯಾರಿಸ್‌ನಲ್ಲಿ. ಚಿತ್ರರಂಗದಲ್ಲಿ ನಟನಾಗಿ, ಸಂಕಲನಕಾರನಾಗಿ, ನಿರ್ದೇಶಕನಾಗಿ ಹೆಸರು ಗಳಿಸಿರುವ ರೇಮಂಡ್ ಮೂಲತಃ ರಂಗಕರ್ಮಿ. ಸೆವೆನ್ತ್ ಹೆವೆನ್ (1958), ದಿ ಸೆವೆನ್ತ್ ಕಮಾಂಡ್‌ಮೆಂಟ್ (1957) ಜಡ್ಜ್‌ಮೆಂಟ್ ಆಫ್ ಗಾಡ್ (1952), ಅನ್ನೀ–ಮೆರೀ (1936), ವುಡನ್ ಕ್ರಾಸಸ್ (1932) ಮುಂತಾದ ಯಶಸ್ವಿ ಚಿತ್ರಗಳನ್ನು ಚಿತ್ರರಂಗಕ್ಕೆ ಕೊಡುಗೆಯಾಗಿ ನೀಡಿದ್ದಾನೆ.

**ಚಿತ್ರ–110:** ರೇಮಂಡ್ ಬರ್ನಾರ್ಡ್

ಚಿತ್ರದ ಸಂಕ್ಷಿಪ್ತ ವಿವರ:

- **ನಿರ್ದೇಶನ:** ರೇಮಂಡ್ ಬರ್ನಾರ್ಡ್.
- **ನಿರ್ಮಾಪಕರು:** ರೇಮಂಡ್ ಬರ್ನಾರ್ಡ್, ಬರ್ನಾರ್ಡ್ ನಾತನ್.
- **ತಾರಾಗಣ:** ಹ್ಯಾರಿ ಬಾರ್, ಚಾರ್ಲ್ ವಾನಲ್.
- **ಸಂಗೀತ:** ಆರ್ಥರ್ ಹೊನೆಗರ್.
- **ಬಿಡುಗಡೆಯಾದ ವರ್ಷ:** 1934 ಫೆಬ್ರವರಿ 3.
- **ಅವಧಿ:** 279 ನಿಮಿಷಗಳು.
- **ದೇಶ:** ಫ್ರಾನ್ಸ್.
- **ಭಾಷೆ:** ಫ್ರೆಂಚ್.
- **ಕೊಸರು:** ಈ ಚಿತ್ರದಲ್ಲಿ ಸ್ಮರಣೀಯ ಅಭಿನಯ ನೀಡಿದ ನಟ ಹ್ಯಾರಿ ಬೌರ್ ಎರಡನೆಯ ಮಹಾಯುದ್ಧದ ಸಮಯದಲ್ಲಿ ಜೆರ್ಮನ್ ಪೋಲೀಸರಿಂದ ಬಂಧನಕ್ಕೊಳಗಾದವನು ನಾಲ್ಕು ತಿಂಗಳುಗಳ ನಂತರ ಬಿಡುಗಡೆಯಾದರೂ ನಿಗೂಢವಾಗಿ ಅಸುನೀಗಿದ!

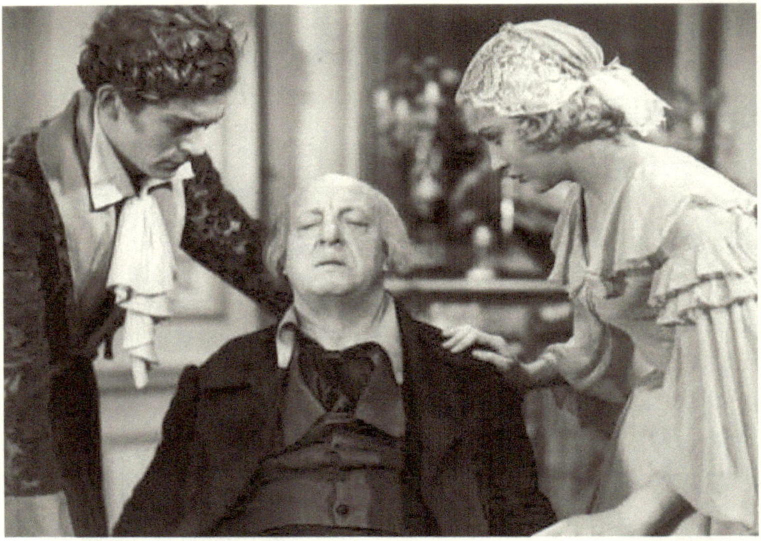

**ಚಿತ್ರ–111: ಲೆಸ್ ಮಿಸರಬಲ್ಸ್ ಚಿತ್ರದಲ್ಲಿ ಹ್ಯಾರಿ ಬೌರ್ ಮತ್ತು ಫ್ಲೋರೆಲ್**

## ಫ್ಯಾನಿ ಅಂಡ್ ಅಲೆಕ್ಸಾಂಡರ್

ಇಂಗ್‌ಮಾರ್ ಬರ್ಗ್‌ಮಾನ್ ಜಾಗತಿಕ ಚಿತ್ರಜಗತ್ತು ಕಂಡ ಅಪರೂಪದ ನಿರ್ದೇಶಕರಲ್ಲಿ ಒಬ್ಬ. ತನ್ನ ವಿಭಿನ್ನ ದೃಷ್ಟಿ ಕೋನದಿಂದ ವಿಭಿನ್ನ ನಿರೂಪಣಾ ಶೈಲಿಯಿಂದ ಮತ್ತು ಪ್ರಯೋಗಶೀಲತೆಯಿಂದ ಹೆಸರುಗಳಿಸಿದ ಇಂಗ್‌ಮಾರ್ ಸಿನಿಮಾಗಳನ್ನು ನೋಡುವುದೆಂದರೆ ಅದೊಂದು ಸಿನಿಮಾ ಸಂಬಂಧಿ ಅಧ್ಯಯನ ಎಂದೇ ಹೇಳಬಹುದು.

1918 ಜುಲೈ 14ರಂದು ಸ್ವೀಡನ್ನಿನ ಉಪ್ಪಸಲಾದಲ್ಲಿ ಪೂಜಾರಿಯ ಮಗನಾಗಿ ಜನಿಸಿದ ಬರ್ಗ್‌ಮಾನ್ ನಿರ್ದೇಶಕನಾಗಿ, ನಿರ್ಮಾಪಕನಾಗಿ, ನಟನಾಗಿ, ಬರಹಗಾರನಾಗಿ

**ಚಿತ್ರ–112: ಇಂಗ್‌ಮಾರ್‌ಬರ್ಗ್‌ಮನ್**

**ಚಿತ್ರ–113: ಸೆವೆನ್ತ್ ಸೀಲ್ ಚಿತ್ರದ ದೃಶ್ಯ**

ಚಿತ್ರರಂಗಕ್ಕೆ ಗಣನೀಯ ಸೇವೆ ಸಲ್ಲಿಸಿದ್ದಾನೆ. ಪ್ರತಿ ಚಿತ್ರದಲ್ಲೂ ಏನಾದರೊಂದು ಪ್ರಯೋಗ ಇಂಗ್‌ಮಾರ್ ಬರ್ಗ್‌ಮಾನ್ ಮಾಡುವ ಬರ್ಗ್‌ಮಾನ್ ಸೃಜನಶೀಲತೆಗೆ ಎತ್ತಿದ ಕೈ. ಚಿತ್ರದ ಕಥೆಯನ್ನು ನಿರೂಪಿಸುವಾಗ ಯಾವ ರೀತಿಯಿಂದ ಹೊಸತನದಲ್ಲಿ ಪ್ರೇಕ್ಷಕರು ಮುಂದಿಡಲು ಸಾಧ್ಯ ಎಂದು ಪ್ರತಿಸಾರಿ ತನ್ನನ್ನೇ ಪ್ರಶ್ನಿಸಿಕೊಳ್ಳುತ್ತಿದ್ದನಂತೆ. ಅವನ ಈ ಹೊಸತನದೆಡೆಗಿನ ಸೆಳೆತ ಅವನ ಪ್ರತಿ ಚಿತ್ರದಲ್ಲೂ ಕಾಣಸಿಗುತ್ತದೆ. ಅದು ಪತ್ತೇದಾರಿ ಇರಬಹುದು, ಯುವಕರ ಹದಿಹರೆಯಕ್ಕೆ ಸಂಬಂಧಿಸಿದ ಕತೆ ಇರಬಹುದು, ಚಿತ್ರ ನೋಡುವಾಗ ಹೊಸ ಹೊಸ ಅನುಭವ ಕೊಡುವುದಂತೂ ಸತ್ಯ. ಚಲನಚಿತ್ರಗಳು, ಸಾಕ್ಷ್ಯಚಿತ್ರಗಳು, ಕಿರುಚಿತ್ರಗಳು ಎಲ್ಲವೂ ಸೇರಿ ಸುಮಾರು 60 ಕಲಾಕೃತಿಗಳನ್ನು ನಿರ್ದೇಶಿಸಿರುವ ಬರ್ಗ್‌ಮಾನ್ ನಾಟಕಗಳನ್ನೂ ರಚಿಸಿ ನಿರ್ದೇಶಿಸಿದ್ದಾನೆ.

ಇದೇ ಬರ್ಗ್‌ಮಾನ್ ಹೆಸರಾಂತ ಚಿತ್ರ 'ದಿ ಸೆವೆನ್ತ್ ಸೀಲ್' ತೆಗೆದುಕೊಳ್ಳಿ. ಸಾವಿನ ಜೊತೆ ಚದುರಂಗ ಆಡುವ ಯೋಧನ ಕತೆ ಇರುವ ಈ ಚಿತ್ರವನ್ನು ದೃಶ್ಯಮಾಧ್ಯಮಕ್ಕಿಳಿಸುವುದು ಆವತ್ತಿನ ಕಾಲಘಟ್ಟಕ್ಕೆ ಸವಾಲಿನ ವಿಷಯವಾಗಿತ್ತು. ಆದರೆ 'ಸೆವೆನ್ತ್‌ಸೀಲ್' ನೋಡಿದ ಪ್ರೇಕ್ಷಕರಾಗಲಿ, ವಿಮರ್ಶಕರಾಗಲಿ ತುಟಿಕ್ ಪಿಟಿಕ್ ಎಂದಿರಲಿಲ್ಲ.

ಬರ್ಗ್‌ಮಾನ್ ನಿರ್ದೇಶನದ ಮೂರು ಚಿತ್ರಗಳಿಗೆ ಉತ್ತಮ ಪ್ರಾದೇಶಿಕ ಭಾಷಾ ಚಲನಚಿತ್ರದಡಿಯಲ್ಲಿ ಆಸ್ಕರ್ ದೊರೆತಿದೆ ಎಂದರೆ ಬರ್ಗ್‌ಮಾನ್‌ನ ಸಿನಿಮಾಗಳ ಗುಣಮಟ್ಟ ಏನು ಎಂಬುದರ ಅಂದಾಜು ಹಾಕಬಹುದು.

ಥ್ರೂ ದಿ ಗ್ಲಾಸ್ ಡಾರ್ಕ್ಲಿ (1961), ದಿ ವರ್ಜಿನ್ ಸ್ಪ್ರಿಂಗ್ (1960), ದಿ ಡೆವಿಲ್ಸ್ ಐ (1960), ವೈಲ್ಡ್ ಸ್ಟ್ರಾಬೆರ್ರೀಸ್ (1957), ದಿ ಸೆವೆನ್ತ್ ಸೀಲ್ (1957), ಡ್ರೀಮ್ಸ್(1958), ಎ ಲೆಸನ್ ಇನ್ ಲವ್ (1954), ಸಮ್ಮರ್ ವಿತ್ ಮೋನಿಕಾ (1953), ಸೀಕ್ರೇಟ್ಸ್ ಆಫ್ ವಿಮೆನ್ (1952), ಪ್ರಿಸನ್ (1949), ಎ ಶಿಪ್ ಟು ಇಂಡಿಯಾ (1947), ಇಟ್ ರೈನ್ಸ್ ಆನ್ ಅವರ್ ಲವ್ (1946) ಮುಂತಾದವು ಬರ್ಗ್‌ಮಾನ್‌ನ ಸಿನಿಪ್ರಿಯರು ನೋಡಲೇಬೇಕಾದ ಚಿತ್ರಗಳು.

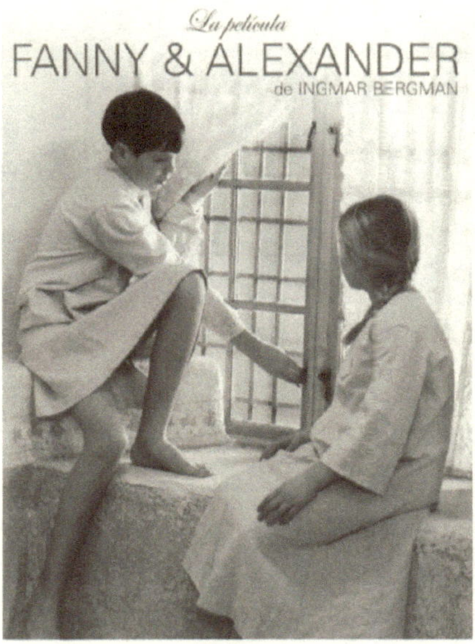

**ಚಿತ್ರ–114: ಫ್ಯಾನಿ ಅಂಡ್ ಅಲೆಕ್ಸಾಂಡರ್**

ಫ್ಯಾನಿ ಅಂಡ್ ಅಲೆಕ್ಸಾಂಡರ್ 1982ರಲ್ಲಿ ಬಿಡುಗಡೆಯಾದ ಸ್ವೀಡಿಷ್ ಚಿತ್ರ. ಸುಮಾರು 312 ನಿಮಿಷಗಳಷ್ಟು ಉದ್ದವಿರುವ ಈ ಚಿತ್ರವನ್ನು ಮೊದಲಿಗೆ ಕಿರುತೆರೆಯಲ್ಲಿ ಪ್ರದರ್ಶಿಸುವ ಉದ್ದೇಶದೊಂದಿಗೆ ನಿರ್ಮಿಸಲಾಗಿತ್ತು. ಕಿರುತೆರೆಯಲ್ಲಿ ನಾಲ್ಕು ಭಾಗಗಳನ್ನಾಗಿ ಪ್ರದರ್ಶಿಸಲು ಮತ್ತು ಚಿತ್ರಮಂದಿರಗಳಲ್ಲಿ 178 ನಿಮಿಷಗಳಷ್ಟನ್ನು ಪ್ರದರ್ಶಿಸಲು ಯೋಚಿಸಿ, ಸಂಕಲನ ಕೂಡ ಮಾಡಿಯಾಗಿತ್ತು. ಆದರೆ ಈ ಎರಡೂ ಆವೃತ್ತಿಗಳು ಚಲನಚಿತ್ರಮಂದಿರದಲ್ಲಿ ಬಿಡುಗಡೆಯಾಯಿತಲ್ಲದೆ, ಯಶಸ್ವಿಯೂ ಆದವು. 1983ರಲ್ಲಿ ಯು.ಎಸ್.ಎ.ದಲ್ಲಿ ಬಿಡುಗಡೆಯಾದ ಫ್ಯಾನಿ ಅಂಡ್ ಅಲೆಕ್ಸಾಂಡರ್ ಗಲ್ಲಾಪೆಟ್ಟಿಗೆಯಲ್ಲಿ ಯಶಸ್ವಿಯಾದದ್ದಲ್ಲದೆ 1983ರ ಆಸ್ಕರ್ ಪ್ರಶಸ್ತಿಯ ಕಣದಲ್ಲಿ ಸ್ಪರ್ಧಿಸಿ ಉತ್ತಮ ಛಾಯಾಗ್ರಹಣ (ವೇನ್ ನೈಕೆವಿಸ್ಟ್), ಉತ್ತಮ ಕಲಾ ನಿರ್ದೇಶನ (ಅನ್ನ, ಸುಸಾನ್ನೆ ಲಿಂಗೇಮ್) ಮತ್ತು ಉತ್ತಮ ವಸ್ತ್ರ ವಿನ್ಯಾಸ(ಮಾರ್ಕ್ ವೋಸ್ ಲುಂಧ್)ಕ್ಕಾಗಿ ಪ್ರಶಸ್ತಿಗಳನ್ನು ತನ್ನದಾಗಿಸಿಕೊಂಡಿತು. ಅದೇ ವರ್ಷದ 'ಗೋಲ್ಡನ್ ಗ್ಲೋಬ್'ನ ಉತ್ತಮ ವಿದೇಶಿ ಚಲನಚಿತ್ರ ಪ್ರಶಸ್ತಿ ಕೂಡ ಫ್ಯಾನಿ ಅಂಡ್ ಅಲೆಕ್ಸಾಂಡರ್ ಚಿತ್ರದ ಪಾಲಾಯಿತು. ಚಿತ್ರದ ಒಟ್ಟು ಉದ್ದ 312 ನಿಮಿಷಗಳು. ಇಷ್ಟು ದೀರ್ಘಾವಧಿ ಸಿನಿಮಾದ ಕತೆ ಮಾತ್ರ ತುಂಬಾ ಸರಳವಾದದ್ದು. ಹಾಗೇ ಅದರ ನಿರೂಪಣೆಯೂ! ಬರ್ಗ್‌ಮಾನ್ ದೃಷ್ಟಿಯಲ್ಲಿ ಚಿತ್ರದ ಅವಧಿ ಹೆಚ್ಚಿದಷ್ಟು

**ಚಿತ್ರ–115: ಬರ್ಟಿಲ್ ಗುವೆ ಮತ್ತು ಪೆರ್ನಿಲಾ ಆಲ್ವಿನ್**

ಚಿತ್ರದ ಮನರಂಜನೆ ನೀಡುವಂತಿರಬೇಕು ಎಂಬುದಿತ್ತು. ಆ ನಿಟ್ಟಿನಲ್ಲಿ ಫ್ಯಾನಿ ಅಂಡ್ ಅಲೆಕ್ಸಾಂಡರ್ ನಿರೂಪಿಸಿರುವ ಬರ್ಗ್‌ಮಾನ್ ಕಥೆಯ ಹೂರಣವನ್ನು ತುಂಬಾ ಆಸಕ್ತಿಕರವಾಗಿಸಿದ್ದಾನೆ.

ಒಂದು ಸುಂದರವಾದ ಊರು. ಬಹುಶಃ ಅದು ಉಪ್ಪುಸಲಾ ಇರಬಹುದು. ಅಥವಾ ಯಾವುದೋ ಕಲ್ಪಿತ ಊರಾಗಿರಬಹುದು. ಅಲ್ಲೊಂದು ಅಚ್ಚುಕಟ್ಟಾದ ಸುಖಿ ಕುಟುಂಬವಿದೆ. ಕಲೆ–ಸಂಸ್ಕೃತಿಯ ಹಿನ್ನೆಲೆಯಿರುವ ಆ ಕುಟುಂಬದಲ್ಲಿ ತಂದೆ–ತಾಯಿ ಮತ್ತು ಇಬ್ಬರು ಮಕ್ಕಳಿದ್ದಾರೆ. ಆ ಎರಡು ಮಕ್ಕಳೇ ಫ್ಯಾನಿ ಮತ್ತು ಅಲೆಕ್ಸಾಂಡರ್. ತಂದೆ–ತಾಯಿಗಿಷ್ಟವಾದ ಮುದ್ದಾದ ಮಕ್ಕಳವು. ಅದು 1907–1909ನೇ ಇಸವಿಯ ಸಮಯ. ಇಂಥ ಸುಖಿ ಕುಟುಂಬಕ್ಕೆ ಬಿರುಗಾಳಿಯಂತೆ ಬಂದೆರಗುವುದು ತಂದೆಯ ಸಾವು. ಲಕ್ವದಿಂದ ಸಾವನ್ನಪ್ಪುವ ತಂದೆ. ಅಲ್ಲಿಂದಾಚೆಗೆ ಇಡೀ ಕುಟುಂಬ ದಿಕ್ಕು ತಪ್ಪಿದ ದೋಣಿಯಂತಾಗುತ್ತದೆ. ಹೇಗಾದರೂ ಮಾಡಿ ತನ್ನ ಸಂಸಾರ ಸರಿದೂಗಿಸಬೇಕು, ಎಂಬಾಕಾಂಕ್ಷೆಯಿಂದ ಬಿಷಪ್‌ನೊಂದಿಗೆ ತಾಯಿ ಎರಡನೇ ಮದುವೆಯಾದಾಗ ಪರಿಸ್ಥಿತಿ ಇನ್ನೂ ಬಿಗಡಾಯಿಸುತ್ತದೆ. ಮಲತಂದೆಯಾಗಿ ಬರುವ ಬಿಷಪ್ ಮನೆಯನ್ನು ಬಂದೀಖಾನೆಯಾಗಿ ಮಾಡಿಬಿಡುತ್ತಾನೆ. ಮಕ್ಕಳಪಾಲಿಗೆ ದುಃಸ್ವಪ್ನವಾಗುತ್ತಾನೆ. ಅಲೆಕ್ಸಾಂಡರ್ ಅಂತೂ ಬಿಷಪ್ ಕೈಯಿಂದ ಚಿತ್ರಹಿಂಸೆ ಅನುಭವಿಸಬೇಕಾಗಿಬಿಡುತ್ತದೆ. ಮುಂದೇನಾಗುತ್ತದೆ ಎಂಬ ಕುತೂಹಲವನ್ನು ಕಾಯ್ದಿಟ್ಟುಕೊಂಡೇ ಸಾಗುವ ಚಿತ್ರಕತೆ ಎಲ್ಲೂ ಬೋರ್ ಹೊಡೆಸುವುದಿಲ್ಲ. ಬದಲಿಗೆ ಆ ಮಕ್ಕಳ ಪರಿಸ್ಥಿತಿಗೆ ಮರುಗುವಂತೆ ಮಾಡಿಬಿಡುತ್ತದೆ. ಚಿತ್ರ ಮುಂದುವರೆದಂತೆ ಅಲೆಕ್ಸಾಂಡರ್ ತಾಯಿ ಮಕ್ಕಳ ಕ್ಷೇಮಕ್ಕೆ ಮಾಡುವ ಪ್ರಯತ್ನಗಳ ಬಿಷಪ್ ದುರುಳತನಗಳು

ಮತ್ತು ಅಲೆಕ್ಸಾಂಡರ್ ತಂತಾನೇ ಸಮಸ್ಯೆಗಳಿಗೆ ಪರಿಹಾರ ಹುಡುಕಿಕೊಳ್ಳುವ ಪರಿ ಎಲ್ಲವೂ ಚಿತ್ರದ ಓಘಕ್ಕೆ ಸಹಾಯ ಮಾಡುತ್ತಾ ಚಿತ್ರವನ್ನು ರಂಜನೀಯವನ್ನಾಗಿ ಮಾಡಿಬಿಡುತ್ತದೆ. ಒಟ್ಟಿನಲ್ಲಿ 'ಇಂಗ್‌ಮಾರ್ ಬರ್ಗ್‌ಮಾನ್'ನ ಮಾಸ್ಟರ್‌ಪೀಸ್ 'ಫ್ಯಾನಿ ಅಂಡ್ ಅಲೆಕ್ಸಾಂಡರ್' ಅವನ ನಿರ್ದೇಶನದ ಕೊನೆಯ ಚಿತ್ರ.

ಸಿನಿಮಾದ ಸಂಕ್ಷಿಪ್ತ ವಿವರ:

- **ನಿರ್ದೇಶನ:** ಇಂಗ್ಮಾರ್ ಬರ್ಗ್‌ಮನ್
- **ನಿರ್ಮಾಪಕರು:** ಜೋರ್ನ್ ಡಾನರ್
- **ತಾರಾಗಣ:** ಪರ್ನಿಲ್ಲಾ ಆಲ್ವಿನ್, ಬರ್ಟಿಲ್ ಗುವೆ, ಅನ್ನಾ ಬರ್ಗ್ ಮಾನ್
- **ಸಂಗೀತ:** ಡೇನಿಯಲ್ ಬೆಲ್
- **ಛಾಯಾಗ್ರಹಣ:** ಸ್ವೆನ್ ನೈಕಿಸ್ಟ್
- **ಸಂಕಲನ:** ಸಿಲ್ವಿಯ ಇಂಗ್ ಮರ್ಸಾನ್
- **ಬಿಡುಗಡೆಯ ದಿನಾಂಕ:** 17 ಡಿಸೆಂಬರ್ 1982
- **ಅವಧಿ:** 312 ನಿಮಿಷಗಳು.
- **ಭಾಷೆ:** ಸ್ವೀಡಿಷ್, ಜರ್ಮನ್, ಯಿಡ್ಡೀಶ್, ಇಂಗ್ಲಿಷ್
- **ಕೊಸರು:** ಈ ಚಿತ್ರದ ಬರಹ ರೂಪದ ಮೊದಲಪ್ರತಿ ಸಿದ್ಧವಾದದ್ದು 1979ರಲ್ಲಿ. ಚಿತ್ರದ ಹಸ್ತಪ್ರತಿಯಿದ್ದದ್ದು ಸುಮಾರು 1000 ಪುಟಗಳಷ್ಟು!

## 1900 (ನೋವೊಸೆಂಟೋ)

ಚಿತ್ರ-116: ಬಾರ್ಟಲುಸಿ

ಈ ಚಿತ್ರ ನನಗೆ ಸಿಕ್ಕಿದ್ದು ಆಕಸ್ಮಿಕವಾಗಿ. ಇಟಲಿಯ ಖ್ಯಾತ ಮತ್ತು ನನಗೆ ಭಾರಿ ಇಷ್ಟವಾದ ನಿರ್ದೇಶಕ ಗಿಸೆಪ್ ಟಾನೇಟರ್‌ನ 'ದಿ ಲೆಜೆಂಡ್ ಆಫ್ 1900' ಚಿತ್ರಕ್ಕಾಗಿ ಹುಡುಕಾಡುತ್ತಿದ್ದೆ. ಎಲ್ಲಾ ಡಿವಿಡಿ ಅಂಗಡಿಗಳಲ್ಲೂ ವಿಚಾರಿಸುತ್ತಿದ್ದೆ. ಅಂತಹ ಸಂದರ್ಭದಲ್ಲಿ ಹೆಸರಿನ ಗೊಂದಲದಿಂದಾಗಿ ಎರಡು ಡಿವಿಡಿ ಡಿಸ್ಕ್‌ಗಳಿದ್ದ ಈ ಚಿತ್ರದ ಡಿವಿಡಿ

ನನಗೆ ದೊರಕಿತು. ಮೊದಲಿಗೆ ಇದು ಗಿಸೆಪಿಯ 'ದಿ ಲೆಜೆಂಡ್ ಆಫ್ 1900' ಎಂದುಕೊಂಡೇ ಮನೆಗೆ ತಂದು 'ಟಿವಿ' ಮುಂದೆ ಪ್ರತಿಷ್ಠಾಪಿತನಾದವನಿಗೆ ತೆರೆದುಕೊಂಡಿದ್ದು ಬೇರೆಯದೇ ಲೋಕ. ಚಿತ್ರದ ಟೈಟಲ್ ಕಾರ್ಡ್‌ನಿಂದಲೇ ನನಗೆ ಗೊತ್ತಾಗಿ ಹೋಗಿತ್ತು ಇದು ನಾನಂದುಕೊಂಡ 1900 ಅಲ್ಲ. ಯಾಕೆಂದರೆ ಆ ಚಿತ್ರದ ಹೀರೋ ಟಿಮ್‌ರೋತ್. ಕ್ವಿಂಟನ್ ಟರೆಂಟಿನೋನ ಚಿತ್ರಗಳಲ್ಲಿ ಕಂಡುಬರುವ ನಟ ಉತ್ತಮ ಕಲಾವಿದ. 'ಪಲ್ಪ್ ಫಿಕ್ಷನ್ 'ಆಗಿರಬಹುದು, ಅಥವಾ 'ರಿಸಾರ್ವಯರ್ ಡಾಗ್ಸ್' ಆಗಿರಬಹುದು ಟಿಮ್ ರೋತ್ ಪಾತ್ರ ಚಿಕ್ಕದಾದರೂ ಅಭಿನಯದ ಛಾಪನ್ನು ಮಾತ್ರ ಮರೆಯುವ ಹಾಗಿಲ್ಲ! ಸ್ವಲ್ಪ ಬೇಸರವಾದರೂ ಇರಲಿ ಹತ್ತು ನಿಮಿಷ ನೋಡೋಣ ಎಂದು ಕುಳಿತುಕೊಂಡಿದ್ದು. ಅನಾಮತ್ತು 5 ಘಂಟೆ 12 ನಿಮಿಷ ಅಲುಗಾಡದಂತೆ ಹಿಡಿದುಕೂರಿಸಿಕೊಂಡಿತ್ತು ಆ ಸಿನಿಮಾ. ಸಿನಿಮಾ ಮುಗಿದ ಸುಮಾರು ಹೊತ್ತು ಮನೆಯಲ್ಲಿ ಹಾಗೆಯೇ ಕುಳಿತುಬಿಟ್ಟಿದ್ದೆ. 5 ಘಂಟೆ 12 ನಿಮಿಷ ಕುತೂಹಲಕಾರಿಯಾಗಿ ನೋಡಿಸಿಕೊಂಡು ಹೋಗುವ

**ಚಿತ್ರ–117: 1900 ಚಿತ್ರದ ಒರಿಜಿನಲ್ ಪೋಸ್ಟರ್**

ಸಿನಿಮಾವನ್ನು ನಾನು ನೋಡಿದ್ದು ಮೊದಲನೇ ಸಲ! ನನ್ನ ದೀರ್ಘಾವಧಿ ಸಿನಿಮಾಗಳನ್ನು ನೋಡಿದ ಲಿಸ್ಟಿನಲ್ಲಿರುವ ಮೊದಲ ಚಿತ್ರವಿದು. ಈಗಲೂ ಬೇಸರವಾದಾಗ ಈ ಸಿನಿಮಾ ಹಾಕಿಕೊಂಡು ನೋಡುತ್ತೇನೆ. ಅಥವಾ ಧಾರವಾಹಿಯ ಹಾಗೆ ದಿನಕ್ಕೊಂದು ಘಂಟೆಯವರೆಗೆ, ವಾರದ ಐದು ದಿನವೂ ನೋಡುತ್ತೇನೆ. 'ಬರ್ನಾಡೋ ಬಾರ್ಟೋಲುಸಿ' ಎಂಬ ನಿರ್ದೇಶಕನಿಗೆ ನಿಜಕ್ಕೂ ಹ್ಯಾಟ್ಸ್ ಆಫ್!

1900 ಇಟಾಲಿಯನ್ ಭಾಷಾ ಚಲನಚಿತ್ರ. ಇದರ ನಿರ್ದೇಶಕ ಬರ್ನಾಡೋ ಬರ್ಟೋಲುಷಿ. 1940 ಮಾರ್ಚ್ 16ರಂದು ಇಟಲಿಯ ಫಾರ್ಮದಲ್ಲಿ ಶಿಕ್ಷಕರ ಮಗನಾಗಿ ಜನಿಸಿದ ಬರ್ಟೋಲುಷಿ, ತನ್ನ ಹದಿನೈದನೇ ವಯಸ್ಸಿನಲ್ಲೇ ಸಾಹಿತ್ಯದೆಡೆಗೆ ಆಕರ್ಷಣೆ ಬೆಳೆಸಿಕೊಂಡಿದ್ದ. ತಂದೆ ಅಟಿಲಿಯೋ ಬರ್ಟೋಲುಷಿ, ಸ್ವತಃ ಕವಿ, ಇತಿಹಾಸ ತಜ್ಞ ಚಲನಚಿತ್ರ ವಿಮರ್ಶಕನಾಗಿದ್ದರಿಂದ ಅದೇ ಪರಿಸರದಲ್ಲಿ ಬೆಳೆದ ಬರ್ಟೋಲುಷಿಯೂ ಕವಿಯಾಗಿ ಚಿಕ್ಕವಯಸ್ಸಿಗೆ ಹೆಸರುಗಳಿಸಿದ್ದ.

ಬಿಫೋರ್ ದಿ ರೆವುಲ್ಯೂಷನ್ (1964), ಲಾಸ್ಟ್ ಟ್ಯಾಂಗೋ ಇನ್ ಪ್ಯಾರಿಸ್ (1972), 1900 (1979), ಲೂನಾ (1979), ದಿ ಲಾಸ್ಟ್ ಎಂಪರರ್ (1987), ದಿ ಶೆಲ್ಟರಿಂಗ್ ಸ್ಕೈ (1990), ಲಿಟಲ್ ಬುದ್ಧ (1993), ಸ್ಟೀಲಿಂಗ್ ಬ್ಯೂಟಿ (1996), ಬಿ ಸೈಜ್ಡ್ (1998), ಟೆನ್ ಮಿನಟ್ಸ್ ಓಲ್ಡರ್: ದಿ ಸೆಲೊ (2002), ದಿ ಡ್ರೀಮರ್ಸ್ (2003), ಬರ್ಟೋಲುಷಿಯ ಹೆಸರಾಂತ ಚಿತ್ರಗಳು.

1987ರಲ್ಲಿ ಬರ್ಟೋಲುಷಿ ನಿರ್ದೇಶಿಸಿದ 'ದಿ ಲಾಸ್ಟ್ ಎಂಪರರ್' ಚಿತ್ರ ನಾಮಾಂಕಿತಗೊಂಡಿದ್ದ ಎಲ್ಲಾ ಪ್ರಶಸ್ತಿಗಳನ್ನೂ ಮುಡಿಗೇರಿಸಿಕೊಂಡಿತ್ತು. ಉತ್ತಮ

**ಚಿತ್ರ-118: ಜೆರಾರ್ಡ್ ಡಿಪಾರ್ಡಿ ಮತ್ತು ರಾಬರ್ಟ್ ಡಿ ನೀರೋ**

ಚಿತ್ರ, ಉತ್ತಮ ನಿರ್ದೇಶಕ, ಉತ್ತಮ ಕಥೆ–ಚಿತ್ರಕಥೆ, ಉತ್ತಮ ಛಾಯಾಗ್ರಹಣ, ಉತ್ತಮ ಸಂಕಲನ, ಉತ್ತಮ ವಸ್ತ್ರವಿನ್ಯಾಸ, ಉತ್ತಮ ಕಲಾನಿರ್ದೇಶನ, ಉತ್ತಮ ಸಂಗೀತ, ಉತ್ತಮ ಶಬ್ದಗ್ರಹಣ ಹೀಗೆ ಎಲ್ಲಾ ಒಂಬತ್ತು ಪ್ರಶಸ್ತಿಗಳನ್ನು ಪಡೆದುಕೊಂಡಿದ್ದ ಮಹಾ ಚಿತ್ರ 'ದಿ ಲಾಸ್ಟ್ ಎಂಪರರ್'.

ಚಿತ್ರ '1900' ಇಟಲಿಯಲ್ಲಿ 20ನೇ ಶತಮಾನದ ಮಧ್ಯಭಾಗದಲ್ಲಿ ನಡೆಯುವ ಕಥಾಹಂದರವನ್ನು ಹೊಂದಿದೆ. ಇಬ್ಬರು ಸಮಾಜದ ವಿಭಿನ್ನ ಸ್ಥರಗಳಿಂದ ಬಂದಂತಹ ಗೆಳೆಯರ ನಡುವಿನ, ಗೆಳೆತನದ ನಡುವಿನ ಸಂಘರ್ಷದ ಕಥೆಯೇ '1900'.

1900 ಇಸವಿಯ ಮೊದಲ ದಿನವೇ ಜನಿಸಿದ ಇಬ್ಬರೂ ಗೆಳೆಯರು ಆಲ್ಫ್ರೆಡ್ ಮತ್ತು ಡಾಲ್ಕೊ. ಇಬ್ಬರೂ ಸಮಾಜದಲ್ಲಿನ ಎರಡು ವಿರುದ್ಧ ದಿಕ್ಕುಗಳಿಂದ ಬಂದವರು. ಆಲ್ಫ್ರೆಡೋ ಊರಿನ ದೊಡ್ಡ ಜಮೀನುದಾರನ ಮಗನಾದರೆ ಡಾಲ್ಕೊ ಅದೇ ಜಮೀನಿನಲ್ಲಿ ಕೆಲಸ ಮಾಡುವ ಕೂಲಿಕಾರನ ಮಗ. ಆದರೆ ತಮ್ಮ ಜಾತಿ ಅಂತಸ್ತುಗಳನ್ನು ಮೀರಿದ ಗೆಳೆತನ ಇಬ್ಬರದು. ಬಾಲ್ಯದಿಂದಲೇ ಜಮೀನುದಾರ ಮತ್ತು ಊಳಿಗೆದಾರರ ನಡುವಿನ ಹೋರಾಟವನ್ನು ನೋಡುತ್ತಾ ಬೆಳೆಯುವ ಗೆಳೆಯರು ಬೆಳೆಯುತ್ತಿದ್ದಂತೆ ಕೆಲವು ವರ್ಷ ಅನಿವಾರ್ಯ ಕಾರಣಗಳಿಂದ ಬೇರೆ ಬೇರೆಯಾಗಬೇಕಾಗುತ್ತದೆ. ಡಾಲ್ಕೊ ಸೇನೆಗೆ ಹೋಗಿಬಿಡುತ್ತಾನೆ. ಆಲ್ಫ್ರೆಡೊ ಊರಿನಲ್ಲೇ ಉಳಿದು ತಂದೆಯ ನಂತರ ಜಮೀನಿನ ಆಗುಹೋಗುಗಳನ್ನು ನೋಡಿಕೊಳ್ಳತೊಡಗುತ್ತಾನೆ. ಸೇನೆಯಿಂದ ಹಿಂದಿರುಗಿ ಬರುವ ಡಾಲ್ಕೊ, ಆಲ್ಫ್ರೆಡೊನನ್ನು ಭೇಟಿಯಾಗುತ್ತಾನೆ. ಇಬ್ಬರೂ ತಮ್ಮ ಬಾಲ್ಯದ ನೆನಪುಗಳನ್ನು ಹಂಚಿಕೊಳ್ಳುತ್ತಾರೆ... ಆದರೆ ಸಮಾಜದ ವ್ಯವಸ್ಥೆ ಅವರಿಬ್ಬರ ಗೆಳೆತನದ ನಡುವೆ ದೊಡ್ಡಗೋಡೆಯಾಗಲು ಪ್ರಾರಂಭಿಸುತ್ತದೆ. ಕ್ರಾಂತಿಕಾರಿ ಧೋರಣೆಯ ಡಾಲ್ಕೋ ಜಮೀನುದಾರ ವ್ಯವಸ್ಥೆಯ ವಿರುದ್ಧ ತಿರುಗಿ ಬೀಳುತ್ತಾನೆ. ದೌರ್ಜನ್ಯದ ವಿರುದ್ಧ ಹೋರಾಟಕ್ಕೆ ನಿಲ್ಲುತ್ತಾನೆ. ಈಗ ಆಪ್ತಗೆಳೆಯರಿಬ್ಬರೂ ರಣರಂಗದಲ್ಲಿ ಎದುರೆದುರು ನಿಂತುಕೊಳ್ಳಬೇಕಾದ ಸಂದರ್ಭ ಬಂದುಬಿಡುತ್ತದೆ. ಮುಂದೇನಾಗುತ್ತದೆ. ಸ್ನೇಹ–ಕ್ರಾಂತಿಯ ನಡುವಿನ ಸಂಘರ್ಷದಲ್ಲಿ ಯಾವುದು ಗೆಲ್ಲುತ್ತದೆ ಎಂಬುದನ್ನು ತಿಳಿದುಕೊಳ್ಳುವ ಕುತೂಹಲವಿದ್ದರೆ ದಯವಿಟ್ಟು ಸಿನಿಮಾ ನೋಡಿ!

ಸಿನಿಮಾದ ನಿರೂಪಣೆ ನಿಮಗೆಲ್ಲೂ ಬೋರ್ ತರಿಸುವುದಿಲ್ಲ. ಮೊದಲ ಒಂದು ಘಂಟೆಗೂ ಹೆಚ್ಚು ಅವಧಿ ಗೆಳೆಯರ ಬಾಲ್ಯದ ದಿನಗಳ ತುಂಟಾಟದಲ್ಲೇ ಕಳೆದುಹೋಗುತ್ತದೆ. ಈ ಒಂದು ಘಂಟೆಯ ಅವಧಿಯಲ್ಲಿ ನಡೆಯುವ ಘಟನೆಗಳು ಅವರ ಗೆಳೆತನದ ಗಟ್ಟಿತನವನ್ನು ಪ್ರೇಕ್ಷಕರಿಗೆ ಮನವರಿಕೆ ಮಾಡಿಕೊಡುತ್ತದೆ. ಹಾಗೆ ಊಳಿಗಮಾನ್ಯ ಪದ್ಧತಿಯ ಒಳಹೂರಣವನ್ನು

ಬಿಚ್ಚಿಡುತ್ತಾ ಕ್ರಾಂತಿಯ ಕಿಡಿಯು ಯಾವಾಗಲಾದರೂ ಸಿಡಿಯಬಹುದೆಂಬ ಸೂಚನೆ ಕೊಡುತ್ತದೆ.

ಇಲ್ಲಿ ಪ್ರಶಂಸಿಸಬೇಕಾದದ್ದು ನಿರ್ದೇಶಕ ಬರ್ಟಲೂಸಿಗೆ. ಅವನು ಚಿತ್ರೀಕರಿಸಿರುವ ಪರಿಗೆ. 1975ರಲ್ಲೇ ತಾಂತ್ರಿಕವಾಗಿ ತುಂಬಾ ಶ್ರೀಮಂತವಾಗಿ ಚಿತ್ರವನ್ನು ನಿರ್ದೇಶಿಸಿದ್ದಾನೆ. ದಂಗೆಯ ಸಮಯದಲ್ಲಿ ಕ್ರಾಂತಿಕಾರಿಯೊಬ್ಬ ತನ್ನ ಕಿವಿಯನ್ನೆ ಕತ್ತರಿಸಿ ಜಮೀನುದಾರನ ಕೈಗೆ ಕೊಡುವ ದೃಶ್ಯ ಒಂದೇ ಶಾಟ್‌ನಲ್ಲಿದೆ. ಅದೆಷ್ಟು ನೈಜವಾಗಿ ಬಂದಿದೆಯೆಂದರೆ ನಿಜವಾಗಿಯೂ ಕಿವಿ ಕತ್ತರಿಸಿ ಕೊಟ್ಟುಬಿಟ್ಟನೇನೋ ಎಂಬ ಭಾವ ಮೂಡಿಸುತ್ತದೆ. ಹಾಗಿದೆ ದೃಶ್ಯ ವೈಭವ.

ಆಲ್ಫೆಡೊ ಪಾತ್ರ ನಿರ್ವಹಿಸಿರುವ ನಟ ರಾಬರ್ಟ್ ಡಿ ನೀರೋ ತುಂಬಾ ಲೀಲಾ ಜಾಲವಾಗಿ ಹಾಗೂ ನಿರ್ಭಿಡೆಯಿಂದ ಪಾತ್ರ ನಿರ್ವಹಿಸಿದ್ದಾನೆ. ತುಂಬಾ ಅಸಡ್ಡೆಯ, ಮೋಜುಗಾರನಾಗಿ, ಬೇಜವಾಬ್ದಾರಿ ಯುವಕನಾಗಿ, ಮೊದಲಾರ್ಧದವರೆಗೂ ಸಾಗುವ ಪಾತ್ರವನ್ನು ಅಷ್ಟೇ ಜವಾಬ್ದಾರಿಯುತವಾಗಿ ನಿರ್ವಹಿಸಿದ್ದಾನೆ. ಜೆರಾರ್ಡ್ ಡೆಪಾರ್ಡು, ಓಲ್ಮೊ ಡಾಲ್ಕೋನ ಪಾತ್ರಕ್ಕೆ ಪರಕಾಯ ಪ್ರವೇಶ ಮಾಡಿದ್ದಾನೆ.

ಸಿನಿಮಾದ ಬಗ್ಗೆ ಸಂಕ್ಷಿಪ್ತ ವಿವರ:

- **ನಿರ್ದೇಶನ:** ಬರ್ನಾರ್ಡೋ ಬಾರ್ಟೋಲುಸಿ.
- **ನಿರ್ಮಾಪಕ:** ಆಲ್ಬರ್ಟೊ ಗ್ರಿಮಾಡಿ.
- **ತಾರಾಗಣ:** ರಾಬರ್ಟ್ ಡಿ ನೀರೋ, ಜೆರಾರ್ಡ್ ಡೆಪಾರ್ಡಿಯೂ, ಡೊಮಿನಿಕ್ ಸಾಂಡಾ, ಡೊನಾಲ್ಡ್ ಸುದರ್ಲ್ಯಾಂಡ್.
- **ಸಂಗೀತ:** ಎನಿಯೋ ಮೊರಿಕೋನ್.
- **ಛಾಯಾಗ್ರಹಣ:** ವಿಟ್ಟೋರಿಯೋ ಸ್ಟೊರಾರೋ.
- **ಬಿಡುಗಡೆಯ ದಿನಾಂಕ:** ಆಗಸ್ಟ್ 15, 1976.
- **ಅವಧಿ:** ಇಟಲಿ–311 ನಿಮಿಷಗಳು, ಡೆನ್ಮಾರ್ಕ್–302 ನಿಮಿಷಗಳು, ಯು.ಎಸ್.ಎ.–311 ನಿಮಿಷಗಳು.
- **ದೇಶ:** ಇಟಲಿ.
- **ಭಾಷೆ:** ಇಟಾಲಿಯನ್, ಇಂಗ್ಲಿಷ್.
- **ಕೊಸರು:** ಚಿತ್ರದ ಚಿತ್ರಕಥೆಯನ್ನು ಕಾಲಗಳ ಆಧಾರದ ಮೇಲೆ ರಚಿಸಲಾಗಿದೆ. ಉದಾಹರಣೆಗೆ ಮಕ್ಕಳು ಒಬ್ಬರನ್ನೊಬ್ಬರು ಬೇಸಿಗೆ ಕಾಲದಲ್ಲಿ ಸಂಧಿಸಿದರೆ, ಮಳೆಗಾಲದಲ್ಲಿ ಯುವಕರಾದ

ಗೆಳೆಯರು ಭೇಟಿಯಾಗುತ್ತಾರೆ. ಮತ್ತು, ದಂಗೆ ನಡೆದು ಜಮೀನಿನ ಆಕ್ರಮಣ ಚಳಿಗಾಲದಲ್ಲಿ ನಡೆದರೆ, ಎರಡನೇ ಮಹಾಯುದ್ಧವನ್ನು ವಸಂತಕಾಲದಲ್ಲಿ ತೋರಿಸಲಾಗಿದೆ.

## ವಾರ್ ಅಂಡ್ ಪೀಸ್ (1965)

**ಚಿತ್ರ–119: ಲಿಯೋ ಟಾಲ್‌ಸ್ಟಾಯ್**

'ಲಿಯೋ ಟಾಲ್ ಸ್ಟಾಯ್'ರವರ ಮಹಾನ್ ಕಾದಂಬರಿ 'ವಾರ್ ಅಂಡ್ ಪೀಸ್' ಆಧಾರಿತ ಚಿತ್ರವಿದು. ಸರ್‌ಜೀ ಬೊಂಡಾರ್‌ಶುಕ್ ನಿರ್ದೇಶನದ ಈ ಚಿತ್ರದ ಒಟ್ಟು ಅವಧಿ 8 ಘಂಟೆ 4 ನಿಮಿಷಗಳು. 'ಲಿಯೋ ಟಾಲ್ ಸ್ಟಾಯ್'ನ ಕಾದಂಬರಿ ವಾರ್ ಅಂಡ್ ಪೀಸ್'ನ ವಸ್ತುವೇ ಬಹಳದೊಡ್ಡದು. ಅದರ ಹರವು ಇನ್ನೂ ವಿಶಾಲವಾದದ್ದು. ಅದನ್ನು ಯಥಾವತ್ತಾಗಿ ಸಿನಿಮಾರೂಪಕ್ಕೆ ತರಲು ಸರ್ಜಿ ತೆಗೆದುಕೊಂಡ ರಿಸ್ಕು ಕೂಡ ದೊಡ್ಡದೆ. 1968ರಲ್ಲಿ 100 ಮಿಲಿಯನ್ ಅಮೆರಿಕನ್ ಡಾಲರ್ ವೆಚ್ಚದಲ್ಲಿ ತಯಾರಾದ 'ವಾರ್ ಅಂಡ್ ಪೀಸ್' ಸಂಪೂರ್ಣಗೊಳ್ಳಲು ತೆಗೆದುಕೊಂಡ ಅವಧಿ 7 ವರ್ಷಗಳು. ಚಿತ್ರದಲ್ಲಿ ಬರುವ ಬೊರೋಡಿನೋ ಯುದ್ಧದ ದೃಶ್ಯಕ್ಕಾಗಿ ಸುಮಾರು 1,20,000 ಸಹನಟರನ್ನು ಬಳಸಿಕೊಂಡು ಚಿತ್ರೀಕರಣ ಮಾಡಿರುವುದು ಇಲ್ಲಿಯವರೆಗಿನ ಸಾರ್ವಕಾಲಿಕ ದಾಖಲೆಯಾಗಿದ್ದು ಗಿನ್ನಿಸ್ ದಾಖಲೆ ಪುಸ್ತಕದಲ್ಲೂ ಕೂಡ ತನ್ನ ದಾಖಲೆ ಬರೆದಿದೆ. ನೆಪೋಲಿಯನ್ ರಷಿಯದ ಮೇಲೆ ಆಕ್ರಮಣ ಮಾಡಿದಾಗ ಅದಂತಹ ಕಷ್ಟ–ನಷ್ಟಗಳು, ದುಷ್ಪರಿಣಾಮಗಳ ಬಗ್ಗೆ ಸಾಧ್ಯಂತವಾಗಿ ವಿವರಿಸುವ ಚಿತ್ರದ ಚಿತ್ರೀಕರಣದಲ್ಲಿ ನಿಜವಾಗಿಯೂ ಹಲವಾರು ಕುದುರೆಗಳು ಸಾವಿಗೀಡಾದವಂತೆ. ಅದಕ್ಕಾಗೆಯೇ ಈ ಚಿತ್ರದ ಪ್ರದರ್ಶನ ಅಮೆರಿಕಾದ ಕೆಲವು ನಗರಗಳಲ್ಲಿ ASPCAರವರಿಂದ ನಿಷೇಧಕ್ಕೊಳಗಾಯಿತು. ಅದೂ ಅಲ್ಲದೆ ರಷಿಯಾದಲ್ಲಿ ತಯಾರಾದ ಮೊಟ್ಟಮೊದಲ 70mm ಚಲನಚಿತ್ರ 'ವಾರ್ ಅಂಡ್ ಪೀಸ್'.

ಚಿತ್ರದ ನಿರ್ಮಾಣಕ್ಕೆ ಅತಿ ಹೆಚ್ಚು ಸಮಯ ತೆಗೆದುಕೊಂಡ, ಅತ್ಯಂತ ಹೆಚ್ಚು ಮೊತ್ತದ ದೀರ್ಘಾವಧಿಯ ಸಿನಿಮಾ ಎಂಬ ಪ್ರಶಂಸೆಗೆ ಪಾತ್ರವಾದ ಈ ಚಿತ್ರ 1969ರ ಅತ್ಯುತ್ತಮ ವಿದೇಶಿ ಚಲನಚಿತ್ರ ಆಸ್ಕರ್ ಪ್ರಶಸ್ತಿಯನ್ನು ತನ್ನ ಮುಡಿಗೇರಿಸಿಕೊಂಡಿತ್ತು.

ದಾಖಲೆಗಳೇನೇ ಇರಲಿ, ಪ್ರೇಕ್ಷಕ ಅದ್ಯಾವುದನ್ನೂ ಗಣನೆಗೆ ತೆಗೆದುಕೊಳುವುದಿಲ್ಲ. ಚಿತ್ರದಲ್ಲಿ ಬರುವ ಯುದ್ಧ ಸನ್ನಿವೇಶಗಳು ನಿಬ್ಬೆರಗಾಗುವಂತೆ ಇದ್ದರೂ ಒಂದಷ್ಟು ದೃಶ್ಯಗಳು ಬೇಸರ ತರಿಸದೇ ಇರದು. ಕಾರಣ ಮಂದಗತಿಯ ನಿರೂಪಣೆ. ಕಥೆಯು ಮುಂದುವರೆದಂತೆ ನಿಧಾನಕ್ಕೆ ಕುತೂಹಲ ಕೆರಳಿಸುತ್ತಾ ಸಾಗುವ ಈ ಚಿತ್ರ ಪ್ರಾರಂಭದಲ್ಲಿ ಸ್ವಲ್ಪ ಬೋರ್ ಹೊಡೆಯುತ್ತದೆ. 2 ಘಂಟೆಗಳ ನಾಲ್ಕು ಭಾಗಗಳಾಗಿ ಈ ಚಿತ್ರವನ್ನು ವಿಂಗಡಿಸಿದರೆ ಒಂದೊಂದು ಭಾಗದಲ್ಲಿ ಒಂದೊಂದು ಕತೆಯನ್ನು ನೋಡಬಹುದು. ಅಂದರೆ ಕಥೆ ಒಂದೇ ಆದರೂ ವಿಭಾಗಗಳಿಂದ ಕಥೆಯ ವೇಗಕ್ಕೆ ಯಾವುದೇ ರೀತಿಯ ಧಕ್ಕೆಯಾಗುವುದಿಲ್ಲ. ಅದು ಆಂಡ್ರೀ ಬೋಲ್ಕೋವ್‌ಸ್ಕಿಯ ಬಗ್ಗೆ ಆಗಿರಬಹುದು,

**ಚಿತ್ರ–120: ವಾರ್ ಅಂಡ್ ಪೀಸ್ ಚಿತ್ರದ ಪೋಸ್ಟರ್**

ನತಾಶಾ ರೊಸ್ತಾವರ ಬದುಕು ಬವಣೆಗಳಾಗಿರಬಹುದು ಅಥವಾ 1812ರ ರಷಿಯಾದ ಪರಿಸ್ಥಿತಿ, ಯುದ್ಧದಿಂದಾದ ಪರಿಣಾಮಗಳಿರಬಹುದು. ನಮಗೆ ಎಲ್ಲವೂ ಬೇರೆ-ಬೇರೆಯದೇ ಆದ ಅನುಭವ ಕೊಡುತ್ತದೆ. ಆದರೆ ಇಡೀ ಸಿನಿಮಾವನ್ನು ನೋಡಿ, ಮನಸಲ್ಲೇ ಕ್ರೋಢೀಕರಿಸಿದರೇ ಒಂದು ಮಹಾಕಾವ್ಯದ ತಿರುಳು ಚಿತ್ರಗಳ ಸಮೇತ ನಮ್ಮ ಮೆದುಳಲ್ಲಿ ದಾಖಲಾಗಿರುತ್ತದೆ. ಇದೇ ಸಿನಿಮಾದ ಸಾಮರ್ಥ್ಯ ಎನ್ನಬಹುದು. ಹಾಗೆ ಸಿನಿಮಾದಲ್ಲಿನ ದೃಶ್ಯ ವೈಭವ. ಹೀಗಿತ್ತು. ಹಾಗಿತ್ತು ಎಂದು ಹೊಗಳುವುದಕ್ಕಿಂತ ಸಿನಿಮಾವನ್ನ ನೋಡಿಯೇ ಅನುಭವಿಸಬೇಕು. ಸುಮಾರು ಮಹಾಕಾವ್ಯಗಳು ಸಿನಿಮಾ ರೂಪಕ್ಕೆ ಬಂದಿರಬಹುದು. ಅವುಗಳು ಯಶಸ್ವಿಯಾಗಿ, ಪ್ರಶಸ್ತಿ-ಪುರಸ್ಕಾರಗಳನ್ನು ಬಾಚಿರಬಹುದು. ಅವೆಲ್ಲದರ ನಡುವೆ ಈ ವಾರ್ ಅಂಡ್ ಪೀಸ್' ಭಿನ್ನವಾಗಿ ನಿಲ್ಲುವುದಕ್ಕೆ ಕಾರಣಗಳಿವೆ. ಅದೇನೆಂದರೆ ಈ ಕಾದಂಬರಿಯನ್ನು ಸಿನಿಮಾ ಮಾಡಬೇಕೆಂಬ ಮಹದಾಕಾಂಕ್ಷೆಯಿಂದ ಚಿತ್ರ ನಿರ್ದೇಶನಕ್ಕೆ ತೊಡಗಿದ ನಿರ್ದೇಶಕ ಯಾವುದೇ ವಿಷಯಕ್ಕೂ ರಾಜಿಯಾಗಿಲ್ಲ. ಸಿನಿಮಾಕ್ಕೆ ಏನು ಬೇಕೋ ಅದನ್ನ ಸಮಯ, ಹಣ ಯಾವುದನ್ನು ಲೆಕ್ಕಿಸದೇ, ಗಣನೆಗೆ ತೆಗೆದುಕೊಳ್ಳದೆ ಬಳಸಿಕೊಂಡಿದ್ದಾನೆ. ಉದಾಹರಣೆಗೆ ಸಿನಿಮಾದ ಒಟ್ಟು ಅವಧಿಯನ್ನೇ ತೆಗೆದುಕೊಳ್ಳಿ. ಎಂಟು ಘಂಟೆಯಷ್ಟು ಉದ್ದವಾದ ಸಿನಿಮಾ ತೆಗೆಯುವುದು ಧೈರ್ಯದ ವಿಷಯ ತಾನೆ? ಲಿಯೋ ಟಾಲ್ ಸ್ಟಾಯ್ ಅವರ ಕಾದಂಬರಿಯನ್ನು ಸಂಪೂರ್ಣವಾಗಿ ಓದಿ ರಸಾನುಭವ ಪಡೆಯಲು ಏನಿಲ್ಲವೆಂದರೂ ಒಂದು ತಿಂಗಳಾದರೂ ಬೇಕು. ಅದರ ಬದಲಿಗೆ ಅದೇ ಭಾವವನ್ನು ಅದೇ ರಸಾನುಭೂತಿಯನ್ನುಂಟು ಮಾಡುವ ದೃಶ್ಯರೂಪದ ಮಹಾಕಾವ್ಯಕ್ಕೆ ಎಂಟು ತಾಸುಗಳನ್ನು ಆರಾಮಾಗಿ, ಸಂತೋಷದಿಂದ ವಿನಿಯೋಗಿಸಬಹುದೆಂಬುದು ನನ್ನ ಅನಿಸಿಕೆ.

**ಚಿತ್ರ-121: ಸರ್ಜೀ ಬೊಂಡಾರ್ಶುಕ್**

**ಸರ್‌ಜೀ ಬೊಂಡಾರ್‌ಶುಕ್:** ಸೆಪ್ಟೆಂಬರ್ 25, 1920ರಲ್ಲಿ ಉಕ್ರೇನಿನ ಬೆಲೋಜ್ಝೆರ್ಕಾದ ಹಳ್ಳಿಯೊಂದರಲ್ಲಿ ಜನಿಸಿದ ಸರ್ಜೀ ನಿರ್ದೇಶಕನಾಗಿಯಷ್ಟೇ

**ಚಿತ್ರ–122: ವಾರ್ ಅಂಡ್ ಪೀಸ್ ಚಿತ್ರದ ಯುದ್ಧದ ದೃಶ್ಯ**

ಅಲ್ಲ ನಟನಾಗಿಯೂ, ಬರಹಗಾರನಾಗಿಯೂ ಪ್ರಸಿದ್ಧಿ ಪಡೆದ ಕಲಾವಿದ. ವಾಟರ್ ಲೂ (1970), ಸ್ಟೆಪ್ (1977), ಬೋರಿಸ್ ಗುಡುನೋವ್ (1986) ಮುಂತಾದವು ಬೊಂಡಾರ್ಶುಕ್‌ನ ಪ್ರಸಿದ್ಧ ಚಿತ್ರಗಳು.

- **ನಿರ್ದೇಶಕರು:** ಸರ್‌ಜೀ ಬೊಂಡಾರ್‌ಶುಕ್.
- **ನಿರ್ಮಾಪಕರು:** ಗೋಸ್ಕಿನೋ ಮೋಸ್ ಫಿಲ್ಮ್ ಸ್ಟುಡಿಯೋ.
- **ಮೂಲಕಥೆ:** ಲಿಯೋ ಟಾಲ್ ಸ್ಟಾಯ್ (ಕಾದಂಬರಿ).
- **ತಾರಾಗಣ:** ಲುಡ್ಮಿಲಾ ಸವೇಲ್ಯೇವಾ, ವ್ಯಾಚೇಸ್ಲೇವ್ ಟಿಕೋನೋವ್, ಸರ್‌ಜೀ ಬೊಂಡಾರ್‌ಶುಕ್.
- **ಸಂಗೀತ:** ವೈಚಸ್ಲೇವ್ ಒವಿಟಿನಿಕೋವ್.
- **ಬಿಡುಗಡೆ ದಿನಾಂಕ:** 28 ಏಪ್ರಿಲ್ 1968 (ಯು.ಎಸ್.).
- **ಅವಧಿ:** 484 ನಿಮಿಷಗಳು, ಇಟಲಿ 263 ನಿಮಿಷಗಳು, ಯು.ಕೆ. 401 ನಿಮಿಷಗಳು, ಯು.ಎಸ್.ಎ. 390 ನಿಮಿಷಗಳು.
- **ದೇಶ:** ಸೋವಿಯತ್ ಯೂನಿಯನ್.
- **ಭಾಷೆ:** ರಷಿಯನ್ (ಸ್ವಲ್ಪ ಕಡೆ ಫ್ರೆಂಚ್).
- **ಕೊಸರು:** 300 ಕಲಾವಿದರೊಂದಿಗೆ, 1,20,000 ಸಹನಟರೊಂದಿಗೆ, 100 ರೈಫಲ್‌ಗಳನ್ನು ಬಳಸಿ, 200 ಫಿರಂಗಿಗಳನ್ನು ಬಳಸಿ ಎರಡು ವರ್ಷಗಳವರೆಗೆ ಬೊರೊಡಿನಾ ಯುದ್ಧದ ಸನಿವೇಶವನ್ನು ಈ ಚಿತ್ರಕ್ಕಾಗಿ ಚಿತ್ರೀಕರಿಸಲಾಯಿತು.

## ಅಂಡ್ ಕ್ವೈಟ್ ಫ್ಲೋಸ್ ದಿ ಡಾನ್ (1958)

'ಅಂಡ್ ಕ್ವೈಟ್ ಫ್ಲೋಸ್ ದಿ ಡಾನ್' 1958ರ ಸೋವಿಯತ್ ಚಲನಚಿತ್ರ. ಸುಮಾರು 3 ಭಾಗಗಳನ್ನಾಗಿ ವಿಂಗಡಿಸಲಾಗಿರುವ ಈ ಚಿತ್ರದ ಒಟ್ಟು ಅವಧಿ 330 ನಿಮಿಷಗಳು. ಅಂದರೆ ಐದೂವರೆ ಘಂಟೆಗಳು. 'ಮಿಖಾಯಿಲ್ ಶೊಲೋಕೋವ್' ಬರೆದ ಇದೇ ಹೆಸರಿನ ಕಾದಂಬರಿ ಆಧಾರಿತ ಚಲನಚಿತ್ರದ ನಿರ್ದೇಶಕ ಸೆರ್ಜಿ ಗೆರಾಸಿಮೋವ್. 1912ರಿಂದ 1922ರ ನಡುವಿನ ಕಾಲಘಟ್ಟದಲ್ಲಿನ ದಕ್ಷಿಣ ರಷಿಯಾದ ಹಳ್ಳಿಯಲ್ಲಿ ಜೀವಿಸಿದ್ದ ಡಾನ್ ಕೊಸಾಕಿನ ಜೀವನವನ್ನು ಆಧರಿಸಿದ ಕತೆ ಈ ಚಿತ್ರದ್ದು. ಡಾನ್ ಕೊಸಾಕ್ ಒಬ್ಬ ಕ್ರಾಂತಿಕಾರಿ, ಪ್ರೇಮಿ, ಸದ್ಗೃಹಸ್ಥ. ರಷಿಯಾದ ಕ್ರಾಂತಿಯ ದಿನಗಳಲ್ಲಿ ಡಾನ್ ಕೊಸಾಕ್‌ನ ದಿಟ್ಟ ಹೋರಾಟ ಹಾಗೆ ಆತನ ವೈಯಕ್ತಿಕ ಬದುಕಿನ ದ್ವಂದ್ವಗಳನ್ನು ತೆರೆಯ ಮೇಲೆ ನಿರೂಪಿಸಿರುವ ಗೆರಾಸಿಮೋವ್ ದೃಶ್ಯವೈಭವವನ್ನು ಹಾಗೂ ಭಾವನಾತ್ಮಕ ಅಂಶಗಳನ್ನು, ಸನ್ನಿವೇಷಗಳನ್ನು ಹೆಚ್ಚು ಪರಿಣಾಮಕಾರಿಯಾಗಿ ನಿರೂಪಿಸಿದ್ದಾನೆ.

**ಚಿತ್ರ–123: ಸೆರ್ಜೀ ಗೆರಾಸಿಮೋವ್**

ರಷಿಯನ್ನರ ಸ್ವಾತಂತ್ರ್ಯ ಪ್ರೇಮ ದೊಡ್ಡದು. ಗೌರವಾನ್ವಿತ ಮತ್ತು ಶ್ರಮ ಜೀವಿಗಳಾದ ರೈತವರ್ಗದ ಜನರು ರಷಿಯಾದ ಉಳಿವಿಗಾಗಿ ವಿರೋಚಿತವಾಗಿ ಹೋರಾಡಿದ ಕಥೆಯ ಚಿತ್ರ ಗಮನ ಸೆಳೆಯುವುದು ಅದ್ಧೂರಿಯಾದ ಯುದ್ಧದ ಸನ್ನಿವೇಶಗಳಿಂದ. ರಷಿಯನ್ ಸಿನಿಮಾಗಳಲ್ಲಿ ಯುದ್ಧದ ದೃಶ್ಯಗಳು ಯಾವತ್ತೂ ವೈಭವದಿಂದ ಕೂಡಿರುತ್ತಿವೆ. ಅದು 'ವಾರ್ ಅಂಡ್ ಪೀಸ್' ಆಗಿರಬಹುದು, 'ವೋಯ್ನಾ ಐ ಮೀರ್' ಆಗಿರಬಹುದು! ಆ ಅದ್ಧೂರಿತನ, ನೈಜತೆಯನ್ನು ತೆರೆಯ ಮೇಲೆ ತರುವ ಪರಿ ನಿಜಕ್ಕೂ ಪ್ರಶಂಸನೀಯ.

ಇದೇ ಸಿನಿಮಾ 2 ಘಂಟೆಯ ಅವಧಿಯಲ್ಲೂ ಸಿಗುತ್ತದೆ. ಆದರೆ ಎರಡನ್ನೂ ನಾವು ನೋಡಿದಾಗ ನನಗನಿಸಿದ್ದು ಆರು ಘಂಟೆಗಳ ಚಿತ್ರವೇ ಹೆಚ್ಚು ಪರಣಾಮಕಾರಿ ಎಂದು. 2 ಘಂಟೆಯ ಅವಧಿಯ ಇದೇ ಚಿತ್ರದ ನಿರೂಪಣೆ ತೀವ್ರಗತಿಯಿಂದ ಕೂಡಿದ್ದರೂ ಪರಿಣಾಮದ ಕೊರತೆ ಎದ್ದು ಕಾಣುತ್ತದೆ. ಚಿತ್ರಕಥೆಯಲ್ಲಿ ಗಟ್ಟಿತನ ಎದ್ದು ಕಾಣುವುದಿಲ್ಲ. ಆದರೆ ಐದೂವರೆ ಘಂಟೆಯ

**ಚಿತ್ರ–124: ಟಿಖ್ಯಾ ಡಾನ್ ಚಿತ್ರದ ಪೋಸ್ಟರ್**

ಈ ದೃಶ್ಯಕಾವ್ಯ ನಿಧಾನಕ್ಕೆ ನಮ್ಮ ಮನಸನ್ನಾವರಿಸಿಕೊಳ್ಳಲು ತೊಡಗುತ್ತದೆ. ಕೆಲವೊಂದು ಕಡೆ ಚಿತ್ರ ಗತಿ ತೀರಾ ನಿಧಾನ ಎನಿಸಿದರೂ, ಪಾತ್ರಗಳು ಮತ್ತು ಚಿತ್ರಕತೆಯ ತಿರುವುಗಳು ನಮ್ಮನ್ನು ಹಿಡಿದುಕೂರಿಸಿಕೊಂಡು ಬಿಟ್ಟಿರುತ್ತವೆ.

ಚಿತ್ರದ ನಾಯಕನ ಪಾತ್ರಧಾರಿ ಪಯೋಟರ್ ಗ್ಲೆಬೋವ್ ಅಭಿನಯ ಅವಿಸ್ಮರಣೀಯ. ಇಬ್ಬರೂ ಆತ್ಮೀಯರ ನಡುವೆ ಸಿಕ್ಕಿ ನಲುಗುವಾಗ, ತನ್ನ ಗುಂಪನ್ನು ಮುನ್ನಡೆಸುವಾಗ ಯುದ್ಧದ ಸನ್ನಿವೇಶದಲ್ಲಿ ಹೋರಾಡುವಾಗಿನ ದೃಶ್ಯಗಳಲ್ಲಿ ಗ್ಲೆಬೋವ್‌ರು ತಮ್ಮ ಕಲಾಸಾಮರ್ಥ್ಯವೆಲ್ಲವನ್ನೂ ಧಾರೆಯೆರೆದಿದ್ದಾರೇನೋ ಎನಿಸುತ್ತದೆ. ಇತರ ತಾರಾಗಣವೂ ಅಷ್ಟೆ! ಎಲ್ಲರದೂ ಸಂಯಮದ ಅಭಿನಯ ಬಹುಶಃ ಕಾಲಮಿತಿಯ ಬಂಧನವಿಲ್ಲದಿರುವುದರಿಂದ ನಿರ್ದೇಶಕ ಇಡೀ ಚಿತ್ರವನ್ನು ಇಷ್ಟು ಚೆನ್ನಾಗಿ ನಿರೂಪಿಸಲು ಸಾಧ್ಯವಾಯಿತೇನೋ ಎನಿಸುತ್ತದೆ.

**ಚಿತ್ರ–125: ಅಂಡ್ ಕ್ವೈಟ್ ಫ್ಲೋಸ್ ದಿ ಡಾನ್ ಚಿತ್ರದ ದೃಶ್ಯ**

ಸರ್ಜಿ ಗೆರಾಸಿಮೋವ್ ಚಿತ್ರರಂಗಕ್ಕೆ ಪಾದಾರ್ಪಣೆ ಮಾಡಿದ್ದು ನಟನಾಗಿ. ಆನಂತರ ನಿರ್ದೇಶಕನಾಗಿ, ಕಥೆಗಾರನಾಗಿ ಹೆಸರುಗಳಿಸಿದ ಗೆರಾಸಿಮೋವ್‌ನ ಪ್ರಸಿದ್ಧ ಚಿತ್ರಗಳೆಂದರೆ, ಲಿವ್ ಟಾಲ್‌ಸ್ಟಾಯ್ (1985), ಜುರ್ನಾಲಿಸ್ಟ್ (1967), ಯು ಒಜುರಾ (1969) ಮುಂತಾದವು.

ಚಿತ್ರದ ಸಂಕ್ಷಿಪ್ತ ವಿವರ:

- **ನಿರ್ದೇಶನ:** ಸರ್ ಜೀ ಗೆರಾಸಿಮೋವ್.
- **ಮೂಲಕಥೆ:** ಮಿಖಾಯಿಲ್ ಶೊಲೋಕೋವ್.
- **ತಾರಾಗಣ:** ಪಯೋಟರ್ ಗ್ಲೆಬೋವ್, ಎಲಿನಾ ಬೈಸ್ಟಿಟಸ್ಕಾಯ, ಜಿನಾಯ್ದ ಕಿರಿಯೆಂಕೋ.
- **ಸಂಗೀತ:** ಯೂರಿ ಲೆವಿಟಿನ್.
- **ಛಾಯಾನಿರ್ದೇಶನ:** ವ್ಲಾಡಿಮಿರ್ ರ್ಯಾಪೊಪೊರ್ಟ್.
- **ಬಿಡುಗಡೆ ದಿನಾಂಕ:** 1957 (ಭಾಗ 1, 2), 1958 (ಭಾಗ 3).
- **ಅವಧಿ:** 330 ನಿಮಿಷಗಳು.
- **ದೇಶ:** ಸೋವಿಯತ್ ಯೂನಿಯನ್.

- **ಭಾಷೆ:** ರಷಿಯನ್.
- **ಕೊಸರು:** ಇದರ ಯಶಸ್ಸಿನಿಂದಾಗಿ ಈ ಚಿತ್ರದ ಎರಡನೆಯ ಭಾಗ ಕೂಡ ತಯಾರಾಯಿತು. ಅದರ ಅವಧಿ ಕೇವಲ 115 ನಿಮಿಷಗಳು ಮಾತ್ರ!

## ಬೆಸ್ಟ್ ಆಫ್ ಯೂತ್

'ಬೆಸ್ಟ್ ಆಫ್ ಯೂತ್' 2003ರ ಇಟಾಲಿಯನ್ ಚಲನಚಿತ್ರ. ಆರು ಘಂಟೆ ನಲವತ್ತು ನಿಮಿಷಗಳಷ್ಟು ಉದ್ದವಿರುವ ಈ ಚಿತ್ರದ ನಿರ್ದೇಶಕ ಮಾರ್ಕೋ ಟುಲ್ಲಿಯೋ ಗಿಯೋರ್ಡಾನಾ. ಇಟಲಿಯಲ್ಲೇ ಹೊಸ ಅಲೆ ಸೃಷ್ಟಿಸಿದ ಚಿತ್ರ ಇದು. ಬಿಡುಗಡೆಯಾದ ಕೇಂದ್ರಗಳಲ್ಲಿ ಜಯಭೇರಿ ಬಾರಿಸಿದ್ದಲ್ಲದೆ ಹಲವಾರು ರಾಷ್ಟ್ರೀಯ, ಅಂತರ ರಾಷ್ಟ್ರೀಯ ಪ್ರಶಸ್ತಿಗಳನ್ನು ತನ್ನದಾಗಿಸಿಕೊಂಡಿತು.

**ಚಿತ್ರ–126: ನಿರ್ದೇಶಕ ಗಿಯೊರ್ಡಾನ್**

ದಿ ಬೆಸ್ಟ್ ಆಫ್ ಯೂತ್ ಒಂದು ಸಾಂಸಾರಿಕ ಚಿತ್ರ. ಇಟಾಲಿಯ ಕುಟುಂಬವೊಂದರ ಜೀವನಚರಿತ್ರೆ ಎನ್ನಬಹುದು. 1966ರಿಂದ ಪ್ರಾರಂಭವಾಗುವ ಕಥೆ 2003ಕ್ಕೆ ಕೊನೆಯಾಗುತ್ತದೆ. ಇಬ್ಬರು ಸಹೋದರರನ್ನು ಮುಖ್ಯ ಭೂಮಿಕೆಯಾಗಿ ತೆಗೆದುಕೊಂಡು ಅವರ ಬಾಲ್ಯ, ಯೌವ್ವನ, ಮದುವೆ, ಕುಟುಂಬ ನಿರ್ವಹಣೆ, ನಿವೃತ್ತಿ ಜೀವನ ಹೀಗೆ ಜೀವನ ಎಲ್ಲಾ ಘಟ್ಟಗಳನ್ನು ನಿರೂಪಿಸುತ್ತಾ ಸಾಗುವ ಕಥೆ ಇದು. ನಿರ್ದೇಶಕರ ಉದ್ದೇಶವೂ ಅದೇ ಆಗಿದೆಯೇನೋ! ಯಾಕೆಂದರೆ ಒಂದು ಕುಟುಂಬದಲ್ಲಿ ನಡೆಯುವ ಸಣ್ಣ ಸಣ್ಣ ಘಟನೆಗಳು, ಅದು ಬೀರುವ ಪರಿಣಾಮ, ರಾಜಕೀಯ ಮತ್ತು ಸಾಮಾಜಿಕ ವ್ಯವಸ್ಥೆಗಳೂ ಕೂಡ ಹೇಗೆ ಒಂದು ಸಂಸಾರದ ಮೇಲೆ ತಮ್ಮ ಪ್ರಭಾವವನ್ನು ಬೀರುತ್ತವೆ ಎಂಬುದನ್ನು ಸಾಧ್ಯಂತವಾಗಿ ಸೂಕ್ಷ್ಮವಾಗಿ ವಿವರಿಸಿರುವ ರೀತಿ ಪ್ರಶಂಸೆಗೆ ಪಾತ್ರವಾಗುತ್ತದೆ. ನಿರ್ದೇಶಕ ದೃಷ್ಟಿ ಕೋನದಲ್ಲಿ ಒಂದು ಸಮಾಜವೆಂದರೆ ಕುಟುಂಬ. ಬದುಕೆಂದರೆ ಸಮಾಜ. ಮತ್ತು ಇವೆರೆಡು ಒಂದಕ್ಕೊಂದು ಮಿಳಿತಗೊಂಡಿವೆ. ಯಾರೋ ಒಬ್ಬರು, ಎಲ್ಲೋ ತೆಗೆದುಕೊಳ್ಳುವ ಚಿಕ್ಕ ಚಿಕ್ಕ ನಿರ್ಧಾರಗಳು. ಮಾಡುವ ಸಣ್ಣ ಪುಟ್ಟ ತಪ್ಪುಗಳು ಹೇಗೆ ಬದುಕಿನ ದಿಕ್ಕನ್ನೇ ಬದಲಾಯಿಸುತ್ತದೆ ಎಂಬುದನ್ನು

ಚಿತ್ರ–127: ಬೆಸ್ಟ್ ಆಫ್ ಯೂತ್ ಚಿತ್ರದ ಪೋಸ್ಟರ್

ಎಲ್ಲೂ ಬೋರಾಗದ ಹಾಗೆ ನಿರೂಪಿಸಿದ್ದಾನೆ ನಿರ್ದೇಶಕ. ಮನುಷ್ಯನ ಜೀವನದ ಮುಖ್ಯ ಅಂಶಗಳನ್ನು ನಿರ್ದೇಶಕ ಋತುಗಳಿಗೆ ಹೋಲಿಸಿದ್ದಾನೆ. ಅಂದರೆ ಪ್ರತಿಯೊಂದನ್ನು ಮನುಷ್ಯ ಅನುಭವಿಸಲೇಬೇಕು, ಪ್ರತಿಯೊಂದು ಘಟ್ಟವನ್ನು ಹಾದು ಹೋಗಲೇಬೇಕು ಎಂಬುದನ್ನು ತುಂಬಾ ನವಿರಾದ ಶೈಲಿಯಲ್ಲಿ ಹೇಳುತ್ತಾ ಸಾಗುತ್ತಾನೆ.

ಸುಮಾರು 37 ವರ್ಷದ ಒಂದು ಕಾಲಘಟ್ಟವನ್ನು ಇಬ್ಬರು ವ್ಯಕ್ತಿಗಳ ಜೀವನ ಚರಿತ್ರೆಯ ಮೂಲಕ ಹೇಳುವ ಈ ಚಿತ್ರ ಇತ್ತೀಚಿನ ದಿನಗಳಲ್ಲಿ ಬಿಡುಗಡೆಯಾದ 'ದೀರ್ಘಾವಧಿ' ಚಲನಚಿತ್ರವೆಂದು ಪ್ರಸಿದ್ಧಿಯಾಗಿದೆ.

ಚಿತ್ರ–128: ನಟ ಲುಯಿಗಿ ಕ್ಯಾಶಿಯೋ

1950 ಅಕ್ಟೋಬರ್ 1ರಂದು ಇಟಲಿಯ ಮಿಲನ್‌ನಲ್ಲಿ ಜನಿಸಿದ ನಿರ್ದೇಶಕ ಗಿರೊಡಾನಾನ ಇತರ ಯಶಸ್ವಿ ಚಿತ್ರಗಳೆಂದರೆ.

ವೈಲ್ಡ್ ಬ್ಲಡ್ (2008), ಒನ್ಸ್ ಯು ಆರ್ ಬಾರ್ನ್, ಯು ಕ್ಯಾನ್ ನೋ ಲಾಂಗರ್ ಹೈಡ್ (2005), ಒನ್ ಹಂಡ್ರೆಡ್ ಸ್ಟೆಪ್ಸ್, ಟು ಲವ್ ದಿ ಡಾಮ್ಡ್ (1980).

'ಬೆಸ್ಟ್ ಆಫ್ ಯೂತ್' ಚಿತ್ರದ ಸಂಕ್ಷಿಪ್ತ ವಿವರ:

- **ನಿರ್ದೇಶನ:** ಮಾರ್ಕೋ ಟುಲ್ಲಿಯೋ ಗಿಯಾರ್ಡಾನಾ.
- **ನಿರ್ಮಾಪಕ:** ಆ್ಯಂಜೆಲೋ ಬಾರ್ಬಗಲೋ.

- **ತಾರಾಗಣ:** ಲುಯಿಗಿ ಲೋ ಕಾಶಿಯೋ, ಅಲಿಸಿಯೋ ಬೋನಿ, ಅಡ್ರಿಯಾನಾ ಅಸ್ತಿ, ಸೋನಿಯ ಬರ್ಗ್ ಮಾಸ್ಕೋ, ಫ್ಯಾಬ್ರಿಜಿಯೋ ಗಿಫೂನಿ, ಮಾಯಾ ಸಾಂಸ.
- **ಬಿಡುಗಡೆಯ ದಿನಾಂಕ:** ಇಟಲಿ-2005, ಯುನೈಟೆಡ್ ಸ್ಟೇಟ್ಸ್-2005.
- **ಅವಧಿ:** 400 ನಿಮಿಷಗಳು.
- **ದೇಶ:** ಇಟಲಿ.
- **ಭಾಷೆ:** ಇಟಾಲಿಯನ್.
- **ಕೊಸರು:** ನಿರ್ದೇಶಕ ಗಿಯಾರ್ಡಾನಾನ ಅಚ್ಚು ಮೆಚ್ಚಿನ ಕಲಾವಿದರೆಂದರೆ ಲುಯಿಗಿ ಕಾಶಿಯೊ ಮತ್ತು ಅಲಿಸಿಯೊ ಬೋನಿ. ಹಾಗಾಗಿ ಗಿಯಾರ್ಡಾನಾನ ಎಲ್ಲಾ ಚಿತ್ರಗಳಲ್ಲೂ ಈ ಇಬ್ಬರು ಕಲಾವಿದರಿರುತ್ತಾರೆ.

## ಔಟ್1

ಚಿತ್ರ-129: ಜಾಕೆಸ್‌ರೆವೆಟ್

ಔಟ್1, 1971ರಲ್ಲಿ ಬಿಡುಗಡೆಯಾದ ಫ್ರೆಂಚ್ ಭಾಷೆಯ ಚಲನಚಿತ್ರ. ಜಾಕಸ್ ರೆವೆಟ್ ನಿರ್ದೇಶನದ ಈ ಚಿತ್ರದ ಅವಧಿ 12 ಘಂಟೆ ನಲವತ್ತು ನಿಮಿಷಗಳು. ಅಂದರೆ ದಿನವೆಲ್ಲಾ ನೋಡಿದರೂ ಮುಗಿಯದ ಸಿನಿಮಾ ಎನ್ನಬಹುದು.

ಈ ಚಿತ್ರದ ಕಥೆಯೂ ಅಷ್ಟೇ. ಒಂದು ತೆಕ್ಕೆಗೆ ಸಿಗುವಂತಹದ್ದಲ್ಲ. ಹನ್ನೆರೆಡು ಮುಕ್ಕಾಲು ಘಂಟೆಯ ಸಿನಿಮವಾದ್ದರಿಂದ ಒಂದು ಕಥೆ ಹಲವಾರು ಉಪಕಥೆಗಳಾಗಿ ವಿಂಗಡನೆಯಾಗುತ್ತದೆ. ಒಂದೊಂದೇ ಉಪಕಥೆಯಲ್ಲಿ ಬರುವ ಪಾತ್ರಗಳು, ಸನ್ನಿವೇಶಗಳು ಭಿನ್ನಭಿನ್ನವಾಗಿರುವುದರಿಂದ ಬೇರೆ ಬೇರೆಯದೇ ಕಥೆ ಎನ್ನುವಂತೆ ಮೊದಲ ನೋಟಕ್ಕೆ ಕಂಡುಬಂದರೂ ಸಿನಿಮಾ ಮುಂದುವರೆದಂತೆ ಕಥೆಗಳು ತಂತಾನೇ ಒಂದಕ್ಕೊಂದು ಬೆಸೆದುಕೊಳ್ಳುತ್ತವೆ. ಚಿತ್ರದ ಪ್ರಧಾನ ಅಂಶವೆಂದರೆ ಇವೇ ಇರಬೇಕು. ಚಿತ್ರ ಪ್ರಾರಂಭವಾಗುವುದು ನಾಟಕವೊಂದರ ರಿಹರ್ಸಲ್‌ನೊಂದಿಗೆ. ಕೆಲವು ಘಂಟೆಗಳು ಸಾಕ್ಷ್ಯಚಿತ್ರದ ಶೈಲಿಯಲ್ಲಿ ಎರಡು ಬೇರೆ ಬೇರೆ ನಾಟಕ ತಂಡಗಳು ರಿಹರ್ಸಲ್‌ಗಳಲ್ಲೇ

**ಚಿತ್ರ–130: ಔಟ್1 ಚಿತ್ರದಲ್ಲಿ ಜಾನ್ ಪಿಯರ್ರೆ ಲಾಡ್**

ಕಳೆದುಹೋಗುತ್ತವೆ. ಆನಂತರವಷ್ಟೇ ಸಿನಿಮಾದ ಕಥೆ ತೆರೆದುಕೊಳ್ಳುವುದು. ಆದರೆ ನಿರ್ದೇಶಕ ಅಷ್ಟರಲ್ಲಿ, ಪಾತ್ರಗಳು, ಅವುಗಳ ಹಿನ್ನೆಲೆಯನ್ನ ಸಂಕ್ಷಿಪ್ತವಾಗಿ ಪರಿಚಯಿಸಿ ಬಿಟ್ಟಿರುತ್ತಾನೆ. ಇದರಿಂದಾಗಿ 2 ಘಂಟೆಗಳು ಬರೀ ರಿಹರ್ಸಲ್ ಹಾಲ್‌ನಲ್ಲೇ ಸಿನಿಮಾ ಕಳೆದರೂ ಸಮಯ ವ್ಯರ್ಥವಾಗುವುದಿಲ್ಲ.

ಇಡೀ ಚಿತ್ರವನ್ನು 16mm ಫಿಲ್ಮ್ ನೆಗೆಟಿವ್ ಬಳಸಿ ಚಿತ್ರೀಕರಿಸಲಾಗಿದೆ. ಒಂದೂವರೆ ತಿಂಗಳ ಬಿಗಿ ಕಾರ್ಯಪಟ್ಟಿಯಡಿಯಲ್ಲಿ ಚಿತ್ರೀಕರಣ ಮಾಡಿರುವ ಈ ಚಿತ್ರದಲ್ಲಿ ಲಾಂಗ್ ಶಾಟ್‌ಗಳು ತುಂಬಾ ಇವೆ. ನಿರ್ದೇಶಕರ ಪ್ರಕಾರ ಲಾಂಗ್ ಶಾಟ್ ನೈಜತೆಯನ್ನು ಬಿಂಬಿಸುತ್ತವೆ ಎಂಬುದು. ಹಾಗೇ ಚಿತ್ರದ ಸಂಕಲನವನ್ನು ಕೂಡ ಕೆಲವೊಂದು ಕಡೆ ಭಿನ್ನವಾಗಿ ಮಾಡಲಾಗಿದೆ. ಪ್ರಾರಂಭದ ಮೂರು ಘಂಟೆಯವರೆಗೆ ಸಿನಿಮಾ ತೀರಾ ಮಂದಗತಿಯಲ್ಲಿದೆ ಹಾಗೆ ಎಲ್ಲವೂ ಲಾಂಗ್‌ಶಾಟ್‌ನಲ್ಲಿ ಚಿತ್ರೀಕರಿಸಲಾಗಿದೆ. ಆದರೆ ಸಿನಿಮಾದ ಕಥೆ ಮುಂದುವರೆದಂತೆ ನಿರೂಪಣೆ ಕೂಡ ತನ್ನ ಗತಿಯಲ್ಲಿ ವೇಗವನ್ನು ಪಡೆದುಕೊಳ್ಳುತ್ತದೆ. ಆ ಕಾರಣದಿಂದ ಸಿನಿಮಾ ಪ್ರೇಕ್ಷಕರಿಗೆ ಪ್ರಾರಂಭದಲ್ಲಿ ಅಸಹನೀಯವಾಗಿ, ನಂತರ ಸಹನೀಯವಾಗಿ ಆನಂತರವಷ್ಟೆ ಕುತೂಹಲಭರಿತ ಚಿತ್ರವಾಗಿ ನೋಡಿಸಿಕೊಂಡು ಹೋಗುತ್ತದೆ.

## ಜಾಕಸ್ ರಿವೆಟ್ಟ್

ತನ್ನ ಪ್ರಯೋಗಾತ್ಮಕ ಚಿತ್ರಗಳ ಮೂಲಕ ಫ್ರೆಂಚ್‌ನಲ್ಲಿ ಹೊಸ ಅಲೆ ಸೃಷ್ಟಿಸಿದ ನಿರ್ದೇಶಕ ಜಾಕಸ್ ರಿವೆಟ್ಟ್ 'ಪ್ಯಾರಿಸ್ ಬಿಲಾಂಗ್ಸ್ ಟು ಅಸ್

(1960), ದಿ ನನ್ (1965), ಮ್ಯಾಡ್ ಲವ್ (1968), ಫ್ಯಾಂಟಮ್ ಲೇಡೀಸ್ ಓವರ್ ಪ್ಯಾರೀಸ್ (1974), ವುದರಿಂಗ್ ಹೈಟ್ಸ್ (1985), ದಿ ಗ್ಯಾಂಗ್ ಅಫ್ ಫ್ಟೋರ್ (1988), ಸ್ಟೋರಿ ಅಫ್ ಮೇರಿ ಜ ಅಂಡ್ ಜೂಲಿಯಸ್ (2003), ಡೋಂಟ್ ಟಚ್ ದಿ ಆ್ಯಕ್ಸ್ (2007), ಮುಂತಾದ ಗಮನಾರ್ಹ ಚಿತ್ರಗಳನ್ನು ನಿರ್ದೇಶಿಸಿದ್ದಾನೆ. ಇವನ ದಿ ಬ್ಯೂಟಿಫುಲ್ ನ್ಯೂಸೆನ್ಸ್ (1991), ಮತ್ತು ಮ್ಯಾಡ್ ಲವ್ (1968) ಎರಡೂ ಚಿತ್ರಗಳೂ ಕೂಡ 4ಕ್ಕೂ ಹೆಚ್ಚಿನ ಕಾಲಾವಧಿಯ ಸಿನಿಮಾಗಳಾಗಿವೆ.

- **ನಿರ್ದೇಶನ:** ಜಾಕಸ್ ರಿವೆಟ್ಟೆ.
- **ನಿರ್ಮಾಪಕರು:** ಸ್ಟೀಫನ್ ಚಾಲ್ಗಾಡಿಫ್.
- **ತಾರಾಗಣ:** ಜಾನ್ ಪೆಯರೆ ಲಾಡ್, ಜೂಲಿಯೆಟ್ ಬೆರ್ಟೊ, ಮೈಕೆಲ್ ಮೊರೆಟ್ಟೆ, ಮೈಕೆಲ್ ಲೋನಸಡಾಲೆ.
- **ಸಂಗೀತ:** ಜಾನ್ ಪಿಯರೆ ಡ್ರೊವೆಟ್.
- **ಛಾಯಾಗ್ರಹಣ:** ಪಿಯರ್-ವಿಲಿಯಮ್ ಗ್ಲೇನ್.
- **ಸಂಕಲನ:** ನಿಕೋಲ್ ಲುಚಾಂಸ್ಕಿ.
- **ಬಿಡುಗಡೆಯ ದಿನಾಂಕ:** ಅಕ್ಟೋಬರ್ 9, 1971.
- **ಅವಧಿ:** 773 ನಿಮಿಷಗಳು.
- **ದೇಶ:** ಫ್ರಾನ್ಸ್.
- **ಭಾಷೆ:** ಫ್ರೆಂಚ್.
- **ಕೊಸರು:** ಈ ಮಾರುದ್ದದ ಸಿನಿಮಾವನ್ನು ಮೊದಲಿಗೆ ಕಿರುತೆರೆಗಾಗಿ ಸಿದ್ಧಪಡಿಸಲಾಗಿತ್ತು!

## ಲಾ ರೆವೊಲ್ಯೂಷನ್ ಫ್ರಾಂಚಾಯಿಸ್

ಫ್ರಾನ್ಸ್, ಜರ್ಮನಿ, ಇಟಲಿ, ಯುನೈಟೆಡ್ ಕಿಂಗ್‌ಡಂ ಮತ್ತು ಕೆನೆಡಾ ದೇಶಗಳ ಸಹಯೋಗದೊಂದಿಗೆ ನಿರ್ಮಿಸಲಾದ ಈ ಚಿತ್ರದ ಒಟ್ಟು ಅವಧಿ 6 ಘಂಟೆಗಳು. 'ಫ್ರೆಂಚ್ ಕ್ರಾಂತಿ'ಯ ಇನ್ನೂರನೇ ವರ್ಷದ ಜಯಂತಿಯ ಅಂಗವಾಗಿ 1989ರಲ್ಲಿ ತಯಾರಾದ ಈ ಚಿತ್ರ ಅದ್ಧೂರಿ ವೆಚ್ಚದ್ದಾಗಿದೆ. 'ಫ್ರೆಂಚ್ ಕ್ರಾಂತಿ' ಜಯಂತಿಯಂದೇ ತಯಾರಾದ ಈ ಚಿತ್ರದಲ್ಲಿ ಕ್ರಾಂತಿಯ ಬಗ್ಗೆ ಭಾಷಣವಿಲ್ಲ. ಅಥವಾ ಚಿತ್ರದ ಕಥೆಗೂ ಕ್ರಾಂತಿಗೂ ನೇರ ಸಂಬಂಧವಿಲ್ಲ. ಇಂಗ್ಲಿಷ್ ಮತ್ತು ಫ್ರೆಂಚ್ ಎರಡೂ ಭಾಷೆಯಲ್ಲಿ ತಯಾರಾದ ಈ ಚಿತ್ರದ

**ಚಿತ್ರ–131**

ನಿರ್ದೇಶಕರು ರಾಬರ್ಟ್ ಎನ್ರಿಕೋ ಮತ್ತು ರಿಚರ್ಡ್ ಟಿ. ಹೆಫ್ರಾನ್. ತಾರಾಗಣದಲ್ಲಿ ಕ್ಲಾಸ್ ಮಾರಿಯಾ ಬ್ರಾಂಡಲಿರ್, ಆಂಡ್ರೆ ಸೆವೆರಿನ್, ಜರಿನ್ ಪ್ರಾಂಕಾಯಿಸ್ ಬಾಮರ್, ಜಾನ್ ಸೇಮೋರ್ ಮುಂತಾದವರು ನಟಿಸಿದ್ದಾರೆ.

ಚಿತ್ರದ ಸಂಕ್ಷಿಪ್ತ ವಿವರ:

- **ನಿರ್ದೇಶನ:** ರಾಬರ್ಟ್ ಎನ್ರಿಕೊ, ರಿಚರ್ಡ್ ಟಿ. ಹೆಫ್ಲಾನ್.
- **ನಿರ್ಮಾಪಕರು:** ಅಲೆಕ್ಸಾಂಡ್ರೆ ನೌಕಿನೆ.
- **ಸಂಗೀತ:** ಜಾರ್ಜ್ ಡೆಲೆಯ್ರುಎ.
- **ಛಾಯಾಗ್ರಹಣ:** ಫ್ರಾಂಚಾಯಿಸ್ ಕ್ಯಾಟನ್, ಬರ್ನಾರ್ಡ್ ಜ಼ಿಜ಼ರ್ಮನ್.

- **ತಾರಾಗಣ:** ಕ್ಲಾಸ್ ಮರಿಯ ಬ್ರಾಂಡಾಉರ್, ಜೇನ್ ಸೇಮೋರ್, ಪೀಟರ್ ಉಸ್ತಿನೋವ್ ಇತರರು.
- **ಭಾಷೆ:** ಇಂಗ್ಲಿಷ್ ಮತ್ತು ಫ್ರೆಂಚ್.
- **ಅವಧಿ:** 360 ನಿಮಿಷಗಳು.
- **ಬಿಡುಗಡೆಯಾದ ದಿನಾಂಕ:** 10 ಮೇ 1989.
- **ಕೊಸರು:** ಫ್ರೆಂಚ್ ಕ್ರಾಂತಿ ದ್ವಿಶತಮಾನೋತ್ಸವದ ಅಂಗವಾಗಿ ಬಿಡುಗಡೆಯಾದ ಈ ಅದ್ಧೂರಿ ಚಿತ್ರ ಗಲ್ಲಾಪೆಟ್ಟಿಗೆಯಲ್ಲಿ ದೊಡ್ಡ ಸೋಲು ಕಂಡಿತು.

## ಲಾ ಕಮ್ಯುನೆ (ಪ್ಯಾರಿಸ್ 1871)

ಲಾ ಕಮ್ಯುನೆ, 2000ದಲ್ಲಿ ಬಿಡುಗಡೆಯಾದ ಐತಿಹಾಸಿಕ ಚಲನಚಿತ್ರ. ಸಾಕ್ಷ್ಯಚಿತ್ರದ ಶೈಲಿಯಲ್ಲಿರುವ ಈ ಚಿತ್ರದ ನಿರ್ದೇಶಕ ಪೀಟರ್ ವಾಟ್ಕಿನ್ಸ್. ಹೊಸ ಹೊಸ ಕಲಾವಿದರನ್ನು ಬಳಸಿಕೊಂಡು ತಯಾರಾದ ಈ ಚಿತ್ರದ ಉದ್ದ 5 ಘಂಟೆ 45 ನಿಮಿಷಗಳು. ಸಿನಿಮಾ ನಮ್ಮನ್ನು 1871ನೇ ಇಸವಿಗೆ ಕರೆದುಕೊಂಡು ಹೋಗುತ್ತದೆ. ಪ್ಯಾರಿಸ್ ಕಮುನೆ ಇದು ಸರಕಾರದ ವಿರುದ್ಧ, ಅವರ ದಬ್ಬಾಳಿಕೆಯ ವಿರುದ್ಧ ನಿಂತ ಕ್ರಾಂತಿಕಾರಿ ಸಂಘಟನೆಯ ಹೆಸರು. ಈ ಲಾ ಕಮುನೆಯನ್ನು ಸರಕಾರಿ ಶಕ್ತಿಯು 1871ರಲ್ಲಿ ಬಗ್ಗುಬಡಿಯಿತು. ಈ ಕಥೆಯನ್ನು 200 ಹೊಸ ಕಲಾವಿದರನ್ನಿಟ್ಟುಕೊಂಡು ನಿರೂಪಿಸಿರುವ ಪೀಟರ್ ಚಿತ್ರದಲ್ಲಿ ಪ್ರಸ್ತುತ ರಾಜಕೀಯದ ದೊಂಬರಾಟಗಳನ್ನೂ ಕೂಡ ವ್ಯಂಗ್ಯವಾಗಿ

**ಚಿತ್ರ–132: ಪೀಟರ್ ವಾಟ್ಕಿನ್ಸ್**

**ಚಿತ್ರ–133: ಲಾ ಕಮ್ಯುನೆ ಚಿತ್ರದ ಪೋಸ್ಟರ್**

ಸಾದರಪಡಿಸಿದ್ದಾನೆ. ಅಷ್ಟೇ ಅಲ್ಲ. ಮಾಧ್ಯಮದವರ ಅವಕಾಶವಾದಿತನವನ್ನೂ ಮಾರ್ಮಿಕವಾಗಿ ಬಿಂಬಿಸಿದ್ದಾನೆ.

ಈ ಚಿತ್ರದ ಸಂಕ್ಷಿಪ್ತ ವಿವರ ಇಂತಿದೆ:

- **ನಿರ್ದೇಶನ:** ಪೀಟರ್ ವಾಟ್ಕಿನ್ಸ್.
- **ಛಾಯಾನಿರ್ದೇಶನ:** ಆಡ್ ಗೇರ್ ಸೇಥರ್.
- **ಬಿಡುಗಡೆಯ ದಿನಾಂಕ:** 3 ಜುಲೈ 2003.
- **ಅವಧಿ:** 345 ನಿಮಿಷಗಳು. 220 ನಿಮಿಷಗಳು.
- **ದೇಶ:** ಫ್ರಾನ್ಸ್.
- **ಭಾಷೆ:** ಫ್ರೆಂಚ್.
- **ಕೊಸರು:** ಈ ಮಾರುದ್ದದ ಅವಧಿಯ ಚಿತ್ರವನ್ನು ಕೇವಲ 13 ದಿನದಲ್ಲೇ ಚಿತ್ರೀಕರಿಸಲಾಯಿತಂತೆ.

## ದಿ ಡೆಲ್ಯುಜ್

ದಿ ಡೆಲ್ಯುಜ್ ಪೊಲಿಶ್ ಚಿತ್ರ ಪೊತೊಪ್‌ನ ಇಂಗ್ಲಿಷ್ ಶೀರ್ಷಿಕೆ. ಈ ಐತಿಹಾಸಿಕ ಚಲನಚಿತ್ರದ ನಿರ್ದೇಶಕ ಜೆರ್ಜಿ ಹಾಫ್‌ಮನ್. 1974ರಲ್ಲಿ ಈ ಚಿತ್ರ ತೆರೆಗೆ ಬಂತು. ನೊಬೆಲ್ ಪ್ರಶಸ್ತಿ ವಿಜೇತ ಪೊಲಿಶ್ ಲೇಖಕ ಹೆನ್ರಿಕ್ ಸೀನ್

**ಚಿತ್ರ–134**

ಕಿವಿಜ್ ಬರೆದ ಕಾದಂಬರಿ ಆಧಾರಿತ ಚಿತ್ರ. 1974ರಲ್ಲಿ ಉತ್ತಮ ವಿದೇಶಿ ಚಲನಚಿತ್ರ ವಿಭಾಗದಲ್ಲಿ ಆಸ್ಕರ್ ಪ್ರಶಸ್ತಿಗೆ ನಾಮಾಂಕಿತವಾಗಿತ್ತು. ಚಿತ್ರವು 17ನೇ ಶತಮಾನದಲ್ಲಿ ಸ್ವೀಡೀಶ್ ಅವನತಿ ಹೊಂದಿದಾಗ ಆದ ದುಷ್ಪರಿಣಾಮಗಳನ್ನು ವಿವರಿಸುವ ಕಥೆಯನ್ನು ಹೊಂದಿದೆ.

**ಚಿತ್ರ–135: ಜೆರ್ಜಿ ಹಾಫ್ಮನ್**

- **ನಿರ್ದೇಶನ:** ಜೆರ್ಜಿ ಹಾಫ್‌ಮನ್.
- **ತಾರಾಗಣ:** ಡೇನಿಯಲ್ ಓಲೆಬ್ರಿಸ್ಕಿ, ಮಲ್ಗಾರ್ಜಿತ ಬ್ರಾಟಂಕ್.
- **ಸಂಗೀತ:** ಕಾಜಿಮೇರ್ ಸೆರೋಕಿ.
- **ಛಾಯಾಗ್ರಹಣ:** ಜೆರ್ಜಿ ವೊಕ್.
- **ಬಿಡುಗಡೆಯ ದಿನಾಂಕ:** 1974.
- **ಅವಧಿ:** 315 ನಿಮಿಷಗಳು.
- **ಭಾಷೆ:** ಪೊಲಿಶ್.

## ನೆಪೋಲಿಯನ್

ನೆಪೋಲಿಯನ್ ಮೂಕಿ ಚಿತ್ರ. 1927ರಂದು ತೆರೆಗೆ ಬಂದ ಈ ಚಿತ್ರದ ನಿರ್ದೇಶಕ ಅಬೆಲ್ ಗ್ಯಾನ್ಸ್. ನೆಪೋಲಿಯನ್ ಜೀವನ್ ಚರಿತ್ರೆಯ ಆಧಾರಿತ ಈ ಚಿತ್ರದ ಉದ್ದ ಐದು ಘಂಟೆ ಮೂವತ್ತು ನಿಮಿಷಗಳು. ನೆಪೋಲಿಯನ್‌ನ ಬಾಲ್ಯ, ಫ್ರೆಂಚ್ ಕ್ರಾಂತಿ, 1797ರ ಇಟಲಿಯ ಮೇಲಿನ ಆಕ್ರಮಣ, ವಿಜಯವನ್ನು ಸಾವಧಾನದಿಂದ ನಿರೂಪಿಸಿದ್ದಾನೆ ಅಬೆಲ್ ಗಾನ್ಸ್.

**ಚಿತ್ರ–136: ನೆಪೋಲಿಯನ್ ಚಿತ್ರದ ದೃಶ್ಯ**

- **ನಿರ್ದೇಶನ:** ಅಬೆಲ್ ಗ್ಯಾನ್ಸ್ (ನೋಡಿ ಚಿತ್ರ: 92).
- **ನಿರ್ಮಾಣ:** ಅಬೆಲ್ ಗ್ಯಾನ್ಸ್.
- **ತಾರಾಗಣ:** ಆಲ್ಬರ್ಟ್ ಡೈಉಡೊನ್, ಆಂಟೋನಿನ್ ಆರ್ಟಾಡ್.
- **ಸಂಗೀತ:** ಆರ್ಥರ್ ಹೊನೆಗರ್.
- **ಛಾಯಾಗ್ರಹಣ:** ಜ್ಯೂಲ್ಸ್ ಕ್ರುಗರ್.
- **ಬಿಡುಗಡೆಯ ದಿನಾಂಕ:** 7 ಏಪ್ರಿಲ್ 1927.
- **ಅವಧಿ:** 330 ನಿಮಿಷಗಳು.
- **ಕೊಸರು:** ನೆಪೋಲಿಯನ್ ಚಿತ್ರದ ಹಕ್ಕುಗಳನ್ನು ಎಮ್.ಜಿ.ಎಮ್. ಖರೀದಿಸಿದಾಗ ಕೇವಲ 8 ಯೂರೋಪಿಯನ್ ನಗರಗಳಲ್ಲಿ ಮಾತ್ರ ಈ ಚಿತ್ರವನ್ನು ಪ್ರದರ್ಶಿಸಲಾಗಿತ್ತು. ಆನಂತರ ಚಿತ್ರದ ಉದ್ದವನ್ನು ಗಣನೀಯ ಪ್ರಮಾಣದಲ್ಲಿ ತುಂಡರಿಸಲಾಯಿತು.

**ಸತಂತಂಗೋ (ಸತನ್‌ಟ್ಯಾಂಗೋ)**

ಹಂಗೇರಿಯಾದ ನಿರ್ದೇಶಕ ಬೆಲಾ ಟೆರ್ರ್ ನಿರ್ದೇಶನದ ಚಿತ್ರ ಶತಂತಂಗೋ. 7 ಘಂಟೆ 12 ನಿಮಿಷಗಳಷ್ಟು ದೀರ್ಘಾವಧಿ ಚಿತ್ರದ ಚಿತ್ರೀಕರಣ

**ಚಿತ್ರ–137: ಸತನ್ ಟ್ಯಾಂಗೊ ಚಿತ್ರದ ಪೋಸ್ಟರ್**

ಸಂಪೂರ್ಣಗೊಂಡದ್ದು 1994ರಲ್ಲಿ. ಹಂಗೇರಿಯಾದ ಕಾದಂಬರಿಕಾರ ಲಾಲೋ ಕ್ರಾಸ್ನ ಹಾರ್ಕೊಯಿಯ ಸತಂತಂಗೋ ಕಾದಂಬರಿ ಆಧರಿಸಿದ ಈ ಚಿತ್ರವನ್ನು 1985ರಲ್ಲೇ ನಿರ್ಮಿಸಲು ಯೋಚಿಸಲಾಗಿದ್ದರೂ ಹಂಗೇರಿಯಾದಲ್ಲಿನ ರಾಜಕೀಯ ಪರಿಸ್ಥಿತಿ ಅದಕ್ಕೆ ಅನುವು ಮಾಡಿಕೊಟ್ಟಿರಲಿಲ್ಲ. ಕಮ್ಯುನಿಸಂನ ಅಂತ್ಯದ ಸಮಯದಲ್ಲಿ ಎರಡುವರ್ಷದ ಹಿಂದೆ ಕಾಣೆಯಾಗಿದ್ದ ಇರಿಮಿಯಾದ ಪುನರಾಗಮನ ಮತ್ತು ಅವರ ಆಗಮನದ ನಂತರ ಆಗುವ ಆಗುಹೋಗುಗಳ ಮೇಲೆ ಕೇಂದ್ರೀಕರಿಸಿ ಚಿತ್ರಕ್ಕೆ ಕಥೆ ಹೆಣೆಯಲಾಗಿದೆ. ಚಿತ್ರದುದ್ದಕ್ಕೂ ತುಂಬಾ ಲಾಂಗ್‌ಟೇಕ್ ಗಳಿವೆ. ಏಳೂಕಾಲು ಘಂಟೆಯ ಈ ಚಿತ್ರದಲ್ಲಿ ಕೇವಲ 150 ಶಾಟ್‌ಗಳಿವೆ ಎಂದರೆ ಎಷ್ಟು ಉದ್ದುದ್ದದ ಶಾಟ್‌ಗಳಿವೆ ಎಂಬುದನ್ನು ಅಂದಾಜು ಮಾಡಿಕೊಳ್ಳಬಹುದು. ಕೆಲವೊಂದು ಶಾಟ್‌ಗಳು 10–11 ನಿಮಿಷದಷ್ಟು ಉದ್ದುದ್ದವಾಗಿವೆ. ಮೇಲೆ ಹೇಳಿದಂತೆ ಇದು ಕಾದಂಬರಿ ಆಧಾರಿತ ಚಿತ್ರವಾದ್ದರಿಂದ ಕಾದಂಬರಿಗೆ ಹೆಚ್ಚು ನಿಷ್ಠವಾಗಿದ್ದರೂ ಕೆಲವೊಂದು ದೃಶ್ಯಗಳನ್ನು ಕೇವಲ ಸಿನಿಮಾಕ್ಕಾಗಿಯೇ ಬೆಳೆಸಲಾಗಿದೆಯಂತೆ.

ಚಿತ್ರ ಬಿಡುಗಡೆಯಾದ ನಂತರ ಪ್ರೇಕ್ಷಕರಿಂದ, ವಿಮರ್ಶಕರಿಂದಲೂ ಅಪಾರ ಪ್ರಶಂಸೆಗಳಿಸಿತು.

ಫ್ಯಾಮಿಲಿ ನೆಸ್ಟ್ (1977), ದಿ ಔಟ್ ಸೈಡರ್ (1981), ದಿ ಪ್ರಿಪಬ್ ಪೀಪಲ್ (1982), ಆಟಮ್ ಅಲ್ ಮಾನಕ್ (1985), ಡ್ಯಾಮ್ನೇಷನ್ (1998), ರೆಕ್ ಮಾಸ್ಟರ್ಸ್ ಹಾರ್ಮೊನಿಕ್ಸ್ (2000), ಎ ಮ್ಯಾನ್ ಫ್ರಂ ಲಂಡನ್ (2007), ದಿ ಟ್ಯುರಿನ್ ಹೌಸ್ (2009), ನಿರ್ದೇಶಕ ಟೆರಾ ನಿರ್ದೇಶನದ ಇನ್ನಿತರ ಚಿತ್ರಗಳು.

- **ನಿರ್ದೇಶನ:** ಬೇಲಾ ಟರ್.
- **ತಾರಾಗಣ:** ಮಿಹಲ ವಿಗ್, ಪುಟ್ಯ, ಹೊರ್‌ವಾತ್, ಲಾಲೋ ಲುಗೋಸ್ಸಿ.
- **ಸಂಗೀತ:** ಮಿಹಲಿ ವಿಗ್.
- **ಛಾಯಾಗ್ರಹಣ:** ಗ್ಯಾಬರ್ ಮೆಡಿವಿಗಿ.
- **ಬಿಡುಗಡೆಯ ದಿನಾಂಕ:** 8 ಫೆಬ್ರವರಿ 1994.
- **ಅವಧಿ:** 450 ನಿಮಿಷಗಳು.
- **ದೇಶ:** ಹಂಗೇರಿ/ಜರ್ಮನಿ/ಸ್ವಿಟ್ಜರ್‌ಲ್ಯಾಂಡ್.
- **ಭಾಷೆ:** ಹಂಗೇರಿಯನ್.
- **ಕೊಸರು:** ಚಿತ್ರಮಂದಿರಗಳಲ್ಲಿ ಈ ಚಿತ್ರ ಬಿಡುಗಡೆಯಾದಾಗ ಎರಡು 'ವಿರಾಮ'ಗಳಿದ್ದವು.

ಬರ್ನಾಡೋ ಬಾರ್ಟೊಲುಷಿಯ 'ʼ1900' ಚಿತ್ರ ನೋಡಿದ ಮೇಲೆ 'ದೀರ್ಘಾವಧಿ' ಚಿತ್ರಗಳ ಬಗ್ಗೆ ನನಗೆ ಒಂದು ರೀತಿಯ ಹುಚ್ಚೇ ಹಿಡಿಯಿತು ಎನ್ನಬಹುದೇನೋ? ಕಂಡ ಕಂಡವರನ್ನೆಲ್ಲಾ ಉದ್ದನೆಯ ಚಿತ್ರಗಳನ್ಯಾವುದಾದರೂ ನೀವು ನೋಡಿದ್ದೀರಾ ಎಂದು ಕೇಳುತ್ತಿದ್ದೆ. ಕೆಲವರು 'ಲಗಾನ್' ಎನ್ನುತ್ತಿದ್ದರು. 'ಸಲಾಮ್ ಎ ಇಷ್ಕ್' ಎಂದೂ ಹೇಳುತ್ತಿದ್ದರು. ಅವೆರೆಡನ್ನು ಬಿಟ್ಟು ಬೇರೆಯಾವುದನ್ನು ನೀವು ನೋಡಿದ್ದೀರಾ ಎಂದರೆ ಇಲ್ಲವೆಂದು ಮುಲಾಜಿಲ್ಲದೆ ಹೇಳಿ, ಆನಂತರ ಒಂದು ಕ್ಷಣವೂ ನಿಲ್ಲದೇ ಅಲ್ಲಿಂದ ಹೋಗಿಬಿಡುತ್ತಿದ್ದರು. ನನ್ನ ಸಿನಿಮಾ ಗೆಳೆಯರ ಜೊತೆ ಅದೂ ಇದೂ ಮಾತನಾಡುವಾಗ ಸಿನಿಮಾದ ಅವಧಿ ಕನಿಷ್ಠ ನಾಲ್ಕುವರೆ ಘಂಟೆಯಾದರೂ ಇದ್ರೆ ಚೆಂದ ನೋಡೊಪ್ಪ. ಪ್ರತಿಯೊಂದು ಭಾವವನ್ನು ನೀಟಾಗಿ ತೋರಿಸಬಹುದು. ಪ್ರೇಕ್ಷಕರಿಗೆ ಮನವರಿಕೆ ಮಾಡಬಹುದು ಎಂದರೆ ನನ್ನ ಕೆಲವು ಸಿನಿಗೆಳೆಯರು ಜೋರಾಗಿ ನಕ್ಕು 'ನಿನಗೆ ಸಿನಿಮಾ ಇಂಡಸ್ಟ್ರಿಗಿಂತ ಸೀರಿಯಲ್ ಇಂಡಸ್ಟ್ರಿ ಬೆಸ್ಟ್' ಎಂದು ಗೇಲಿ ಮಾಡಿಬಿಡುತ್ತಿದ್ದರು.

ನನ್ನ ವಿದೇಶಿ ಗೆಳೆಯರಿಗೆಲ್ಲಾ ಈಮೇಲ್ ಮಾಡಿ ನಿಮಗೆ ಈ ಸಿನಿಮಾದ ಡಿ.ವಿ.ಡಿ. ಸಿಗುತ್ತಾ. ಆ ಸಿನಿಮಾದ ಡಿ.ವಿ.ಡಿ. ತರಿಸಿಕೊಡೋಕ್ಕಾಗುತ್ತಾ ಎಂದೆಲ್ಲಾ ತಲೆ ತಿಂದು ಒಂದಷ್ಟು ಡಿ.ವಿ.ಡಿ.ಯನ್ನು ತರಿಸಿಕೊಂಡಿದ್ದೆ. ಈ ನನ್ನ ಪ್ರಯತ್ನದಲ್ಲಿ ಗೆಳೆಯರಿಂದ, ಇಂಟರ್‌ನೆಟ್‌ನಿಂದ ನಂಗೆ ಲಭ್ಯವಾದ ಉದ್ದುದ್ದನೆಯ ಸಿನಿಮಾಗಳನ್ನು ದಿನಗಟ್ಟಲೆ ನೋಡಿ, ಅನುಭವಿಸಿ ಆನಂತರ ಈ ಪುಸ್ತಕದಲ್ಲಿ ಸೇರಿಸಿದ್ದೇನೆ. ಆದರೆ ಇನ್ನೂ ಕೆಲವು ಸಿನಿಮಾಗಳು ಮಾತ್ರ ನನ್ನ ಭಗೀರಥ ಪ್ರಯತ್ನಕ್ಕೂ ಸೊಪ್ಪು ಹಾಕದೆ ನನಗೆ ಮರೀಚಿಕೆಯಾಗೇ ಉಳಿದಿವೆ ಎನ್ನಬಹುದು. ಈ ಪ್ರಯೋಗಾತ್ಮಕ ಚಿತ್ರಗಳನ್ನು ನೋಡಬೇಕೆಂಬ ತವಕವಿದ್ದರೂ ಅವು ನನಗೆ ಲಭ್ಯವಾಗುತ್ತಿಲ್ಲ. ಅದಕ್ಕೆ ಆ ಚಿತ್ರಗಳ ಬಗ್ಗೆ ಏನೂ ಹೇಳದೆ, ಕೇವಲ ಮಾಹಿತಿಯನ್ನಷ್ಟನ್ನೇ ನೀಡುತ್ತಿದ್ದೇನೆ, ನಿಮಗೆಲ್ಲಾದರೂ ಈ ಸಿನಿಮಾಗಳು ಸಿಕ್ಕರೆ. ದಯವಿಟ್ಟು ನನ್ನ ಗಮನಕ್ಕೆ ತನ್ನಿ, ಜೊತೆಯಲ್ಲಿ ಕುಳಿತು ಸಿನಿಮಾ ನೋಡೋಣ. ಒಂದಷ್ಟು ಚರ್ಚಿಸೋಣ.

ಸದ್ಯಕ್ಕೆ ಅತಿ ಹೆಚ್ಚು ಉದ್ದವಿರುವ ಸಿನಿಮಾಗಳ ಪಟ್ಟಿಯಲ್ಲಿ ಮೊದಲನೆಯ ಸ್ಥಾನ 'ಸಿನೆಮಾಟನ್'ದಾದರೆ, ಎರಡು ಮತ್ತು ಮೂರನೇ ಸ್ಥಾನಗಳು ಕ್ರಮವಾಗಿ ಮಾಟ್ರಾಂಸ್ಚಕಾ ಮತ್ತು ಕ್ಯೂರ್‌ಫಾರ್ ಇನ್ಸೋಮಿಯದ ಪಾಲಾಗಿವೆ.

**ಸಿನೆಮಾಟನ್**

ಜಗತ್ತಿನಲ್ಲಿಯೇ ಇಂದಿಗೂ ಅತಿ ದೀರ್ಘಾವಧಿಯ ಸಿನಿಮಾಗಳಲ್ಲಿ ಮೊದಲನೇ ಸ್ಥಾನ ಪಡೆದಿರುವ ಚಿತ್ರ ಇದು. ಸುಮಾರು 150 ಘಂಟೆಗಳಷ್ಟು

**ಚಿತ್ರ–138: ನಿರ್ದೇಶಕ ಜೆರಾರ್ಡ್ ಕೋರಂಟ್**

ಉದ್ದವಿರುವ ಈ ಪ್ರಯೋಗಾತ್ಮಕ ಚಿತ್ರದ ನಿರ್ದೇಶಕ ಫ್ರೆಂಚ್ ನಿರ್ದೇಶಕ ಜೆರಾರ್ಡ್ ಕೋರಂಟ್. ಇದು 2000 ನಿಶ್ಯಬ್ದವಾದ ತುಣುಕುಗಳ ಸಂಯೋಜಿತ ಚಲನಚಿತ್ರ. ಒಂದೊಂದು ತುಣುಕುಗಳು ಮೂರು ನಿಮಿಷ 25 ಸೆಕೆಂಡುಗಳಷ್ಟು ಉದ್ದವಿದ್ದು, ಆ ನಿಗದಿತ ಸಮಯದಲ್ಲಿ ಕಲಾವಿದರು, ನಟರು, ಪತ್ರಕರ್ತರು, ಗೆಳೆಯರು, ಎಲ್ಲರೂ ತಮಗೆ ತೋಚಿದ್ದನ್ನು ಮಾಡಿದ್ದಾರೆ. 1978ರಿಂದ 2009ರವರೆಗೆ 31 ವರ್ಷದ ವರೆಗೆ ಸಂಯೋಜಿಸಲಾದ ಈ ಚಲನಚಿತ್ರ ನವಂಬರ್ 2009ರಂದು ಅವಿಗ್ನಾನ್‌ನಲ್ಲಿ ಸಂಪೂರ್ಣವಾಗಿ ಪ್ರದರ್ಶನಗೊಂಡಿದೆ. ಇದರಲ್ಲಿ ನಿರ್ದೇಶಕರುಗಳಾದ ಬಾರ್ಬಟ್, ಕೆನ್ ಲೋಚಿ, ಸ್ಯಾಮ್ ಫುಲ್ಲರ್, ಜಾನ್ ಲುಕ್ ಗೊಡಾರ್ಡ್, ಚೆಸ್ ಗ್ರಾಂಡ್ ಮಾಸ್ಟರ್ ಜೋಯೆಲ್ ಲಾಷಿಯರ್, ನಟರಾದ ರಾಬೆರ್ಟೊ ಬೆನಿನಿ, ಜೂಲಿ ಡೆಲ್ಫಿ ಮುಂತಾದವರು ತಮಗನಿಸಿದ್ದನ್ನು ಅಭಿನಯಿಸಿದ್ದಾರೆ. ವಿಲಿಯಂ 100ರ ಫ್ರಾನ್ಸ್ ನೋಟನ್ನು ತಿಂದರೆ, ಫುಲ್ಲರ್ ಸಿಗಾರ್ ಸೇದುತ್ತಾರೆ. ಹೀಗೆ.

## ಮ್ಯಾಟ್ರೋಷಕಾ:

ಜರ್ಮನ್ ಕಲಾವಿದ ಕರಿನ್ ಹೋರ್ಲರ್ ನಿರ್ಮಿಸಿ, ನಿರ್ದೇಶಿಸಿದ ಚಿತ್ರ 'ಮ್ಯಾಟೋಷಕಾ'. 2006ರಲ್ಲಿ ತೆರೆಗೆ ಬಂದ ಈ ಚಿತ್ರ ಜಗತ್ತಿನಲ್ಲೇ ಎರಡನೆಯ ದೀರ್ಘಾವಧಿಯ ಪ್ರಯೋಗಾತ್ಮಕ ಚಲನಚಿತ್ರ. ಇದರ ಅವಧಿ 95 ಘಂಟೆಗಳು. ಈ ಚಿತ್ರದ ಮೊದಲ ಪ್ರದರ್ಶನ ನಡೆದದ್ದು 2006ರಲ್ಲಿ ಫ್ರಾಂಕ್‌ಪರ್ಟ್, ಜರ್ಮನಿಯಲ್ಲಿ. ಇದರ ಮೊದಲ ಸಾರ್ವಜನಿಕ ಪ್ರದರ್ಶನವನ್ನು ಹೊರಾಂಗಣದಲ್ಲಿ 100m2 LED ತೆರೆಯ ಮೇಲೆ DriKW ಕಟ್ಟಡದಲ್ಲಿ ಏಪ್ರಿಲ್ 23, 2006 ಬೆಳಿಗ್ಗೆ 6ರಿಂದ ಏಪ್ರಿಲ್ 28, 2006 ಬೆಳಗಿನ ಜಾವ

1 ಘಂಟೆಯವರೆಗೆ ಏರ್ಪಡಿಸಲಾಗಿತ್ತು. ಪ್ರದರ್ಶನದ ಸಮಯದಲ್ಲಿ ರಾತ್ರಿಯ ಹೊತ್ತಿನಲ್ಲಿ ಬೆಳಿಗ್ಗೆ 1:00ರಿಂದ 6:00 ವರೆಗೆ ವಿರಾಮವಿರುತ್ತಿತ್ತು.

- **ನಿರ್ದೇಶನ–ನಿರ್ಮಾಣ–ಸಂಕಲನ:** ಕರಿನ್ ಹೊಯಿರಾರ್.
- **ಬಿಡುಗಡೆಯ ದಿನಾಂಕ:** ಏಪ್ರಿಲ್ 23, 2006.
- **ಅವಧಿ:** 5700 ನಿಮಿಷಗಳು (95 ಘಂಟೆಗಳು).
- **ದೇಶ:** ಜರ್ಮನಿ.
- **ಭಾಷೆ:** ಮೂಕಿ.

## ದಿ ಕ್ಯೂರ್ ಫಾರ್ ಇನ್‌ಸೋಮ್ನಿಯ

ಜಾನ್ ಹೆನ್ರಿ ಟೆಮ್ಮಿಸ್ IV ನಿರ್ದೇಶನದ ಜಗತ್ತಿನಲ್ಲೆ ದೀರ್ಘಾವಧಿಯ ಪ್ರಯೋಗಾತ್ಮಕ ಚಲನಚಿತ್ರಗಳಲ್ಲಿ ಮೊದಲ ಸ್ಥಾನದಲ್ಲಿರುವ ಚಿತ್ರ ಈ 'ದಿ ಕ್ಯೂರ್ ಫಾರ್ ಇನ್‌ಸೋಮ್ನಿಯ' ಇದು ತನ್ನ ಉದ್ದನೆಯ ಅವಧಿಯಿಂದಾಗಿ 'ಗಿನ್ನಿಸ್ ದಾಖಲೆ' ಪುಸ್ತಕದಲ್ಲಿ ಅತಿ ಉದ್ದನೆಯ ಚಲನಚಿತ್ರವೆಂದು 1987ರಲ್ಲಿ ದಾಖಲಾಗಿತ್ತು.

ಈ ಚಿತ್ರದಲ್ಲಿ ಕಥೆಯಿಲ್ಲ, ಪಾತ್ರಧಾರಿಗಳಿಲ್ಲ. ಒಬ್ಬನೇ ಒಬ್ಬ ಕಲಾವಿದ 'ಎಲ್.ಡಿ. ಗ್ರೋಬಾನ್' ತನ್ನ 4080 ಪುಟಗಳ ಪದ್ಯ 'ಎ ಕ್ಯೂರ್ ಫಾರ್ ಇನ್‌ಸೋಮ್ನಿಯ'ವನ್ನು ಮೂರುವರೆ ದಿನಗಳಲ್ಲಿ ಓದಿದನ್ನು ಸೆರೆಹಿಡಿಯಲಾಗಿದೆ. ಸಂಕಲನದಲ್ಲಿ ಒಂದಷ್ಟು 'ಹೆವಿಮೆಟಲ್' ಸಂಗೀತ ಒಂದಷ್ಟು ವಿಡಿಯೋ ಕ್ಲಿಪ್‌ಗಳನ್ನು ಸೇರಿಸಲಾಗಿದೆ.

1987ರಲ್ಲಿ ಚಿಕಾಗೋ, ಇಲಿನಾಯಿಸ್‌ನ 'ದಿ ಸ್ಕೂಲ್ ಆಫ್ ಆರ್ಟ್' ಇನ್‌ಸ್ಟಿಟ್ಯೂಟ್‌ನಲ್ಲಿ ಇಡೀ ಚಿತ್ರವನ್ನು ಒಂದೇ ಪ್ರಸಾರದಲ್ಲಿ ಪ್ರದರ್ಶಿಸಲಾಯಿತು. ಜನವರಿ 31ರಿಂದ ಫೆಬ್ರುವರಿ 3ರವರೆಗೆ ಪ್ರದರ್ಶನವಿದ್ದು ಯಾವುದೇ ವಿರಾಮಗಳಿರಲಿಲ್ಲ.

- **ಛಾಯಾಗ್ರಹಣ, ನಿರ್ದೇಶನ:** ಜಾನ್ ಹೆನ್ರಿ ಟೆಮಿಸ್ IV.
- **ನಿರ್ಮಾಣ:** ಜೋಸೆಫ್ ಎಮ್ ಮ್ಯಾಟೂನ್.
- **ತಾರಾಗಣ:** ಲೀ ಗ್ರೋಬಾನ್.
- **ಬಿಡುಗಡೆಯಾದ ದಿನಾಂಕ:** 31 ಜನವರಿ 1987.
- **ಅವಧಿ:** 5220 ನಿಮಿಷಗಳು (87 ಘಂಟೆಗಳು).
- **ದೇಶ:** ಯು.ಎಸ್.ಎ.
- **ಭಾಷೆ:** ಇಂಗ್ಲಿಷ್.

## ದಿ ಲಾಂಗೆಸ್ಟ್ ಮೋಸ್ಟ್ ಮೀನಿಂಗ್‌ಲೆಸ್ ಮೂವಿ ಇನ್ ದಿ ವರ್ಲ್ಡ್

ಸುಮಾರು 48 ಘಂಟೆಗಳ ಈ ಚಿತ್ರವನ್ನು ಯು.ಕೆ.ಯಲ್ಲಿ ನಿರ್ಮಿಸಲಾಯಿತು. ಇಲ್ಲೂ ಅಷ್ಟೆ. ಕಥೆ, ನಾಯಕರು, ಸಂಗೀತ ಏನೂ ಇಲ್ಲ. ಅಥವಾ ಈ ಚಿತ್ರಕ್ಕಾಗಿ ಎಂದು ಏನನ್ನು ಚಿತ್ರೀಕರಿಸಿಲ್ಲ. ಜಾಹೀರಾತುಗಳು, ಪರಿಷ್ಕರಣೆಗೊಳಗಾಗದ ನೆಗೆಟಿವ್‌ಗಳು, ಮುಂತಾದ ಕೈಗೆ ಸಿಕ್ಕಿದ ವಸ್ತುಗಳನ್ನು ತೆಗೆದುಕೊಂಡ ಮುಗಿಯದ ಸಿನಿಮಾವನ್ನು ಮಾಡಿರುವಂತಹ ಪ್ರಯತ್ನ ಇದು. ಒಂದಷ್ಟು ಸ್ಥಿರ ಚಿತ್ರಗಳು ತೆರೆಯ ಮೇಲೆ ಮೂಡಿದರೆ ಒಂದಷ್ಟು ಜಾಹೀರಾತು ಮೂಡುತ್ತದೆ. ಯಾರೋ ಮಾತಾಡುತ್ತಾರೆ. ಹೀಗೆ ಈ ಚಿತ್ರವನ್ನು ಸ್ವಿಸ್ ಫಿಲ್ಮ್ ಸೆಂಟರ್, ಲಂಡನ್‌ನ ಸಹಯೋಗದೊಂದಿಗೆ ಆಂಥೋಣಿ ಸ್ಕಾಟ್ ನಿರ್ಮಿಸಿದರು. ಇದರ ಮೊದಲ ಸಾರ್ವಜನಿಕ ಪ್ರದರ್ಶನ ನಡೆದದ್ದು ಲಂಡನ್‌ನ ಡ್ರುರಿಲೇನ್‌ನ 'ದಿ ನ್ಯೂ ಆರ್ಟ್ ಲ್ಯಾಬ್'ನಲ್ಲಿ, 1968ರಲ್ಲಿ. ತದನಂತರ ಅಕ್ಟೋಬರ್ 1970ರಂದು 'ಲ ಸಿನೆಮಾಥೆಕ್ ಪ್ರಾಂಕಾಯಿಸ್'ನಲ್ಲಿ ನಡೆಯಿತು.

## 24 ಹವರ್ ಸೈಕೋ

ಬ್ರಿಟಿಷ್ ಕಲಾವಿದ ಡಗ್ಲಾಸ್ ಗಾರ್ಡನ್ 1993 ನಿರ್ಮಿಸಿದ ಚಿತ್ರ 24 ಹವರ್ ಸೈಕೋ. ಆಲ್ಫ್ರೆಡ್ ಹಿಚ್‌ಕಾಕ್‌ರ, 1960ರ ಸೂಪರ್ ಹಿಟ್ ಚಲನಚಿತ್ರ ಸೈಕೋವನ್ನು ಸೆಕೆಂಡಿಗೆ 24 ಫ್ರೇಂನಿಂದ ಒಂದು ಸೆಕೆಂಡಿಗೆ 2 ಫ್ರೇಂಗಳಷ್ಟು ನಿಧಾನವಾಗಿ ಓಡಿಸಿ ತಯಾರಿಸಲಾದ ಚಿತ್ರವಿದು. ಹಾಗಾಗಿ 109 ನಿಮಿಷಗಳಷ್ಟು ಉದ್ದವಿದ್ದ ಚಿತ್ರ 24 ಘಂಟೆಗಳಷ್ಟು ಹಿಗ್ಗಿ, 24 ಹವರ್ ಸೈಕೋ ಆಗಿ ರೂಪುಗೊಂಡಿದೆ. 'ಡಗ್ಲಾಸ್' ಸಿನಿಪ್ರಿಯರಿಗೆ ಈ ಸಿನಿಮಾವನ್ನು ನೋಡಲು ಇಚ್ಛಿಸಿದವರಿಗೆ ತನ್ನ 'ಬೆಡ್ ರೂಂ'ನಲ್ಲಿಯೇ ಪ್ರದರ್ಶನದ ವ್ಯವಸ್ಥೆ ಮಾಡುತ್ತಿದ್ದನಂತೆ. ಯಾರಾದರೂ ಈ ಸಿನಿಮಾವನ್ನು ಸಂಪೂರ್ಣವಾಗಿ ನೋಡಿದ ಉದಾಹರಣೆಯಿದೆಯೇ ಎಂಬ ಪ್ರಶ್ನೆಗೆ ಡಗ್ಲಾಸ್‌ನ ಉತ್ತರ 'ಹೌದು ವಿಮರ್ಶಕ ಸ್ಟುವಾರ್ಟ್ ಮೋರ್ಗಾನ್ ಒಮ್ಮೆ ಸಿನಿಮಾವನ್ನು ಸಂಪೂರ್ಣವಾಗಿ ನೋಡಿದ್ದಾರೆ' ಎಂದು.

**ಚಿತ್ರ–139: ಡಗ್ಲಾಸ್ ಗಾರ್ಡನ್**

ಇವೆಲ್ಲಾ ಉದ್ದನೆಯ ಚಿತ್ರದ ಕಥೆಗಳಾಯ್ತು. ನಮ್ಮ

ಭಾರತೀಯ ಚಿತ್ರರಂಗದಲ್ಲೂ ಈ ತರಹದ ಉದ್ದನೆಯ ಚಿತ್ರಗಳಿದ್ದರೂ ಅವೆಲ್ಲಾ ನಾಲ್ಕು ಘಂಟೆಯ ಒಳಗಿರುತ್ತವೆ. ಹಿಂದಿಯ ಇತ್ತೀಚಿನ ಚಿತ್ರಗಳಾದ ಸಲಾಮ್ ಎ ಇಷ್ಕ್, ಎಲ್.ಓ.ಸಿ. ಚಿತ್ರಗಳು ನಾಲ್ಕು ಗಂಟೆಗಿಂತ ಹೆಚ್ಚಿದ್ದವು. ಆದರೆ ನಾಲ್ಕು ಗಂಟೆಯವಧಿಗಿಂತ ಹೆಚ್ಚಿನ ಅವಧಿಯ ಸಿನಿಮಾಗಳ ಉದಾಹರಣೆಗಳು ನನ್ನ ಗಮನಕ್ಕೆ ಬಂದಿಲ್ಲ. ಇರುವ ಕೆಲವೇ ಕೆಲವು ಚಿತ್ರಗಳು ನೋಡಿಸಿಕೊಂಡು ಹೋಗುವ ಗುಣವನ್ನು ಹೊಂದಿಲ್ಲದಿರುವುದರಿಂದ ಅವುಗಳು ಅಷ್ಟಾಗಿ ಪ್ರಸಿದ್ಧಿಯಾಗಿಲ್ಲವೆಂದೇ ಹೇಳಬಹುದು. ಅರ್ಧ ಗಂಟೆಯ ಸಿನಿಮಾವೋ ನಾಲ್ಕು ಘಂಟೆಯ ಚಿತ್ರವೋ. ಒಟ್ಟಿನಲ್ಲಿ ಅದರ ಅನುಭವವು ನೇರವಾಗಿ ಚಿತ್ರದ ನಿರೂಪಣೆಯ ಮೇಲೆ ಆಧಾರವಾಗಿರುತ್ತದೆ ಎಂದು ಹೇಳಬಹುದಲ್ಲವೇ?

**ಜಗತ್ತಿನ ಉದ್ದನೆಯ ಚಿತ್ರಗಳ ಕೋಷ್ಟಕ**

| ಕ್ರ ಸಂ. | ಚಿತ್ರದ ಹೆಸರು | ಅವಧಿ ನಿಮಿಷಗಳಲ್ಲಿ | ಬಿಡುಗಡೆಯಾದ ವರ್ಷ |
|---|---|---|---|
| 1 | ಬೆರ್ಲಿನ್ ಅಲೆಕ್ಸಾಂಡರ್‌ಪ್ಲಾಟ್ಜ್ | 931 | 1980 |
| 2 | ರೇಸನ್ (ದಿ ಜರ್ನಿ) | 873 | 1987 |
| 3 | ಔಟ್ ಒನ್ (ನೋಲಿ ಮೆ ಟ್ಯಾಂಜೇರ್) | 773 | 1971 |
| 4 | ಹೌ ಯೂಕೊಂಗ್ ಮೂವ್ಡ್ ದಿ ಮೌಂಟನ್ | 763 | 1977 |
| 5 | ಎವೊಲ್ಯೂಷನ್ ಆಫ್ ಎ ಫಿಲಿಪೈನೋ ಫ್ಯಾಮಿಲಿ | 643 | 2004 |
| 6 | ಶೋವ | 566 | 1985 |
| 7 | ಟೈ ಕ್ಷಿ ಕ್ಯು: ವೆಸ್ಟ್ ಆಫ್ ಟ್ರ್ಯಾಕ್ಸ್ | 556 | 2003 |
| 8 | ಡೆತ್ ಇನ್ ದಿ ಲ್ಯಾಂಡ್ ಆಫ್ ದಿ ಎನ್ ಕ್ಯಾಂಟಸ್ | 540 | 2007 |
| 9 | ಹೆರ್ಮಿಯಾಸ್ ಬುಕ್ ಒನ್: ದಿ ಲೆಜೆಂಡ್ ಆಫ್ ಲಿಜ಼ಾರ್ಡ್ ಪ್ರಿನ್ಸೆಸ್ | 540 | 2006 |
| 10 | ಟೈಗಾ | 487 | 1992 |
| 11 | ಲಿಬರೇಷನ್ | 487 | 1969 |

| | | | |
|---|---|---|---|
| 12 | ವಾರ್ ಅಂಡ್ ಪೀಸ್ | 484 | 1968 |
| 13 | ಮೆಲಂಖಲಿಯ | 480 | 2008 |
| 14 | ದಿ ಫೋಟೋ-ಡ್ರಾಮ ಆಫ್ ಕ್ರಿಯೇಷನ್ | 480 | 1914 |
| 15 | ಇಮಿಟೇಷನ್ ಆಫ್ ಕ್ರೈಸ್ಟ್ | 480 | 1967 |
| 16 | ಎಲ್ ಪ್ರೊಟೆಗಿಡೊ ಡೆ ಸತಾನ್ | 480 | 1917 |
| 17 | ಮೇಫ್ಲಿಸ್ಟೋ | 460 | 1917 |
| 18 | ಸತನ್‌ಟ್ಯಾಂಗೊ | 450 | 1994 |
| 19 | ಹಿಟ್ಲರ್: ಎ ಫಿಲ್ಮ್ ಆಫ್ ಜರ್ಮನಿ | 442 | 1978 |
| 20 | ಅರ್ಶಿನ್ ಮಲ್ ಅಲಾನ್ | 420 | 1916 |
| 21 | ದಿ ಸ್ಯಾಟಿನ್ ಸ್ಲಿಪ್ಪರ್ | 410 | 1985 |
| 22 | ದಿ ಬೆಸ್ಟ್ ಆಫ್ ಯೂತ್ | 400 | 2003 |
| 23 | ಬ್ಯಾಬ್ಲೋನಾ | 400 | 1985 |
| 24 | ಐ, ಪೈಸಾನ | 392 | 1967 |
| 25 | ಪ್ಯಾರಾಸೆಟ್ಟೆ | 380 | 1921 |
| 26 | ಬ್ಯಾಬೆಲ್: ಎ ಲೆಟರ್ ಟು ಮೈ ಫ್ರೆಂಡ್ಸ್ ಲೆಫ್ಟ್ ಬಿಹೈಂಡ್ ಇನ್ ಬೆಲ್ಜಿಯಮ್ | 380 | 1991 |
| 27 | ದಿ ಸ್ಟ್ಯಾಂಡ್ | 366 | 1994 |
| 28 | ಲಾ ರೆವೊಲ್ಯೂಷನ್ ಫ್ರಾಂಚಾಯಿಸ್ | 360 | 1989 |
| 29 | ಲಿಟಲ್ ಡೊರಿಟ್ | 360 | 1988 |
| 30 | ಬೆವೆಘೆಟಿಸ್ ಅ ಫಿಲ್ಮ್ ಕೆಸ್ಟೆಟಿಸ್ | 360 | 1996 |
| 31 | ಲೆಸ್ ಮಿಸೆರಬಲ್ಸ್ | 359 | 1925 |
| 32 | ದಿ ಫೈಟ್ ಫಾರ್ ಮಾಸ್ಕೋ | 358 | 1985 |
| 33 | ನಿಯರ್ ಡೆತ್ | 358 | 1989 |
| 34 | ಫ್ರಾಗ್ಮೆಂಟ್ಸ್: ಜೆರೂಸಲೇಮ್ | 358 | 1997 |
| 35 | ಲಾ ಕಮ್ಯುನೆ | 345 | 2000 |

| | | | |
|---|---|---|---|
| 36 | ಅಂಡ್ ಕ್ವೈಟ್ ಫ್ಲೋಸ್ ದಿ ಡಾನ್ | 340 | 1957 |
| 37 | ಪೆರಾನ್, ಸಿನ್‌ಫ್ಲೋನಿಯ ಡೆಲ್ ಸೆಂಟಿಮೆಂಟೋ | 340 | 1999 |
| 38 | ಲಾ ಐಡೋಲ್ ಡೆಸ್ ಜ್ಯೂನ್ಸ್ | 338 | 1976 |
| 39 | ವಿ'ಕ್ಯುಸ್ ಖ್ಲೇಬಾ | 336 | 1979 |
| 40 | ನೆಪೋಲಿಯನ್ | 330 | 1927 |
| 41 | ಯೋಮನ್ | 330 | 1983 |
| 42 | ಮಹಾತ್ಮ: ಲೈಫ್ ಆಫ್ ಗಾಂಧಿ, 1869–1948 | 330 | 1968 |
| 43 | ಸ್ಪಿರಿಚುವಲ್ ವಾಯ್ಸಸ್ | 328 | 1995 |
| 44 | ವಿಂಡಿಕ್ಟಾ | 320 | 1923 |
| 45 | ಕ್ಲಿಯೋಪಾತ್ರ | 320 | 1963 |
| 46 | ಆಸ್ ಐ ವಾಸ್ ಮೂವಿಂಗ್ ಅಹೆಡ್ | 320 | 2000 |
| 47 | ಅಕೇಷನಲಿ ಐ ಸಾ ಬ್ರೀಫ್ ಗ್ಲಿಂಪ್ಸ್ ಆಫ್ ಬ್ಯೂಟಿ | 318 | 1976 |
| 48 | 1900 | 316 | 1994 |
| 49 | ಸಹಾಲ್ | 316 | 1974 |
| 50 | ದಿ ಡೆಲ್ಯೂಜ್ | 315 | 2002 |
| 51 | ಬತಾಂಗ್ ವೆಸ್ಟ್ ಸೈಡ್ | 312 | 1983 |
| 52 | ಫ್ಲ್ಯಾನಿ ಅಂಡ್ ಅಲೆಕ್ಸಾಂಡರ್ | 312 | 1972 |
| 53 | ನೈಟ್‌ಮೇರ್ | 311 | 1976 |
| 54 | ಲೆಜೆಂಡ್ ಅಬೌಟ್ ಥೀಲ್ | 305 | 1934 |
| 55 | ಲೆಸ್ ಮಿಸರಬಲ್ಸ್ | 302 | 1975 |

ನಿರ್ದೇಶಕ ಎರಿಚ್ ವಾನ್ ಸ್ಟ್ರೋಹೆಮ್‌ರ ಗ್ರೀಡ್ ಚಿತ್ರದ ಮೂಲ ಆವೃತ್ತಿಯ ಪೂರ್ಣಾವಧಿ 10 ಘಂಟೆಗಳು. ಅದನ್ನು ಒಂದೇ ಒಂದು ಸಾರಿ ಪ್ರದರ್ಶಿಸಲಾಯಿತಾದರೂ ಅಂತಿಮವಾಗಿ ಬಿಡುಗಡೆಯಾದ ಚಿತ್ರದ ಉದ್ದ 2 ಗಂಟೆ 20 ನಿಮಿಷಗಳು ಮಾತ್ರ.

**ಚಿತ್ರ–140: ಬರ್ಲಿನ್‌ಅಲೆಕ್ಸಾಂಡರ್‌ಪ್ಲಾಟ್ಜ್ & ಬರ್ನಿಂಗ್ ಆಫ್ಲ್ ರೆಡ್‌ಟೆಂಪಲ್ ಚಿತ್ರಗಳ ಪೋಸ್ಟರ್**

**ಚಿತ್ರ–141: ಔಟ್ ಒನ್ ಚಿತ್ರದ ದೃಶ್ಯ**

## ಒಂದಕ್ಕಿಂತ ಹೆಚ್ಚು ಭಾಗಗಳಾಗಿ ಬಿಡುಗಡೆಯಾದ ಉದ್ದನೆಯ ಚಿತ್ರಗಳು

| ಕ್ರ ಸಂ. | ಚಿತ್ರದ ಹೆಸರು | ಅವಧಿ | ವರ್ಷ |
|---|---|---|---|
| 1 | ದಿ ಬರ್ನಿಂಗ್ ಆಫ್ ದಿ ರೆಡ್ ಲೋಟಸ್ ಟೆಂಪಲ್ | 1620 | 1928–1931 |
| 2 | ಡೈ ಜ್ವೀಟೀ ಹೇಮ್ಯಾಟ್–ಕ್ರೋನಿಕ್ ಐನರ್ ಜುಗೆಂಡ್ | 1532 | 1992 |
| 3 | ಹೀಮ್ಯಾಟ್–ಐನೆ ಡ್ಯುಶೆ ಕ್ರೋನಿಕ್ | 924 | 1984 |

## ಪ್ರಯೋಗಾತ್ಮಕ ದೀರ್ಘಾವಧಿಯ ಚಲನಚಿತ್ರಗಳು

| ಕ್ರ ಸಂ. | ಚಿತ್ರದ ಹೆಸರು | ಅವಧಿ | ವರ್ಷ |
|---|---|---|---|
| 1 | ಸಿನೆಮಾಟನ್ | 9000 | 2009 |
| 2 | ಮ್ಯಾಟ್ರೋಷ್ಕಾ | 5700 | 2006 |
| 3 | ದಿ ಕ್ಯೂರ್ ಫಾರ್ ಇನ್‌ಸೋಮ್ನಿಯ | 5220 | 1987 |
| 4 | ದಿ ಲಾಂಗೆಸ್ಟ್ ಮೋಸ್ಟ್ ಮೀನಿಂಗ್‌ಲೆಸ್ ಮೂವೀ ಇನ್ ದಿ ವರ್ಲ್ಡ್ | 2880 | 1970 |
| 5 | **** (ಫೋರ್ ಸ್ಟಾರ್ಸ್) | 1500 | 1967 |
| 6 | 24 ಹವರ್ ಸೈಕೋ | 1440 | 1993 |
| 7 | ಕ್ರ್ಯೂಡ್ ಆಯಿಲ್ | 840 | 2008 |
| 8 | ದಿ ವೈಟ್ ಹೌಸ್ | 690 | 2006 |
| 9 | ಎಂಪೈರ್ | 485 | 1964 |
| 10 | ದಿ ವೇಕ್ | 462 | 2000 |
| 11 | ಲ್ಯಾಮೆಂಟೇಷನ್ಸ್ ಎ ಮೋನುಮೆಂಟ್ ಫಾರ್ ದಿ ಡೆಡ್ ವರ್ಲ್ಡ್ | 427 | 1985 |
| 12 | ದಿ ಮೂವೀ ಆರ್ಗಿ | 420 | 1968 |
| 13 | ಸ್ಟಾರ್ ಸ್ಪ್ಯಾಂಗ್ಲೆಡ್ ಟು ಡೆತ್ | 402 | 2004 |
| 14 | ಸ್ಲೀಪ್ | 321 | 1963 |

**ಹೌ ಯೂಕೋಂಗ್ ಮೂವ್ಡ್ ದಿ ಮೌಂಟೈನ್ಸ್** ಚಿತ್ರವು ಸಾಂಸ್ಕೃತಿಕ ಕ್ರಾಂತಿಯ ಕೊನೆಯ ದಿನಗಳ ಬಗ್ಗೆ ಚಿತ್ರೀಕರಿಸಲಾಗಿದ್ದರೆ, **ಎವೊಲ್ಯೂಷನ್ ಆಫ್ ಎ ಫಿಲಿಪೈನೋ ಫ್ಯಾಮಿಲಿ** ಫಿಲಿಫೈನೊ ಚಿತ್ರವಾಗಿದೆ. ಇದರ ನಿರ್ದೇಶಕ ಲಾವ್ ಡಿಯಾಝ್. **ರೇಸನ್ ಅಥವಾ ಜರ್ನೀ** ಚಿತ್ರವು 14 ಘಂಟೆ ಮೂವತ್ತು ನಿಮಿಷಗಳ ಅವಧಿಯ ಚಿತ್ರವಾಗಿದ್ದು ಈ ಚಿತ್ರದ ನಿರ್ದೇಶಕ **ಪೀಟರ್ ವ್ಯಾಟ್ಕಿನ್ಸ್** (ಚಿತ್ರ: 135). 1983ರಿಂದ 1985ರವರೆಗೆ ಚಿತ್ರೀಕರಿಸಲಾದ ಚಿತ್ರವು ಪರಮಾಣು ಪರೀಕ್ಷೆ, ಸೇನಾ ವೆಚ್ಚಗಳು ಮತ್ತು ಬಡತನದ ಮೇಲೆ ತೆಗೆದ ಚಿತ್ರವಾಗಿದೆ. 1987ರಲ್ಲಿ ಟೊರೊಂಟೋ ಚಿತ್ರೋತ್ಸವದಲ್ಲಿ ಈ ಚಿತ್ರವು ಪ್ರದರ್ಶನಗೊಂಡಿತು. 2007ರ ಫೆಬ್ರುವರಿಯಲ್ಲಿ ಮೆಕ್ಸಿಟೋ ಸಿಟಿ ಇಂಟರ್ ನ್ಯಾಷನಲ್ ಫೆಸ್ಟಿವಲ್ ಆಫ್ ಕಾಂಟೆಂಪರರಿ ಸಿನೆಮಾದಲ್ಲಿ ಪ್ರದರ್ಶನಗೊಂಡು ಎಲ್ಲರ ಮೆಚ್ಚುಗೆಗೆ ಪಾತ್ರವಾಯಿತು. 2007, ಏಪ್ರಿಲ್ 25ರಿಂದ ಮೇ 1ರವರೆಗೆ ವಿಯೆನ್ನಾದ ಆಸ್ಟ್ರಿಯನ್ ಫಿಲ್ಮ್ ಮ್ಯುಸಿಯಮ್‌ನಲ್ಲಿ 19 ಭಾಗಗಳಾಗಿ ಪ್ರದರ್ಶಿಸಲಾಯಿತು.

# 5

# ಅವರ ಹಾಗೆ ಇವರಿರಬೇಕು

ಒಬ್ಬ ನಿರ್ದೇಶಕನಾಗಲಿ, ಕಥೆಗಾರನಾಗಲಿ ಒಂದು ಪಾತ್ರವನ್ನು ರೂಪಿಸಿದ ಮೇಲೆ ಅದು 'ಹಾಗೇ ಇರಬೇಕು. ಹೀಗೆ ಇರಬೇಕು.' ಎಂದುಕೊಂಡು ಪಾತ್ರಕ್ಕೆ ತಕ್ಕಂತಹ ಪಾತ್ರಧಾರಿಗಳ ಹುಡುಕುವಿಕೆಯಲ್ಲಿ ತೊಡಗುತ್ತಾರೆ. ಯಾಕೆಂದರೆ ಒಂದು ಇಡೀ ಪಾತ್ರ ನಿರ್ದೇಶಕನ ಕಲ್ಪನೆಯ ಚಿತ್ರ. ಕಲಾವಿದನಾಗಿ ಬಂದವನು ಆ ಚಿತ್ರಕ್ಕೆ ನೂರಕ್ಕೆ ನೂರರಷ್ಟು ಜೀವ ತುಂಬಿದಾಗ ಮಾತ್ರ ನಿರ್ದೇಶಕನ ಕಲ್ಪನೆಗೆ ಜೀವ ಬರಲು ಸಾಧ್ಯ ಮತ್ತು ಒಂದು ಚಿತ್ರದ ಪೂರ್ಣ ಆಶಯ ಈಡೇರಲು ಸಾಧ್ಯ. ಯಾಕೆಂದರೆ ನಿರ್ದೇಶಕ ಒಂದು ಪಾತ್ರವನ್ನು ಸೃಷ್ಟಿಸಿದ ಮೇಲೆ ಆ ಪಾತ್ರದ ಗುಣಾವಗುಣಗಳಿಗೆ ತಕ್ಕಂತೆಯೇ ಸನ್ನಿವೇಶಗಳನ್ನು ಹೆಣೆದಿರುತ್ತಾನೆ. ಮತ್ತು ಇಡೀ ಚಿತ್ರ ಆ ಪಾತ್ರದ ವರ್ತನೆಯ ಮೇಲೆ ನಿಂತಿರುತ್ತದೆ. ಅದರ ಪ್ರತಿಯೊಂದು ನಡವಳಿಕೆಯೂ ಚಿತ್ರದ ಕತೆಯ ಒಂದು ಮುಖ್ಯ ತಿರುವಿಗೆ ಕಾರಣವಾಗುತ್ತದಲ್ಲದೆ, ಚಿತ್ರದ ಓಘಕ್ಕೆ ಸಹಕಾರಿಯಾಗುತ್ತದೆ.

ಇವೆಲ್ಲಾ ಕಾಲ್ಪನಿಕ ಕಥೆಯಾಧಾರಿತ ಚಿತ್ರದ ಮಾತಾಯಿತು.

ಇನ್ನು ಐತಿಹಾಸಿಕ, ಪೌರಾಣಿಕ, ಜೀವನಚರಿತ್ರೆಯಾಧಾರಿತ ಚಿತ್ರಗಳು. ಅಲ್ಲಿನ ಪಾತ್ರಗಳ ಬಗ್ಗೆ ಮಾತಾಡುವುದಕ್ಕೆ ಬಂದರೆ, ಐತಿಹಾಸಿಕ, ಪೌರಾಣಿಕ ಪಾತ್ರಗಳ ಕಲ್ಪನೆ ಕೇವಲ ನಿರ್ದೇಶಕನಿಗೆ, ಸಿನಿಮಾ ಕರ್ಮಿಗಷ್ಟೇ ಇರುವುದಿಲ್ಲ. ಅದು ಪ್ರೇಕ್ಷಕರಿಗೂ ಇರುತ್ತದೆ. ಹಾಗೆ ಕಥೆಯೂ ಅಷ್ಟೇ ಅದು ಮೊದಲೇ

ನೋಡುಗನಿಗೆ ತಿಳಿದಿರುತ್ತದೆ. ತಾನು ಓದಿದ, ಕೇಳಿದ ಕಥೆಯ ದೃಶ್ಯರೂಪವನ್ನ ನೋಡಲು ಬರುವ ನೋಡುಗ, ಬರೀ ನೋಡಲಷ್ಟೇ ಸಿದ್ಧನಾಗಿಬಂದಿರುವುದಿಲ್ಲ. ಕೆಲವು ಕಥೆಗೆ ಸಂಬಂಧಿಸಿದಂತಹ ದೃಶ್ಯಗಳ ಅಸ್ಪಷ್ಟ ಕಲ್ಪನೆಯ ಜೊತೆ ಬಂದಿರುತ್ತಾನೆ. ಅದಕ್ಕೆ ಕೃಷ್ಣನಾಗಲಿ, ರಾಮನಾಗಲಿ ಇನ್ನೂ ಸಾವಿರ ವರ್ಷವಾದರೂ 'ನೀಲಿ ಮೈ'ನವರೇ ಆಗಿರಬೇಕಾಗುತ್ತದೆ. ಮೀಸೆಯಿಲ್ಲದ ಸ್ಫುರದ್ರೂಪಿಗಳೇ ಆಗಬೇಕಾಗುತ್ತದೆ.

ಇನ್ನೂ 'ಜೀವನ ಚರಿತ್ರೆ'ಗಳ ವಿಷಯಕ್ಕೆ ಬಂದಾಗ ನಿರ್ದೇಶಕ ಪಾತ್ರಗಳ ಆಯ್ಕೆಯಲ್ಲಿ ಇನ್ನೂ ಆಸಕ್ತಿ, ನಿಖರತೆಗಳನ್ನ ಅಳವಡಿಸಿಕೊಳ್ಳಬೇಕಾಗುತ್ತದೆ. ಒಬ್ಬ ವ್ಯಕ್ತಿಯ ಜೀವನವನ್ನು ಸಿನಿಮಾ ಮಾಡಹೊರಟಾಗ ಮೊದಲಿಗೆ ಪಾತ್ರಧಾರಿ ಹಾಗೇ ಇರಬೇಕಾಗುತ್ತದೆ. ಅವನ ಬಾಹ್ಯ ರೂಪ ಮೂಲವ್ಯಕ್ತಿಯ ಅವಳಿಯಂತಿರಲೇಬೇಕಾಗುತ್ತದೆ. ಹಾಗೇ ಅಂತಹ ಚಿತ್ರಕ್ಕೆ ಸಂಬಂಧಿಸಿದ ಪ್ರತಿಯೊಬ್ಬರೂ ಆ ಕಾಲಘಟ್ಟವನ್ನೂ ಯಶಸ್ವಿಗೆ ಪ್ರೇಕ್ಷಕರ ಕಣ್ಣಿಗೆ ಕಟ್ಟಿಕೊಡಬೇಕೆಂದರೆ ಪೂರ್ವ ತಯಾರಿ ಅತ್ಯಗತ್ಯ. ಛಾಯಾನಿರ್ದೇಶಕ, ಕಲಾನಿರ್ದೇಶಕ, ವಸ್ತ್ರ ವಿನ್ಯಾಸಕ ಹೀಗೆ ಪ್ರತಿಯೊಬ್ಬರೂ ಆ ವ್ಯಕ್ತಿಯ, ಆ ಕಾಲಮಾನದ, ಆವತ್ತಿನ ಪರಿಸರವನ್ನು ಚಿತ್ರದಲ್ಲಿ ತಂದುನಿಲ್ಲಿಸಿದಾಗ ಮಾತ್ರ ಚಿತ್ರದ ಆಶಯ ಯಶಸ್ವಿಯಾಗುತ್ತದೆ.

ಇವೆಲ್ಲ ತೆರೆಮರೆಯವರ ಕೆಲಸವಾಯಿತು. ಇಷ್ಟೆಲ್ಲವನ್ನು ಮಾಡಿದ ತಂತ್ರಜ್ಞರು ತೆರೆಯ ಹಿಂದೆ ಎಷ್ಟೇ ಶ್ರಮಿಸಿದರೂ ಅಂತಿಮವಾಗಿ ಪ್ರೇಕ್ಷಕರಿಗೆ ಕಾಣಸಿಗುವುದು ಪಾತ್ರಧಾರಿಯೇ. ಪಾತ್ರಧಾರಿ ಒಂದು ಸ್ವಲ್ಪ ಎಡವಿದರೂ ಸಾಕು ಇಡೀ ಚಿತ್ರ ಎಕ್ಕುಟ್ಟಿಹೋಗುತ್ತದೆ. ಮತ್ತು ಅದರ ಹಿಂದಿನ ಎಲ್ಲರ ಶ್ರಮ ಹೊಳೆಯಲ್ಲಿ ಹುಣಸೆಹಣ್ಣು ಹಿಂಡಿದಂತಾಗುತ್ತದೆ. ಹಾಗಾಗಿ ಕಲಾವಿದ ಕೂಡ ಆ ಪಾತ್ರದಲ್ಲಿ ನೂರಕ್ಕೆ ನೂರು ಪಟ್ಟು ತನ್ಮಯನಾಗಬೇಕು. ಆ ವ್ಯಕ್ತಿಯ ಪ್ರತಿರೂಪವಾಗಬೇಕು. ಆ ಪಾತ್ರದ ಪರಕಾಯಪ್ರವೇಶ ಮಾಡಬೇಕು.

ಹೌದು! ಹಾಗೇ ಮಾಡಿ ಚಿತ್ರಕ್ಕೆ ಯಶಸ್ಸು ತಂದುಕೊಟ್ಟವರ ಬಗ್ಗೆ ಈ ಲೇಖನ. ಪಾತ್ರಗಳಿಗೆ, ಅದರ ನಿಲುವು, ನೋಟಕ್ಕಾಗಿ ಏನೆಲ್ಲಾ ಶ್ರಮಪಟ್ಟು ಆ ಪಾತ್ರವನ್ನು ನಿರ್ವಹಿಸುವುದರ ಜೊತೆಗೆ ಜನರ ಮೆಚ್ಚುಗೆ ಗಳಿಸಿ ಆ ಮೂಲಕ ಕಲೋನ್ನತಿ ಮುಟ್ಟಿದ ಕಲಾಶಿಖರಗಳಿವೆ...

## ಬೆನ್ ಕಿಂಗ್‌ಸ್ಲೇ

ಸರ್. ರಿಚರ್ಡ್ ಅಟನ್ ಬರೋರ ಇಂಗ್ಲಿಷ್ ಭಾಷೆಯ ಚಲನಚಿತ್ರ ಗಾಂಧಿ ಯಾರಿಗೆ ಗೊತ್ತಿಲ್ಲ ಹೇಳಿ! 1982ರಲ್ಲಿ ತೆರೆಗೆ ಬಂದ 'ಗಾಂಧಿ' ಶ್ರೇಷ್ಠ ನಟ, ಶ್ರೇಷ್ಠ ಛಾಯಾಗ್ರಹಣ, ಉತ್ತಮ ನಿರ್ದೇಶನ, ಉತ್ತಮ ಚಿತ್ರ, ಉತ್ತಮ ಸಂಗೀತವೂ

ಚಿತ್ರ–142: ಬೆನ್ ಕಿಂಗ್ ಸ್ಲೇ

ಸೇರಿದಂತೆ 8 ಆಸ್ಕರ್ ಪ್ರಶಸ್ತಿಗಳನ್ನ ತನ್ನ ಮುಡಿಗೇರಿಸಿಕೊಂಡ, ಅಪಾರ ಹಣಗಳಿಸಿ, ಉತ್ತಮ ಪ್ರಶಂಸೆಗೊಳಪಟ್ಟ ಚಿತ್ರ. ಗಾಂಧಿಯ ಪಾತ್ರಧಾರಿಯಾಗಿ ಅಭಿನಯಿಸಿ ನಿಬ್ಬೆರಗಾಗಿಸಿದ ಕಲಾವಿದ ಬೆನ್ ಕಿಂಗ್ ಸ್ಲೆ! ಗಾಂಧಿಯ ಯೌವನಾವಸ್ಥೆ, ಮಧ್ಯವಯಸ್ಸು, ಮತ್ತು ಅಂತಿಮ ದಿನಗಳನ್ನ ತನ್ನ ಅಭಿನಯದ ಜೊತೆಜೊತೆಗೆ ದೈಹಿಕ ಬದಲಾವಣೆಗಳನ್ನೂ ಯಶಸ್ವಿಯಾಗಿ ತೆರೆಯ ಮುಂದಿಡಲು ಪರಿಶ್ರಮಿಸಿ ಯಶಸ್ವಿಯಾದವರು ಈ ಬೆನ್ ಕಿಂಗ್ ಸ್ಲೇ.

ಭಾರತೀಯ ಮೂಲದ ಕೀನ್ಯಾದಲ್ಲಿ ಜನಿಸಿದ ರಹಿಮ್‌ತುಲ್ಲಾ ಹಾರಿಜಿ ಭಾಂಜಿ, ಮತ್ತು ಇಂಗ್ಲಿಷ್‌ನ ಅನ್ನಾ ಲಿನ್ ಮೇರಿ ದಂಪತಿಗಳ ಮಗನಾಗಿ ಹುಟ್ಟಿದ ಬೆನ್ ಕಿಂಗ್ ಸ್ಲೇಯ ಮೂಲ ಹೆಸರು ಕೃಷ್ಣ ಭಾಂಜಿ. 1966ರಲ್ಲಿ ಲಂಡನ್ನಿನಲ್ಲಿ ರಂಗಪ್ರವೇಶ ಮಾಡಿದ ಬೆನ್ ಕಿಂಗ್ ಸ್ಲೇ ಗಾಂಧಿ ಪಾತ್ರಕ್ಕಾಗಿ ನಡೆಸಿದ ಪೂರ್ವ ತಯಾರಿಗಳು ಇಂತಿವೆ.

ಗಾಂಧಿಗೆ ಸಂಬಂಧಿಸಿದ 30ಕ್ಕೂ ಹೆಚ್ಚು ಪುಸ್ತಕಗಳ ಅಧ್ಯಯನ. ಗಾಂಧಿಯ ನಡೆವಳಿಕೆ, ಮಾತಾಡುವ ಶೈಲಿ, ಎಲ್ಲವನ್ನು ದಿನನಿತ್ಯ ಚಟುವಟಿಕೆಗಳಲ್ಲಿ

ಚಿತ್ರ–143: ಗಾಂಧಿ ಚಿತ್ರದಲ್ಲಿ ಬೆನ್ ಕಿಂಗ್ ಸ್ಲೆ

**ಚಿತ್ರ–144: ಗಾಂಧಿ ಚಿತ್ರದ ಪೋಸ್ಟರ್**

ಅಳವಡಿಸಿಕೊಂಡದ್ದು... ಚಿತ್ರೀಕರಣದ ಸಮಯದಲ್ಲಿ ದಿನಾ ಬೆಳಿಗ್ಗೆ ಯೋಗಾಭ್ಯಾಸ ಮಾಡುತ್ತಿದ್ದರು, ಧ್ಯಾನ ಮಾಡುತ್ತಿದ್ದರು, ಸಂಜೆಯ ಹೊತ್ತಿನಲ್ಲಿ ಚರಕದಿಂದ ದಾರ ತೆಗೆಯುವುದನ್ನು ಅಭ್ಯಸಿಸುತ್ತಿದ್ದರು. ನನಗೆ 'ಶಾಂತಿ' ಮಂತ್ರ ಕಲಿಸಿಕೊಟ್ಟಿದ್ದೆ ಈ ಚರಕ ಎನ್ನುತ್ತಾರೆ ಕಿಂಗ್ ಸ್ಲೇ. ಹಾಗೇ ಚಿತ್ರದ ಕೊನೆಯ ಅಂತಿಮ ಸಂಸ್ಕಾರದ ದೃಶ್ಯದಲ್ಲಿ ಸುಮಾರು 8 ಘಂಟೆಗಳು ಅಲುಗಾಡದೆ ನಿಶ್ಚಲವಾಗಿ ಮಲಗಲು ಸಾಧ್ಯವಾದದ್ದು ಕೂಡ ಯೋಗದಿಂದ ಎನ್ನುತ್ತಾರೆ ಕಿಂಗ್ ಸ್ಲೇ.

ಚಿತ್ರೀಕರಣ ಮುಗಿದ ಮೇಲೆ ನಿಜವಾಗಲೂ ಕಿಂಗ್‌ಸ್ಲೇಯ ಕಾಲುಗಳು ಮರಗಟ್ಟಿದ್ದವಂತೆ. ಗಾಂಧೀಯ ಪೇಲವ–ಕೃಶ ಶರೀರಕ್ಕಾಗಿ ಕಿಂಗ್ ಸ್ಲೇ ಕೂಡ ದಿನಗಟ್ಟಲೇ ಉಪವಾಸಮಾಡಿದ್ದರು.

## ಚಾರ್ಲೈಟ್ ಥೆರಾನ್

1975 ಆಗಸ್ಟ್ 7ರಂದು ಸೌತ್ ಅಫ್ರಿಕಾದ ಗಾಟೆಂಗ್‌ನ ಬೆನೋನಿಯಲ್ಲಿ ಜನಿಸಿದ ಥೆರಾನ್ ಬ್ಯಾಲೇ ನೃತ್ಯಗಾರ್ತಿ. ಬರೇ ಗ್ಲಾಮರ್ ಪಾತ್ರಗಳನ್ನಷ್ಟೇ ನಿರ್ವಹಿಸುತ್ತಿದ್ದ ಥೆರಾನ್ ಹೆಸರುಗಳಿಸಿದ್ದು 2003ರಲ್ಲಿ ತೆರೆಗೆ ಬಂದ 'ಮಾನ್‌ಸ್ಟರ್'ನ ನಟನೆಗಾಗಿ ಪ್ರತಿಷ್ಠಿತ ಆಸ್ಕರ್ ಪ್ರಶಸ್ತಿಯನ್ನು ತನ್ನದಾಗಿಸಿಕೊಂಡಾಗ. ಸರಣಿಹಂತಕಿ ಐಲೀನ್ ವ್ಯೂ ಆರ್ನೋಸ್‌ಳ ಜೀವನ ಚರಿತ್ರೆಯಾಧಾರಿತ ಈ ಚಿತ್ರಕ್ಕಾಗಿ

**ಚಿತ್ರ–145: ಚಾರ್ಲೈಜ್‌ಥೆರಾನ್**

ಚಾರ್ಲೈಟ್ ಥೆರಾನ್ 30 ಪೌಂಡು ತೂಕ ಹೆಚ್ಚು ಮಾಡಿಕೊಂಡಿದ್ದಳು. ಮತ್ತು ಪಕ್ಕಾ ಅರ್ನೋಸ್ ಥರವೇ ಕಾಣಲು ಕೃತಕ ಹಲ್ಲುಗಳನ್ನು ಧರಿಸಿದ್ದಳು. ಅವಳ ಬಗೆಗಿನ ಪ್ರತಿಯೊಂದು ದಾಖಲೆಗಳನ್ನು ನಟಿ ಸೂಕ್ಷ್ಮವಾಗಿ ಅಭ್ಯಾಸ ಮಾಡಿದ್ದಲ್ಲದೆ, ಅವಳ ನಡೆ-ನುಡಿಯ ಅನುಕರಣೆಗಾಗಿ ಎಡಬಿಡದೆ ಲಭ್ಯ ಆರ್ನೋಸ್‌ಳ ವೀಡಿಯೋಗಳನ್ನ ನೋಡುತ್ತಿದ್ದಳು.

ಮಾನ್‌ಸ್ಟರ್ 2003ರಲ್ಲಿ ತೆರೆಗೆ ಬಂದ ಚಿತ್ರ. ಪೆಟ್ಟಿ ಜೆಂಕಿನ್ ನಿರ್ದೇಶನದ ಈ ಚಿತ್ರ ಸರಣಿ ಹಂತಕಿ ಐಲೀನ್ ವ್ಯೂ ಆರ್ನೋಸಳ ಜೀವನ ಕಥೆಯಾಧಾರಿತವಾಗಿದ್ದ ಚಿತ್ರ. ಮಾಜಿ ವೇಶ್ಯೆಯೊಬ್ಬಳು ಸುಮಾರು ಏಳು ಜನರನ್ನು ಬರ್ಬರವಾಗಿ ಹತ್ಯೆಗೈಯುವ ಕಥೆ ಹೊಂದಿರುವ ಮಾನ್‌ಸ್ಟರ್ ಸರಣಿ ಹಂತಕಿಯ ಮಾನಸಿಕ ದ್ವಂದ್ವಗಳನ್ನು ಮತ್ತು ಕೊಲೆಗಾರರೆಡಗಿನ ಸಿಂಪಥಿಯನ್ನು ಏಕಕಾಲದಲ್ಲಿ ಧ್ವನಿಸುವಲ್ಲಿ ಯಶಸ್ವಿಯಾಗಿದೆ.

ಸುಮಾರು 109 ನಿಮಿಷಗಳಷ್ಟು ಉದ್ದವಿರುವ ಈ ಚಿತ್ರಕ್ಕೆ ಸಂಗೀತ ನೀಡಿರುವವರು ಬಿ.ಟಿ. ಛಾಯಾಗ್ರಹಣ-ಸ್ಟೀವನ್ ಬೆರ್ನ್ ಸ್ಟೀನ್ ತಾರಾಗಣ-ಚಾರ್ಲೈಟ್ ಥೆರಾನ್, ಬ್ರೂಸ್ ಡೆರ್ನ್, ಲೀ ಟೇರ್ಗಾಸನ್, ಅನ್ನೀ ಕೊರ್ಲೇ ಇತರರು.

ಟೂ ಡೇಸ್ ಇನ್ ದಿ ವ್ಯಾಲ್ಲಿ (1996), ಟ್ರ್ಯಾಪಡ್ (2002), ಇಟಾಲಿಯನ್ ಜಾಬ್ (2003) ಮುಂತಾದವು ಚಾರ್ಲೈಟ್ ಥೆರಾನಳ ಇನ್ನಿತರ ಪ್ರಸಿದ್ಧ ಚಲನಚಿತ್ರಗಳು.

**ಐಲೀನ್ ವ್ಯ ಆರ್ನೋಸ್:** 1956 ಫೆಬ್ರವರಿ 20ರಂದು ಜನಿಸಿದ ಐಲೀನ್‌ನ ಬಾಲ್ಯವೇ ಆಕೆಯನ್ನು ಇಂಥ ದುಷ್ಕೃತ್ಯಕ್ಕೆ ಪ್ರೇರೇಪಿಸಿತು

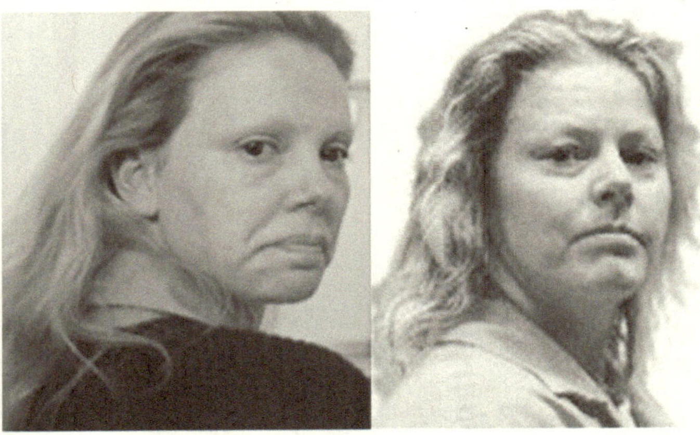

**ಚಿತ್ರ-146: ನಟಿ ಥೆರಾನ್ ಐಲೀನ್ ಆಗಿ - ಐಲೀನ್‌ವ್ಯೂಆರ್ನೋಸ್**

ಎನ್ನಬಹುದು. ತಂದೆಯೇ ಒಬ್ಬ ಸಲಿಂಗಕಾಮಿ. ಜೊತೆಗೆ ಚಿಕ್ಕಮಕ್ಕಳ ಲೈಂಗಿಕ ದೌರ್ಜನ್ಯದ ಆರೋಪ ಹೊತ್ತು ಜೈಲುಸೇರಿದವನು. ಐಲೀನ್ ಬೆಳೆದಿದ್ದೆಲ್ಲಾ ತನ್ನಜ್ಜಿಯ ಮನೆಯಲ್ಲಿ! ಐಲೀನ್ ಮಾಡಿದ ಕೊಲೆಗಳ ಸಂಖ್ಯೆ 7. ಎಲ್ಲರೂ 50ರ ಮೇಲ್ಪಟ್ಟವರು ಎಂಬುದು ಕುತೂಹಲಕಾರಿ ಸಂಗತಿಯಾಗಿದೆ.

## ಜೇಮೀ ಫಾಕ್ಸ್

2004ರಲ್ಲಿ ಬಿಡುಗಡೆಯಾದ ಜೀವನಚರಿತ್ರೆ ಚಿತ್ರ 'ರೇ'ನಲ್ಲಿನ ಶ್ರೇಷ್ಠ ಅಭಿನಯಕ್ಕಾಗಿ ಆಸ್ಕರ್ ಪ್ರಶಸ್ತಿಯ ಗರಿಯನ್ನು ತನ್ನ ಮುಡಿಗೇರಿಸಿಕೊಂಡ ನಟ ಜೇಮೀ ಫಾಕ್ಸ್!

ರೇ ಚಿತ್ರ ಖ್ಯಾತ 'ಬ್ಲ್ಯೂ' ಸಂಗೀತಗಾರ ರೇ ಚಾರ್ಲ್ಸ್ ರಾಬಿನ್ಸನ್ ಜೀವನ ಕಥೆಯಾಧಾರಿತ ಚಿತ್ರ. ಏಳು ವರ್ಷದವನಿದ್ದಾಗಲೇ ತನ್ನ ಎರಡೂ ಕಣ್ಣುಗಳ ದೃಷ್ಟಿ ಕಳೆದುಕೊಂಡು ಸಂಪೂರ್ಣ ಅಂಧವಾದ ರೇ ಚಾರ್ಲ್ಸ್ ರಾಬಿನ್ಸನ್ ಆನಂತರ ತನ್ನ ತಾಯಿಯ ಪ್ರೋತ್ಸಾಹದಿಂದ ಏನನ್ನಾದರೂ ಸಾಧಿಸಬೇಕೆಂಬ ಛಲ ಹೊತ್ತ. ತನ್ನ ಬೆರಳ ತುದಿಗೆ ಪಿಯಾನೋದೆಡೆಗಿನ ಸೆಳೆತ ಮತ್ತು ಗಾಯನಗೆಡೆಗಿನ ವಿಶೇಷ ಒಲವು ಮತ್ತು ತನ್ಮಯತೆ ವಿಶ್ವದ ಶ್ರೇಷ್ಠ ಸಂಗೀತಗಾರನೊಬ್ಬನನ್ನಾಗಿ ಮಾಡಿತು ಎನ್ನಬಹುದು. ಈ 'ರೇ'ನ ಅಭಿನಯಕ್ಕಾಗಿ ನಟ ಜೇಮೀಫಾಕ್ಸ್‌ನನ್ನು ಆಯ್ಕೆ ಮಾಡಿದ ಮೊದಲ ಕಾರಣವೆಂದರೆ ನೋಡುವುದಕ್ಕೆ ಸ್ವಲ್ಪ 'ರೇ'ನ ಹೋಲಿಕೆ ಇದೆ ಎನ್ನುವುದಾಗಿತ್ತು. 1967 ಡಿಸೆಂಬರ್ 13ರಂದು ಯು.ಎಸ್.ಎ.ನ ಟೆಕ್ಸಾಸ್‌ನ ಟೆರೆಲ್‌ನಲ್ಲಿ ಜನಿಸಿದ ಜೇಮೀಫಾಕ್ಸ್ ನಟನಾಗಿ ಹಲವಾರು ಚಿತ್ರಗಳಲ್ಲಿ ಅಭಿನಯಿಸಿದ್ದರೂ 'ರೇ' ಚಿತ್ರಕ್ಕೆ ಅವನು ತೆಗೆದು ವಿಶೇಷ ಆಸಕ್ತಿಗಳು, ಇನ್ವಾಲ್ಮೆಂಟ್ಗಳು, ಪೂರ್ವ ತಯಾರಿಗಳು ಇಂತಿವೆ. ಚಿತ್ರೀಕರಣದ ಸಮಯದಲ್ಲಿ ಕಣ್ಣಿಗೆ ಐ ಪ್ರೊಸ್ಥೆಟಿಕ್‌ಗಳನ್ನು ಧರಿಸುತ್ತಿದ್ದರಿಂದ ಜೇಮೀಫಾಕ್ಸ್ 14 ಘಂಟೆಯವರೆಗೆ ತಾತ್ಕಾಲಿಕ ಅಂಧನಾಗಿ ಬಿಡುತ್ತಿದ್ದ. ಅಭಿನಯಿಸಿದ್ದೆಲ್ಲಾ ಒಂದು ರೀತಿಯ ನಿಜವಾದ ಕುರುಡುತನದಿಂದಲೇ.

**ಚಿತ್ರ–147: ನಟ ಜೇಮಿ ಫಾಕ್ಸ್**

ಜೇಮೀ ಫಾಕ್ಸ್ ಅಂಧರ ಶಾಲೆಗೆ ಭೇಟಿ ನೀಡಿ, ಅವರ ಹಾವಭಾವಗಳನ್ನು ಅಭ್ಯಸಿಸಿದಲ್ಲದೆ, 'ಅಂಧಲಿಪಿ'ಯನ್ನು

**ಚಿತ್ರ–148: ಜೇಮಿ ಫ್ಲಾಕ್ಸ್ ರೇ ಚಿತ್ರದಲ್ಲಿ ಚಾರ್ಲ್ಸ್ ರೇ**

ಕಲಿತುಬಿಟ್ಟಿದ್ದ. ಪಿಯಾನೋ ಬಾರಿಸಲು ಕಲಿತ ಜೇಮೀಫಾಕ್ಸ್ ಚಿತ್ರದುದ್ದಕ್ಕೂ ಬರುವ ಪಿಯಾನೋ ಸಂಗೀತವನ್ನ ತಾನೇ ಸ್ವತಃ ಬಾರಿಸಿದ್ದರಿಂದ ಚಿತ್ರದ ದೃಶ್ಯಗಳು ಅಷ್ಟೊಂದು ನೈಜವಾಗಿ ಮೂಡಿಬರಲು ಕಾರಣವಾಯಿತು.

ಜೇಮಿಯ ಇಷ್ಟೆಲ್ಲಾ ಪ್ರಯತ್ನಗಳು ವ್ಯರ್ಥವಾಗಲಿಲ್ಲ. ಈ ಚಿತ್ರ ಬಾಕ್ಸ್ ಅಫೀಸಿನಲ್ಲಿ ಯಶಸ್ವಿಯಾಯಿತಲ್ಲದೆ 'ಉತ್ತಮ ನಟ' ಆಸ್ಕರ್ ಪ್ರಶಸ್ತಿ ಮತ್ತು ಉತ್ತಮ ಶಬ್ದಗ್ರಹಣಕ್ಕಾಗಿ ಆಸ್ಕರ್ ಪ್ರಶಸ್ತಿ ಪಡೆಯಿತು. ಜೊತೆಗೆ ಬಾಫ್ಟಾ ಅವಾರ್ಡ್ಸ್, ಬ್ಲಾಕ್ ರೀಲ್ ಅವಾರ್ಡ್ಸ್, ಗೋಲ್ಡನ್ ಗ್ಲೋಬ್ ಅವಾರ್ಡ್ಸ್, ಗ್ರಾಮ್ಮಿ ಅವಾರ್ಡ್ಸ್, ಪ್ರಿಸ್ಮ್ ಅವಾರ್ಡ್–ಹೀಗೆ ಪ್ರತಿಷ್ಠಿತ ಪ್ರಶಸ್ತಿಗಳ ಸುರಿಮಳೆಯನ್ನೇ ತನ್ನದಾಗಿಸಿಕೊಂಡಿತು.

ಡೆವಿಲ್ಸ್ ಅಡ್ವೊಕೇಟ್ (1997), ಡೊಲೊರೆಸ್ ಕ್ಲೈಬೋರ್ನೆ (1995), ಬೌಂಡ್ ಬೈ ಹನರ್ (1993), ವೈಟ್ ನೈಟ್ (1985), ಜೇಮೀಫಾಕ್ಸ್‌ನ ಇತರ ಯಶಸ್ವಿ ಚಿತ್ರಗಳು.

ರೇ ಚಿತ್ರದ ಸಂಕ್ಷಿಪ್ತ ವಿವರ:

- **ಚಿತ್ರದ ನಿರ್ದೇಶಕರು:** ಟಾಯ್ಲರ್ ಹ್ಯಾಕ್ ಫೋರ್ಡ್.
- **ನಿರ್ಮಾಪಕರು:** ಟಾಯ್ಲರ್ ಹ್ಯಾಕ್ ಫೋರ್ಡ್, ಸ್ಟುವರ್ಟ್ ಬೆಂಜಮಿನ್, ಹೊವಾರ್ಡ್ ಬಾಲ್ಡ್‌ವಿನ್, ಕರೇನ್ ಬಾಲ್ಡ್‌ವಿನ್.
- **ಸಂಗೀತ:** ಕ್ರೈಗ್ ಆರ್ಮಸ್ಟ್ರಾಂಗ್, ರೇ ಚಾರ್ಲ್ಸ್.
- **ಛಾಯಾಗ್ರಹಣ:** ಪಾವೆಲ್ ಈಡಲ್ಮನ್.
- **ತಾರಾಗಣ:** ಜೇಮೀಫಾಕ್ಸ್, ಶರನ್ ವಾರೆನ್, ಕೆರಿ ವಾಷಿಂಗ್ಟನ್, ರೀನೀ ವಿಲ್ಸನ್, ಲಾರೆಂಜ್ ಟೇಟ್, ರೆಜಿನಾ ಕಿಂಗ್ ಇತರರು.

## ಬ್ರುನೋ ಗ್ಯಾಂಟ್ಸ್

**ಚಿತ್ರ–149: ಬ್ರುನೋ ಗ್ಯಾಂಟ್ಸ್**

ಜರ್ಮನಿಯ ಸರ್ವಾಧಿಕಾರಿ ಅಡಾಲ್ಫ್ ಹಿಟ್ಲರ್‌ನ ಕೊನೆಯ ದಿನಗಳ ಬಗೆಗಿನ ಚಿತ್ರವಾದ 'ಡೌನ್ ಫಾಲ್'ನಲ್ಲಿ 'ಹಿಟ್ಲರ್' ಪಾತ್ರದಲ್ಲಿ ಅಭಿನಯಿಸಿದವನೇ ಬುನೋ ಗ್ಯಾಂಟ್ಸ್. ಆಲಿವರ್ ಹಿರ್‌ಷಿಬೀಗಲ್ ನಿರ್ದೇಶನದ ಈ ಚಿತ್ರ 2005ರಲ್ಲಿ ಅತ್ಯುತ್ತಮ ವಿದೇಶಿ ಚಿತ್ರಗಳ ಸಾಲಿಗೆ ಆಸ್ಕರ್‌ಗೆ ನಾಮಾಂಕಿತವಾಗಿತ್ತು.

ಇಡೀ ಚಿತ್ರ ಡಾಕ್ಯುಮೆಂಟರಿಯ ಮಾದರಿಯಲ್ಲಿರುವುದರಿಂದ ಸ್ವಲ್ಪ ಬೋರ್ ಎನಿಸಿದರೂ ಬ್ರುನೋ ಗ್ಯಾಂಟ್ಸ್‌ನ ಅಭಿನಯ ಪ್ರೇಕ್ಷಕರನ್ನು ಹಿಡಿದು ಕೂರಿಸಿಬಿಡುತ್ತದೆ. 1941 ಮಾರ್ಚ್ 22ರಂದು ಜನಿಸಿದ ಬ್ರುನೋ ಗ್ಯಾಂಟ್ಸ್ ಹಿಟ್ಲರ್‌ನ ಕೊನೆಯ ದಿನಗಳ ಮಾನಸಿಕ ತುಮುಲಗಳನ್ನು ವ್ಯಕ್ತಪಡಿಸುವಲ್ಲಿ ನೂರಕ್ಕೆ ನೂರು ಪಟ್ಟು ಯಶಸ್ವಿಯಾಗಿದ್ದಾನೆ. ಈ ಚಿತ್ರದ ನಟನೆಯ ಪೂರ್ವ ತಯಾರಿಗಾಗಿ ಬ್ರುನೋ ಗ್ಯಾಂಟ್ಸ್ ಪಾರ್ಕಿನ್‌ಸನ್ ಕಾಯಿಲೆಯ ರೋಗಿಗಳೊಂದಿಗೆ ಆಸ್ಪತ್ರೆಯಲ್ಲಿ ಸುಮಾರು ದಿನ ಕಳೆದನಂತೆ. ಅವರನ್ನು ತೀರಾ ಹತ್ತಿರದಿಂದ ಅಭ್ಯಸಿಸಿದನಂತೆ!

**ಚಿತ್ರ–150: ನಟ ಬ್ರುನೋ ಗ್ಯಾಂಟ್ ಹಿಟ್ಲರ್‌ನ ಪಾತ್ರದಲ್ಲಿ – ಅಡಾಲ್ಫ್ ಹಿಟ್ಲರ್**

## ಎಮೆಲೇ ಹಿರ್ಷ್

ಶಾನ್‌ಪೆನ್ ನಿರ್ದೇಶಕನಾಗಿಯೂ, ನಟನಾಗಿಯೂ ತುಂಬಾ ಪ್ರಸಿದ್ಧಿ ಪಡೆದ ನಟ. ಮಿಸ್ಟಿಕ್‌ರಿವರ್, ಯೂ ಟರ್ನ್, ಮಿಲ್ಕ್ ಚಿತ್ರಗಳನ್ನು ನೋಡಿದವರ್ಯಾರು ಶಾನ್‌ಪೆನ್ ಅಭಿನಯದ ಬಗ್ಗೆ ಎರಡು ಮಾತಾಡುವುದಿಲ್ಲ. ಶಾನ್‌ಪೆನ್ ನಿರ್ದೇಶನದ 'ಇನ್ ಟು ದಿ ವೈಲ್ಡ್' ಎನ್ನುವ ಚಿತ್ರವೊಂದಿದೆ. 2007ರಂದು ತೆರೆಗೆ ಬಂದು ಸತ್ಯಕಥೆಯಾಧಾರಿತ ಚಲನಚಿತ್ರ 'ಇನ್ ಟು ದಿ ವೈಲ್ಡ್'. ಕೆಲವೊಂದು ಸಿನಿಮಾಗಳು ಭರಪೂರ ಮನರಂಜನೆ ಒದಗಿಸುತ್ತವೆ. ಮತ್ತೆ ಮತ್ತೆ ನೋಡಬೇಕೆನ್ನಿಸುತ್ತವೆ. ಹಾಗೆ ಕೆಲವು ಚಿತ್ರಗಳು ನಮ್ಮನ್ನೇ ಡಿಸ್ಟರ್ಬ್ ಮಾಡಿಬಿಡುತ್ತವೆ. ಸಿನಿಮಾ ಗುಂಗಿದ್ದಷ್ಟು ದಿನ 'ಅಯ್ಯೋ ಪ್ರಪಂಚ ಹೀಗಾ.' ಎನ್ನುವ ಹೇವರಿಕೆ ಉಂಟುಮಾಡಿಬಿಡುತ್ತವೆ. ದಿನಗಟ್ಟಲೆ, ವಾರಗಟ್ಟಲೇ ಕಾಡತೊಡಗುತ್ತವೆ. ತಮಿಳು ನಿರ್ದೇಶಕ ಬಾಲರ ಚಿತ್ರಗಳಾದ ಸೇತು, ಪಿತಾಮಗನ್, ನಾನ್ ಕಡವುಳ್ ಚಿತ್ರಗಳನ್ನೊಮ್ಮೆ ನೋಡಿ. ನಮ್ಮನ್ನೇ ಡಿಸ್ಟರ್ಬ್ ಮಾಡಿಬಿಡುತ್ತವೆ. ಸಮಾಜದ ಕರಾಳ ಮುಖದ ಬರ್ಬರ ಮಗ್ಗುಲನ್ನು ತುಂಬಾ ಚೆನ್ನಾಗಿ ಸಿನಿಮಾಕ್ಕೆ ತಂದಿದ್ದಾರೆ ಬಾಲ. ಹಾಗೆ ಇನ್ನೂ ಒಂದು ವಿಭಾಗದ ಚಲನಚಿತ್ರಗಳಿವೆ ಅವು ನಮ್ಮನ್ನು ಚಿಂತನೆಗೆ–ಆಲೋಚನೆಗೆ ದೂಡುತ್ತವೆ.

ಚಿತ್ರ–151: ನಿರ್ದೇಶಕ ಶಾನ್‌ಪೆನ್

ಚಿತ್ರ–152: ಎಮಿಲಿ ಹಿರ್ಷ್

'ಇನ್ ಟು ದಿ ವೈಲ್ಡ್' ಮೂರನೇ ಕ್ಯಾಟಗರಿಯ ಚಿತ್ರ.

ಬದುಕನ್ನು, ಜೀವನವನ್ನು ಏನೆಂದು ಅರಿಯಲು ಹೊರಡುವ ಆಧುನಿಕ ಬುದ್ಧನ ಕತೆ ಇದು. ಹಾ. ಅಂದಹಾಗೆ ಇದು ಜೀವನ ಚರಿತ್ರೆಯಾಧಾರಿತ ಚಿತ್ರ. ಕ್ರಿಸ್ಟೋಫರ್ ಮ್ಯಾಕೆಂಡ್ಲೆಸ್ ಒಬ್ಬ ಹುಚ್ಚು ಅನ್ವೇಷಕ, ಸಾಹಸಿ, ತಿಕ್ಕಲು ಏನುಬೇಕಾದರೂ ಅಂದುಕೊಳ್ಳಬಹುದು. ಯಾಕೆಂದರೆ ಆ ವ್ಯಕ್ತಿಯ ಗುಣವೇ ಅಂತಹದ್ದು. ತಂದೆ-ತಾಯಿ, ಶ್ರೀಮಂತಿಕೆ, ಕೆಲಸ ಎಲ್ಲವನ್ನೂ ಝಾಡಿಸಿ ಒದ್ದು ದಿಗಂತದೆಡೆಗೆ ಹೊರಟುಬಿಡುವುದು ಸುಲಭದ ಮಾತಲ್ಲ. ಅಂತಹ ವ್ಯಕ್ತಿಯ ಜೀವನ ಚರಿತ್ರೆಯನ್ನು ಸಿನಿಮಾ ಮಾಡಹೊರಟಾಗ ಪಾತ್ರಧಾರಿಗಾಗಿ ಶಾನ್‌ಪೆನ್ ಸುಮಾರು ಹುಡುಕಾಟ ನಡೆಸಿದನಂತೆ. ಯಾಕೆಂದರೆ ಈ ಸಿನಿಮಾವೇ ಒಂದು ಡಾಕ್ಯುಮೆಂಟರಿಯಾದ್ದರಿಂದ ಜನರಿಗೆಲ್ಲೂ ಅದು ಸಿನಿಮಾ ಎನ್ನುವ ಫೀಲ್ ಬರಬಾರದು ಎನ್ನುವುದು ಶಾನ್‌ಪೆನ್‌ನ ಇಂಗಿತ. ಆಗ ಸಿಕ್ಕವನೇ ಎಮಿಲಿ ಹಿರ್ಷ್. ಪಾತ್ರಕ್ಕಾಗಿ 40 ಪೌಂಡ್ ತೂಕ ಕಳೆದುಕೊಂಡು ನಟಿಸಲು ಸಿದ್ಧನಾದನಂತೆ ಎಮಿಲ್ ಹಿರ್ಷ್. ಮ್ಯಾಕೆಂಡಲೆಸ್ ಆಪ್ತರನ್ನು ಅವರ

**ಚಿತ್ರ–153: ನಟ ಎಮಿಲಿ ಹಿರ್ಷೆ ಮತ್ತು ಕ್ರಿಸ್ಟೋಫರ್ ಮ್ಯಾಕೆಂಡ್ಲೆಸ್**

ಮನೆಯವರನ್ನು ಸಂಧಿಸಿ, ಅವನ ನಡೆ ನುಡಿಗಳ ಬಗ್ಗೆ ಕೇಳಿ ತಿಳಿದುಕೊಂಡು ಅಭ್ಯಾಸಮಾಡಿಕೊಂಡನಂತೆ. ಚಿತ್ರದಲ್ಲಿ ಬರುವ ಬದಲಾವಣೆಗಳಿಗೆ ಅವನ ಫೋಟೋಗಳನ್ನು ನೋಡಿ ಅದರ ಹಾಗೇ ತನ್ನ ದೈಹಿಕ ರೂಪನ್ನು ಬದಲಾಯಿಸಿಕೊಂಡನಂತೆ. ಮತ್ತು ಚಿತ್ರದಲ್ಲಿ ಬರುವ ಬೆಟ್ಟಗುಡ್ಡ ಕಣಿವೆಗಳಲ್ಲಿ ಓಡಾಡುವ ದೃಶ್ಯಗಳಲ್ಲಿ ತಾನೇ ಯಾವುದೇ ಡ್ಯೂಪ್ ಸಹಾಯವಿಲ್ಲದೆ ಅಭಿನಯಿಸಿದ್ದು ಎಮಿಲಿ ಹಿರ್ಷ್‌ನ ಹೆಗ್ಗಳಿಕೆ.

ಬಾಲ್ಯದಿಂದಲೇ ಚಿತ್ರರಂಗಕ್ಕೆ ಬಾಲನಟನಾಗಿ ಪ್ರವೇಶಿಸಿದ ಎಮಿಲಿ ಹಿರ್ಷ್, ಮಿಲ್ಕ್, ಟೇಕಿಂಗ್‌ವುಡ್ ಸ್ಟಕ್, ದಿ ಏರ್ ಐ ಬ್ರೀತ್, ಆಲ್ಫಾ ಡಾಗ್, ಲಾರ್ಡ್ಸ್ ಆಫ್ ದಿ ಡಾಗ್ ಟೌನ್, ದಿ ಗರ್ಲ್ ನೆಕ್ಸ್ಟ್ ಡೋರ್-ಮುಂತಾದ ಚಿತ್ರಗಳಲ್ಲಿ ಅಬಿನಯಿಸಿದ್ದಾನೆ.

## ಸಲ್ಮಾ ಹಯೇಕ್

ಚಿತ್ರ–154: ನಟಿ ಸಲ್ಮಾಹಯೇಕ್

'ಫ್ರಿಡಾ' 2002ರಲ್ಲಿ ತೆರೆಗೆ ಬಂದ ಚಲನಚಿತ್ರ. ಮೆಕ್ಷಿಕನ್ ಕಲಾವಿದೆ ಫ್ರಿಡಾ ಕಹಲೋಳ ಜೀವನ ಚರಿತ್ರೆಯಾಧಾರಿತ ಈ ಚಿತ್ರದಲ್ಲಿ ಫ್ರಿಡಾಳ ಪಾತ್ರ ನಿರ್ವಹಿಸಿದವಳು ಸಲ್ಮಾ ಹಯೇಕ್. ಮೆಕ್ಸಿಕೋದಲ್ಲಿ ಜನಿಸಿದ ಈ ನಟಿ ತನ್ನ ಪಾತ್ರಪೋಷಣೆಯಿಂದ ಆಸ್ಕರ್‌ಗೆ 'ಉತ್ತಮನಟಿ' ವಿಭಾಗದಲ್ಲಿ ನಾಮಾಂಕಿತಗೊಂಡಿದ್ದಳು.

ನಟಿಯಾಗಿ, ನಿರ್ಮಾಪಕಿಯಾಗಿ, ನಿರ್ದೇಶಕಿಯಾಗಿ ಹೆಸರು ಗಳಿಸಿರುವ ಸಲ್ಮಾಳ ಪ್ರಮುಖ ಚಿತ್ರಗಳೆಂದರೆ. ಡೆಸ್ಪರಾಡೋ, ಫೇರ್‌ಗೇಮ್, ಫ್ರಂ ಡಸ್ಕ್ ಟಿಲ್ ಡಾನ್, ಫ್ಲೆಡ್, ಫೂಲ್ಸ್ ರಷ್ ಇನ್, ಬ್ರೇಕಿಂಗ್ ಅಫ್, ದಿ ಫ್ಯಾಕಲ್ಟಿ, ವೈಲ್ಡ್ ವೈಲ್ಡ್ ವೆಸ್ಟ್, ಟ್ರಾಫಿಕ್, ಹೋಟೆಲ್ ಇತ್ಯಾದಿ.

ಚಿತ್ರ–155: ಫ್ರಿಡಾ ಕಹೆಲೋ ಮತ್ತು ಸಲ್ಮಾ ಹಯೇಕ್

**ಚಿತ್ರ–156: ಫ್ರಿಡಾ ರಚಿಸಿರುವ ಕೆಲವು ಸ್ವ–ಭಾವಚಿತ್ರಗಳು.**

ಫ್ರೈಡಾ ಕಹಲೋ ರೆ ರಿವೇರಾ (ಜುಲೈ, 6, 1907–ಜುಲೈ 13 1954) ಮೆಕ್ಸಿಕನ್‌ನ ಕಲಾವಿದೆ. ಸ್ವ–ಭಾವಚಿತ ರಚನೆಯಿಂದ ಪ್ರಸಿದ್ಧಳಾಗಿರುವ ಕಹಲೋ ಕಲಾಜಗತ್ತಿನಲ್ಲಿ ಆಕೆಯ ವರ್ಣಗಳ ಮಿಶ್ರಣ, ಬಳಸುವಿಕೆಯ ಶೈಲಿಯಿಂದಾಗಿ ಹೆಸರುವಾಸಿ. ಮೆಕ್ಸಿಕನ್ ಜಾನಪದ ಶೈಲಿಯನ್ನು ತನ್ನ ಕಲಾಕೃತಿಗಳಲ್ಲಿ ಬಳಸಿಕೊಂಡಿರುವ ಕಹಲೋ ಸ್ತ್ರೀವಾದಿ.

ಸಲ್ಮಾ ಹಯೆಕ್ ಕಹಲೋ ಪಾತ್ರಪೋಷಣೆಗಾಗಿ ಮಾಡಿಕೊಂಡ ಪೂರ್ವ ತಯಾರಿಗಳು ವಿಶೇಷವಾದವು. ಚಿತ್ರಕ್ಕಾಗಿ ಕೆಲವೊಂದು ಕಲಾಕೃತಿಗಳನ್ನು ಸ್ವತಃ ಹಯೇಕ್‌ಳೆ ರಚಿಸಿದ್ದಾಳೆ. ರಿಯಾಲಿಟಿಗಾಗಿ ಮೇಲ್ತುಟಿಯ ಮೇಲೆ ನಿಜವಾಗಿಯೂ ಮೀಸೆ ಬೆಳೆಸಿಕೊಂಡಳು ಸಲ್ಮಾ ಹಾಯೇಕ್. ಆಕೆಯ ಕಲಾಕೃತಿಗಳನ್ನೆಲ್ಲಾ ಆಳವಾಗಿ ಅಭ್ಯಾಸಮಾಡಿದ್ದಳಂತೆ. ಕಹಲೋಳ ಸ್ವ–ಭಾವಚಿತ್ರಗಳನ್ನೂ ಅವಲೋಕಿಸಿ, ಅದರಂತೆಯೇ ತನ್ನ ಬಾಹ್ಯರೂಪವನ್ನು ಪರಿವರ್ತಿಸಿಕೊಂಡಿದ್ದಳು.

- **ನಿರ್ದೇಶನ:** ಜೂಲೀ ಟಾಯ್ಮೋರ್
- **ನಿರ್ಮಾಣ:** ಸಲ್ಮಾ ಹಯೇಕ್, ಜೇ ಪೊಲೆಸ್ಟೇನ್.
- **ತಾರಾಗಣ:** ಸಲ್ಮಾ ಹಯೇಕ್, ಅಂಟೋನಿಯೋ ಬೆಂಡರಾಸ್, ಆಲ್ಫ್ರೆಡ್ ಮೊಲಿನಾ
- **ಅವಧಿ:** 123 ನಿಮಿಷಗಳು

## ಶಾನ್ ಪೆನ್

ಹಾರ್ವೆ ಬೆರ್ನಾಡ್ ಮಿಲ್ಕ್ (ಮೇ22, 1930–ನವೆಂಬರ್ 27, 1978) ಅಮೇರಿಕಾದ ಕ್ಯಾಲಿಫೋರ್ನಿಯಾದಿಂದ ಆಯ್ಕೆಯಾದ ಮೊಟ್ಟಮೊದಲ

'ಸಲಿಂಗಿ' ರಾಜಕಾರಣಿ. ಸಲಿಂಗವಾದಿ. ಸಲಿಂಗಿಗಳಿಗೂ ಅವರಿಷ್ಟದಂತೆ ಬದುಕಲು ಅವಕಾಶ ಮಾಡಿಕೊಡಬೇಕು ಎಂದು ಸಲಿಂಗಿಗಳಿಗೂ ಸಮಾಜದಲ್ಲಿ ಗೌರವ ನೀಡಬೇಕು ಎಂಬ ವಾದದಿಂದ ಜನಪ್ರಿಯನಾದವನು ಮಿಲ್ಕ್. ಅದಕ್ಕಾಗಿ ಹೋರಾಡಿದ್ದು, ದೊಡ್ಡದಾದ ಸಂಘಟನೆ ಮಾಡಿದವನು ಈ ಹಾರ್ವೆ ಮಿಲ್ಕ್. ಈ ಹಾರ್ವೆ ಬೆನಾರ್ಡ್ ಮಿಲ್ಕ್‌ನ ಜೀವನದ ಚರಿತ್ರೆಯಾಧಾರಿತ ಚಿತ್ರ 'ಮಿಲ್ಕ್'. ಗುಡ್ ವ್ಯಾನ್ ಸೆಂಟ್ ನಿರ್ದೇಶನದ ಈ ಚಿತ್ರ ನಟ ಶಾನ್ ಪೆನ್‌ಗೆ ಉತ್ತಮ ನಟ ಆಸ್ಕರ್ ಪ್ರಶಸ್ತಿಯನ್ನು ತಂದುಕೊಟ್ಟಿತು. ಆಸ್ಕರ್‌ಗೆ ಸುಮಾರು 8 ವಿಭಾಗಗಳಲ್ಲಿ ನಾಮಾಂಕಿತಗೊಂಡ ಈ ಚಿತ್ರ ಉತ್ತಮ ನಟ ಮತ್ತು ಉತ್ತಮ ಚಿತ್ರಕಥೆಗಾಗಿ ಆಸ್ಕರ್ ಪ್ರಶಸ್ತಿಗಳನ್ನು ತನ್ನದಾಗಿಸಿಕೊಂಡಿತು. ಈ ಚಿತ್ರದ ಪಾತ್ರ 'ಹಾರ್ವೆ'ಯ ಪಾತ್ರ ನಿರ್ವಹಣೆಗಾಗಿ ಶಾನ್‌ಪೆನ್ ಹಲ್ಲು, ಕಣ್ಣಿನ ಲೆನ್ಸ್, ಕೆನ್ನೆಯನ್ನು ವಿಶೇಷ ಮೇಕ್‌ಅಪ್‌ನಿಂದ ಹಾರ್ವೆ ಹಾಗೆ ಕಾಣುವಂತೆ ರೂಪಿಸಲಾಯಿತು.

**ಚಿತ್ರ–157: ಹಾರ್ವೇ ಮಿಲ್ಕ್ ಮತ್ತು ಶಾನ್ ಪೆನ್**

ಚಿತ್ರದ ನಿರ್ದೇಶಕ ಗುಸ್ ವ್ಯಾನ್‌ಸೆಂಟ್. ಜುಲೈ 24, 1952ರಂದು ಜನಿಸಿದ ಅಮೇರಿಕನ್ ನಿರ್ದೇಶಕ. ಚಿತ್ರದಿಂದ ಚಿತ್ರಕ್ಕೆ ಸಿನಿಮಾ ಕಥೆಯ ವಿಭಾಗಗಳನ್ನೇ ಬದಲಿಸುವ ಗುಸ್ ವ್ಯಾಗ್ ಸೆಂಟ್ ತನ್ನ ಪ್ರಯೋಗಾತ್ಮಕ ಚಿತ್ರಗಳಿಗೆ ಹೆಸರುವಾಸಿ. ಅವನ ಎಲಿಫಂಟ್ ಚಿತ್ರ ಚಿತ್ರೋತ್ಸವಗಳಲ್ಲಿ ಅಪಾರ ಮೆಚ್ಚುಗೆ ಗಳಿಸಿದ್ದರೂ ತನ್ನ ನಿಧಾನಗತಿ ನಿರೂಪಣೆಯಿಂದಾಗಿ ವೀಕ್ಷಕರ ತಾಳ್ಮೆಯ ಪರಮಾವಧಿಯನ್ನು ಪರೀಕ್ಷಿಸುವ ಚಿತ್ರವಾಗಿದೆ.

ಡ್ರಗ್ ಸ್ಟೋರ್ ಕೌಬಾಯ್ (1989), ಮೈ ಓನ್ ಪ್ರೈವೇಟ್ ಇಡಾಹೋ (1991), ಈವೆನ್ ಕೌಗರ್ಲ್ಸ್ ಗೆಟ್ಸ್ ದಿ ಬ್ಲ್ಯೂಸ್ (1993), ಟು ಡೈಫಾರ್ (1995), ಗುಡ್ ವಿಲ್ ಹಂಟಿಂಗ್ (1997), ಸೈಕೋ (1998), ಎಲಿಫೆಂಟ್ (2003), ಪಾರಾನಾಯ್ಡ್ ಪಾರ್ಕ್ (2007) ಇವನ ಇನ್ನಿತರ ಯಶಸ್ವಿ ಚಿತ್ರಗಳು.

## ಬೆನಿಷಿಯಾ ಡೆಲ್ ಟೋರೋ

'ಚೆಗುವೇರಾ' ಯಾರಿಗೆ ಗೊತ್ತಿಲ್ಲ. ಕ್ರಾಂತಿಕಾರಿ ಅಂದರೆ ಮೊದಲಿಗೆ ನೆನಪಿಗೆ ಬರುವುದು ಈ 'ಚೆಗುವೆರಾ'ನೆ. ಅವನ ಜೀವನ ಚರಿತ್ರೆಯಾಧಾರಿಸಿ, ಹೆಸರಾಂತ ನಿರ್ದೇಶಕ ಸ್ಟೀವನ್ ಸೊಡರ್ ಬರ್ಗ್ ನಿರ್ದೇಶಿಸಿದ ಚಿತ್ರ 'ಚೆ'. ಸುಮಾರು 4 ಘಂಟೆಗಳ ಅವಧಿಯ ಈ ಚಿತ್ರವನ್ನು ಎರಡು ಭಾಗಗಳನ್ನಾಗಿ ತೆರೆಗೆ ತರಲಾಯಿತು. ಇಲ್ಲಿ 'ಚೆಗುವೇರಾ'ನ ಪಾತ್ರ ನಿರ್ವಹಿಸಿದವನು 'ಬೆನೆಷಿಯೋ ಡೆಲ್ ಟೋರೋ'. 'ಚೆ'ನೇ

ಚಿತ್ರ–158: ಬೆನೆಷಿಯಾ ಡೆಲ್‌ಟೋರೋ

ಚಿತ್ರ–159: ಬೆನೆಷಿಯಾ ಡೆಲ್ ಟೋರೋ ಮತ್ತು ಎರ್ನೆಸ್ಟೋ ಚೆಗುವೇರಾ

ಚಿತ್ರ–160: ನಟ ಫಿಲಿಪ್ ಸೇಮೋರ್ ಮತ್ತು ಜನಪ್ರಿಯ ಲೇಖಕ ಕ್ಯಾಪೋಟ್

ಪುನರಾವತಾರವೆತ್ತಿ ಬಂದಂತೆ ಅಭಿನಯಿಸಿದ ಬೆನೆಷಿಯೋ ಡೆಲ್ ಟೋರೋನ ಇತರ ಪ್ರಸಿದ್ಧ ಚಿತ್ರಗಳೆಂದರೆ ಫಿಯರ್ ಅಂಡ್ ಲೋಥಿಂಗ್ ಲಾಸ್ ವೆಗಾಸ್ (1998), ಫ್ರಿಡಾ (2002), ದಿ ಹಂಟೆಡ್ (2003), 21 ಗ್ರ್ಯಾಮ್ಸ್ (2003).

ಓಷನ್ ಸರಣಿಗಳಿಂದೆ ಹೆಸರುವಾಸಿಯಾದ ನಿರ್ದೇಶಕ ಸ್ಟೀವನ್ ಸೋಡರ್ ಬರ್ಗ್‌ನ ನಿರ್ದೇಶನ ಇನ್ನಿತರ ಚಿತ್ರಗಳೆಂದರೆ ಸೆಕ್ಸ್, ಲೈಸ್ ವಿಡಿಯೋ ಟೇಪ್ಸ್,

ಚಿತ್ರ–161: ಈದಿ ಅಮಿನ್ ಮತ್ತು ನಟ ಫಾರೆಸ್ಟ್ ವೈಟೇಕರ್

ಗ್ರೇಸ್ ಅನಾಟಮಿ, ಔಟ್ ಆಫ್ ಸೈಟ್, ಟ್ರಾಫಿಕ್, ಸೋಲಾರಿಸ್, ದಿ ಇನ್ ಫಾರ್ಮೆಂಟ್.

ಕ್ಯಾಪೋಟ್ ಚಿತ್ರದಲ್ಲಿನ ಕ್ಯಾಪೋಟ್ ಪಾತ್ರ ಪೋಷಣೆಗಾಗಿ ಆಸ್ಕರ್ ಪ್ರಶಸ್ತಿ ಪಡೆದ ನಟ ಫಿಲಿಪ್ ಸೇಮೋರ್ ಹಾಫ್‌ಮನ್. 2005ರಲ್ಲಿ ಬಿಡುಗಡೆಯಾದ 'ಕ್ಯಾಪೋಟ್' ಚಿತ್ರ ನ್ಯೂಯಾರ್ಕಿನ ಜನಪ್ರಿಯ ಲೇಖಕ ಕ್ಯಾಪೋಟ್‌ನ ಜೀವನ ಕಥೆಯಾಧಾರಿತ ಈ ಚಿತ್ರಕ್ಕಾಗಿ ಫಿಲಿಫ್ 40 ಪೌಂಡ್ ತೂಕ ಕಳೆದುಕೊಂಡು ಪಕ್ಕಾ ಕ್ಯಾಪೋಟ್‌ನಂತೆಯೇ ಕಾಣುತ್ತಿದ್ದರು. ಬೆನೆಟ್ ಮಿಲ್ಲರ್ ನಿರ್ದೇಶನದ ಈ ಚಿತ್ರ ಪ್ರಶಸ್ತಿ ಪುರಸ್ಕಾರಗಳ ಜೊತೆ ಗಲ್ಲಾಪೆಟ್ಟಿಗೆಯಲ್ಲೂ ಉತ್ತಮ ಸಾಧನೆ ಮಾಡಿದೆ.

ಹಾಗೆ ದಿ ಲಾಸ್ಟ್ ಕಿಂಗ್ ಆಫ್ ಸ್ಕಾಟ್ ಲ್ಯಾಂಡ್ ಚಿತ್ರದಲ್ಲಿನ ಉಗಾಂಡದ ಸರ್ವಾಧಿಕಾರಿ ಈದಿ ಅಮೀನ್ ದಾದಾನ ಪಾತ್ರ ಪೋಷಣೆಮಾಡಿ ಹೆಸರು ಮತ್ತು ಉತ್ತಮ ನಟ ಆಸ್ಕರ್ ಪ್ರಶಸ್ತಿ ಗಳಿಸಿದ ಫ್ಲಾರೆಸ್ಟ್ ವೈಟೇಕರ್ ಕೂಡ ಈದಿ ಅಮೀನನ ಪಾತ್ರ ನಿರ್ವಹಣೆಗಾಗಿ ಅದೆಷ್ಟು ತಲೆ ಕೆಡಿಸಿಕೊಂಡಿದ್ದನೆಂದರೆ ಸುಮಾರು ಮೂರು ತಿಂಗಳ ಕಾಲ ಉಗಾಂಡದಲ್ಲೇ ಉಳಿದುಕೊಂಡು ಈದಿ ಅಮೀನನಿಗೆ ಸಂಬಂಧಿಸಿದ ವಿವರಗಳನ್ನು ಸಂಗ್ರಹಿಸಿದ್ದನಂತೆ. ಆಸ್ಕರ್ ಸೇರಿದಂತೆ 23 ಪ್ರಮುಖ ಪ್ರಶಸ್ತಿಗಳು ದಿ ಲಾಸ್ಟ್ ಕಿಂಗ್ ಆಫ್ ಸ್ಕಾಟ್ ಲ್ಯಾಂಡ್ ಚಿತ್ರದ ಅಭಿನಯಕ್ಕೆ ದೊರೆತಿವೆ.

6

# ದೊಡ್ಡವರ ಸಣ್ಣ ಚಿತ್ರಗಳು

## ಜೇಮ್ಸ್ ಕ್ಯಾಮೆರಾನ್‌ನ ಕ್ಸೇನೋಜೇನೇಸಿಸ್

ಕ್ಯಾಮೆರಾನ್ ಯಾರಿಗೆ ಗೊತ್ತಿಲ್ಲ. ಅವತಾರ್, ಟೈಟಾನಿಕ್, ಟ್ರ್ಯೂ ಲೈಸ್, ಟೆರ್ಮಿನೇಟರ್, ದಿ ಅಬಿಸ್, ಏಲಿಯನ್ಸ್ ಮುಂತಾದ ಯಶಸ್ವಿ ಚಿತ್ರಗಳನ್ನು ಚಿತ್ರರಂಗಕ್ಕೆ ಕೊಡುಗೆಯಾಗಿ ನೀಡಿದ ಮಹಾನ್ ನಿರ್ದೇಶಕ. ಹಾಲಿವುಡ್‌ಗೆ ಪಾದಾರ್ಪಣೆ ಮಾಡುವ ಮುನ್ನ ಕ್ಯಾಮೆರಾನ್ ಕ್ಸೆನೊಸಿಸ್ ಎನ್ನುವ ಕಿರು ಚಲನಚಿತ್ರವೊಂದನ್ನು ನಿರ್ದೇಶಿಸಿದ್ದಾನೆ. 1977ರಲ್ಲಿ ಬಿಡುಗಡೆಯಾದ ಸ್ಟಾರ್‌ವಾರ್ಸ್ ನೋಡಿದ ನಂತರ ಕ್ಯಾಮೆರಾನ್‌ಗೆ ಸಿನಿಮಾ ನಿರ್ದೇಶಕನಾಗಬೇಕೆನ್ನುವ ಹಂಬಲ ತೀವ್ರವಾಯಿತು. ಟ್ರಕ್ ಚಾಲಕನಾಗಿದ್ದ ಕ್ಯಾಮೆರಾನ್ ಆ ಕೆಲಸ ಬಿಟ್ಟು ಬಿಟ್ಟ. 2001: ಎ ಸ್ಪೇಸ್ ಒಡಿಸ್ಸಿಯಿಂದ ಪ್ರೇರೇಪಿತನಾದ ಕ್ಯಾಮೆರಾನ್ ತನ್ನಿಬ್ಬರು ಗೆಳೆಯರೊಡಗೂಡಿ ವೈಜ್ಞಾನಿಕ-ಕಾಲ್ಪನಿಕ ಕಥೆಯಾಧಾರಿತ 10 ನಿಮಿಷಗಳ ಕಿರುಚಿತ್ರವೊಂದನ್ನು ನಿರ್ದೇಶಿಸಲು ನಿರ್ಧರಿಸಿದ.

ಚಿತ್ರ–162: ನಿರ್ದೇಶಕ ಜೇಮ್ಸ್ ಕ್ಯಾಮೆರಾನ್

ಒಂದಷ್ಟು ಜನ ದಂತ ವೈದ್ಯ ಗೆಳೆಯರ ನೆರವಿನಿಂದ ಸುಮಾರು 20 ಸಾವಿರ ಡಾಲರುಗಳಷ್ಟು ಹಣ ಕೂಡಿಹಾಕಿ ಚಿತ್ರ ನಿರ್ಮಿಸಿದ. ಈ ಚಿತ್ರಕ್ಕೆ ಕಥೆ, ಚಿತ್ರಕತೆ, ಸಂಕಲನ, ಛಾಯಾಗ್ರಹಣ, ಕಲಾ ನಿರ್ದೇಶನ, ನಿರ್ದೇಶನದ ಜೊತೆಗೆ ಸ್ಪೆಷಲ್ ಎಫೆಕ್ಟ್ ಕೂಡ ಕ್ಯಾಮೆರಾನ್ ಸ್ವತಃ ತಾನೇ ಮಾಡಿದ್ದು. ಈ ಕ್ಸೆನೋಸಿಸ್ ಕಥೆ ಕೂಡ ಕ್ಯಾಮೆರಾನ್‌ನ ಟರ್ಮಿನೇಟರ್ ಕಥೆಯನ್ನು ಹೋಲುತ್ತದೆ. ಒಬ್ಬ ಇಂಜಿನಿಯರ್ ಮತ್ತು ಒಬ್ಬ ಮಹಿಳೆಯೊಬ್ಬಳನ್ನು ಬೃಹತ್ ಸ್ಟಾರ್‌ಶಿಪ್‌ನಲ್ಲಿ ಜನಜೀವನಕ್ಕೆ ಅನುಕೂಲವಿರುವ ಹೊಸ ಗ್ರಹದ ಅನ್ವೇಷಣೆಗಾಗಿ ಅಂತರಿಕ್ಷಕ್ಕೆ ಕಳುಹಿಸಲಾಗುತ್ತದೆ. ಅಲ್ಲಿ ನಡೆಯುವ ಘಟನೆಗಳ ಬಗ್ಗೆ ಹೆಣೆದಿರುವ ಕಥೆ ಹೊಂದಿರುವ ಈ ಚಿತ್ರದ ಅವಧಿ 12 ನಿಮಿಷಗಳು ಮಾತ್ರ.

## ಜಾಸನ್ ರೀಟ್‌ಮನ್‌ನ ಗಲ್ಪ್

ಚಿತ್ರ–163: ಜಾಸನ್ ರೀಟ್‌ಮನ್

ಮೀನನ್ನು ಕಾಪಾಡಲು ವ್ಯಕ್ತಿಯೊಬ್ಬ ಪಡುವ ಪರಿಪಾಟಲುಗಳ ಕಥೆಯೇ ಗಲ್ಪ್ ಚಿತ್ರದ ಕಥಾವಸ್ತು. ಸುಮಾರು 7 ನಿಮಿಷಗಳಷ್ಟು ಉದ್ದವಿರುವ ಈ ಚಿತ್ರದ ನಿರ್ದೇಶಕ ಜಾಸನ್ ರೀಟ್‌ಮನ್. ಜುನೋ, ಥ್ಯಾಂಕ್ಯು ಫಾರ್ ಸ್ಮೋಕಿಂಗ್, ಅಪ್ ಇನ್ ದಿ ಏರ್ ಚಿತ್ರಗಳ ಖ್ಯಾತಿಯ ರೀಟ್‌ಮನ್ ಖ್ಯಾತ ನಿರ್ದೇಶಕ ಇವಾನ್ ರೀಟ್‌ಮನ್‌ನ ಮಗ. 2001ರ ಸಂಡೆನ್ಸ್ ಚಿತ್ರೋತ್ಸವ, ಲಾಸ್ ಏಂಜಲೀಸ್ ಚಿತ್ರೋತ್ಸವ, ಯುಎಸ್ ಕಾಮಿಡಿ-ಆರ್ಟ್ ಫೆಸ್ಟಿವಲ್, ಆಸ್ಪೆನ್ ಶಾರ್ಟ್ ಫೆಸ್ಟಿವಲ್, ಪಾಮ್ ಸ್ಪ್ರಿಂಗ್ ಫೆಸ್ಟಿವಲ್ ಹೀಗೆ ಜಗತ್ತಿನಾದ್ಯಂತ ಇಪ್ಪತ್ತಕ್ಕೂ ಹೆಚ್ಚು ಚಿತ್ರೋತ್ಸವದಲ್ಲಿ ಪ್ರದರ್ಶನಗೊಂಡು ಪ್ರಶಸ್ತಿಗಳಿಸಿರುವುದಲ್ಲದೆ ವಿಮರ್ಶಕರ ಪ್ರಶಂಸೆಗೆ ಪಾತ್ರವಾಗಿದೆ.

ಚಿತ್ರ–164

## ಪಾಲ್ ಥಾಮಸ್ ಅಂಡರ್‌ಸನ್‌ನ ದಿ ಡಿರ್ಕ್ ಡಿಗ್ಲರ್ ಸ್ಟೋರಿ

ಪ್ರತಿಷ್ಠಿತ ಮೂರು ಆಸ್ಕರ್ ಪ್ರಶಸ್ತಿಗಳಿಗೆ ನಾಮಾಂಕಿತಗೊಂಡಿದ್ದ ಚಿತ್ರ ಬೂಗೀನೈಟ್ಸ್ ಬಗ್ಗೆ ನೀವು ಕೇಳಿರಬಹುದು. ಇದರ ನಿರ್ದೇಶಕನೇ

ಪಾಲ್ ಥಾಮಸ್ ಅಂಡರ್‌ಸನ್. ಮ್ಯಾಗ್ನೋಲಿಯ (1999), ದೇರ್ ವಿಲ್ ಬಿ ಬ್ಲಡ್ (2007) ಮುಂತಾದ ಹೆಸರಾಂತ ಚಿತ್ರಗಳನ್ನು ನಿರ್ದೇಶಿಸಿದವನು. ಆತ ಮೊದಲು ನಿರ್ದೇಶಿಸಿದ ಕಿರುಚಲನಚಿತ್ರ ದಿ ಡಿಕ್ ಡಿಗ್ಗರ್ ಸ್ಟೋರಿ. ಸುಮಾರು 32 ನಿಮಿಷಗಳ ಈ ಚಿತ್ರವೇ ಮುಂದೇ ಬೂಗೀನೈಟ್ಸ್ ಆಗಿ ಪೂರ್ಣಪ್ರಮಾಣದ ಚಲನಚಿತ್ರವಾಗಿ ರೂಪಾಂತರಗೊಂಡಿತು. ವೀಡಿಯೊ ಕ್ಯಾಮೆರದಲ್ಲಿ ಚಿತ್ರೀಕರಿಸಿ ಎರಡು ವಿ.ಸಿ.ಆರ್.ಗಳ ಸಹಾಯದಿಂದ ಸಂಕಲನ ಮಾಡಿರುವ ಈ ಕಿರುಚಿತ್ರ ಪೋರ್ನೋಗ್ರಫಿ ಇಂಡಸ್ಟ್ರಿಯಲ್ಲಿ ಹೆಸರುವಾಸಿಯಾಗಿದ್ದ ಡಿರ್ಕ್ ಡಿಗ್ಗರ್‌ನ ಜೀವನಕಥೆಯಾಧರಿಸಿದೆ.

## ಮಾರ್ಟಿನ್ ಸ್ಕಾರ್ಸಸ್‌ರ ವಾಟ್ಸ್ ಎ ನೈಸ್ ಗರ್ಲ್ ಲೈಕ್ ಯೂ ಡೂಯಿಂಗ್ ಇನ್ ಎ ಪ್ಲೇಸ್ ಲೈಕ್ ದಿಸ್

ಲೇಖಕನೊಬ್ಬನ ಹುಚ್ಚುತನವನ್ನಾಧಿರಿಸಿದ ಕಥೆಯುಳ್ಳ ಹಾಸ್ಯ ಕಿರುಚಿತ್ರದ ನಿರ್ದೇಶಕ ಮಾರ್ಟಿನ್ ಸ್ಕಾರ್ಸಸ್. ಮೀನ್ ಸ್ಟ್ರೀಟ್ (1973), ಟ್ಯಾಕ್ಸಿ ಡ್ರೈವರ್ (1976), ರೇಜಿಂಗ್ ಬುಲ್ (1980), ಗುಡ್ ಫೆಲ್ಲಾಸ್ (1990), ಕೇಪ್ ಫಿಯರ್ (1991), ಕ್ಯಾಸಿನೋ (1995), ಕುಂದನ್ (1997), ಏವಿಯೇಟರ್ (2004), ಡಿಪಾರ್ಟೆಡ್ (2006), ಶಟರ್ ಐಲ್ಯಾಂಡ್ (2010) ಇನ್ನಿತರ ಯಶಸ್ವಿ ಚಿತ್ರಗಳನ್ನು ನಿರ್ದೇಶಿಸಿರುವ, ಅತ್ಯುತ್ತಮ ನಿರ್ದೇಶಕ ಆಸ್ಕರ್ ಪ್ರಶಸ್ತಿಯನ್ನು (ದಿ ಡಿಪಾರ್ಟೆಡ್) ತನ್ನದಾಗಿಸಿಕೊಂಡಿರುವ ಸ್ಕಾರ್ಸಸ್ ಮೊದಲ ನಿರ್ದೇಶನದ ಈ ಚಿತ್ರವು 9 ನಿಮಿಷವಿದೆ. ಈ 16mm ಚಿತ್ರವನ್ನು 1963ರಲ್ಲಿ ಸ್ಕಾರ್ಸಸ್ ನಿರ್ದೇಶಿಸಿದ್ದು ಫೆಲ್ಲಿನಿಯ 81/2 ಚಿತ್ರ ನೋಡಿದ ಎರಡು ವಾರಗಳ ನಂತರ.

**ಚಿತ್ರ–165: ಮಾರ್ಟಿನ್ ಸ್ಕಾರ್ಸಸ್**

## ಕ್ರಿಸ್ಟೋಫರ್ ನೋಲನ್‌ನ ಡೂಡಲ್‌ಬಗ್

ಮೆಮೆಂಟೋ ಚಿತ್ರದ ನಿರ್ದೇಶಕ ನೋಲನ್‌ನ ಈ ಕಿರುಚಿತ್ರವೂ ಕೂಡ ವಿಶೇಷ ಕಥೆಯನ್ನು ಹೊಂದಿದೆ. ವ್ಯಕ್ತಿಯೊಬ್ಬ ತನ್ನ ಮನೆಯಲ್ಲಿರುವ ಕ್ರಿಮಿಯೊಂದನ್ನು ಸಾಯಿಸಲು ಪಡುವ ಪ್ರಯತ್ನಗಳೇ ಚಿತ್ರದ ಕಥಾವಸ್ತು.

**ಚಿತ್ರ–166: ಡೂಡಲ್‌ಬಗ್ ಚಿತ್ರದ ದೃಶ್ಯ**

16mm ಕ್ಯಾಮೆರಾದಲ್ಲಿ ಕಪ್ಪುಬಿಳುಪು ಫಿಲ್ಮ್‌ನಲ್ಲಿ ಸೆರೆಹಿಡಿದಿರುವ ಈ ಚಿತ್ರ ಕೇವಲ ಮೂರು ನಿಮಿಷದಷ್ಟು ಉದ್ದವಿದೆ. ನೋಲನ್‌ನ ಮೊದಲ ಪೂರ್ಣ ಪ್ರಮಾಣದ ಚಲನಚಿತ್ರ ಫಾಲೋಯಿಂಗ್ ಚಿತ್ರದಲ್ಲಿ ನಾಯಕನಾಗಿ ಅಭಿನಯಿಸಿದ ಜೆರೋಮಿ ಥಿಯೋಬಾಲ್ಡ್ ಈ ಚಿತ್ರದಲ್ಲೂ ನಾಯಕ. ಬೇರೆಯವರ ಮೇಲೆ ಹಾಯ್ದುಹೋಗುವ ಮನುಷ್ಯರಿಗೆ ಮನುಷ್ಯರೇ ಶತ್ರುಗಳು ಅಥವಾ ನಮಗೆ ನಾವೇ ಶತ್ರುಗಳು ಎನ್ನುವ ತತ್ವದ ಮೇಲೆ ಕಿರುಚಿತ್ರ ಹೆಣೆದಿರುವ ನೋಲನ್ ಅದನ್ನು ದೃಶ್ಯರೂಪಕ್ಕೆ ತಂದಿರುವುದನ್ನು ನೋಡಿದರೆ ದೃಶ್ಯಮಾಧ್ಯಮದ ಮೇಲೆ ಅವನಿಗಿರುವ ಸಾಮರ್ಥ್ಯದ ಅರಿವಾಗುತ್ತದೆ.

## ಸ್ಟೀವನ್ ಸ್ಪೀಲ್‌ಬರ್ಗ್‌ರ ಆ್ಯಂಬ್ಲಿನ್

ಚಿತ್ರರಸಿಕರಿಗೆ ಸ್ಪೀಲ್ ಬರ್ಗ್ ಹೆಸರು ಚಿರಪರಿಚಿತ. ಸುಮಾರು ಜನರಿಗೆ ಅವರ ಹೆಸರು ಗೊತ್ತಿಲ್ಲದಿದ್ದರೂ ಅವರ ಒಂದಲ್ಲಾ ಒಂದು ಚಿತ್ರವನ್ನು ನೋಡಿರುತ್ತಾರೆ. ಪ್ರಶಸ್ತಿ ಪುರಸ್ಕಾರಗಳಾಗಲಿ, ಜನಪ್ರಿಯತೆಯಲ್ಲಾಗಲಿ ಅಥವಾ ಹಣಗಳಿಕೆಯಲ್ಲಾಗಲಿ ಸ್ಪೀಲ್ ಬರ್ಗ್

**ಚಿತ್ರ–167: ಸ್ಟೀವನ್‌ಸ್ಪೀಲ್ ಬರ್ಗ್**

ಚಿತ್ರಗಳು ಯಾವತ್ತೂ ಒಂದು ಹೆಜ್ಜೆ ಮುಂದು. ಡುಯಲ್ (1971), ಜಾಸ್ (1975), ಈ. ಟಿ (1982), ಇಂಡಿಯಾನ ಜೋನ್ಸ್ ಸರಣಿಗಳು, ಜುರಾಸಿಕ್ ಪಾರ್ಕ್ ಸರಣಿಗಳು, ಶಿಂಡ್ಲರ್'ಸ್ ಲಿಸ್ಟ್ (1993), ಆ್ಯಮಿಸ್ಟಾಡ್ (1997), ಸೇವಿಂಗ್ ಪ್ರೈವೇಟ್ ರಯಾನ್ (1998), ಆರ್ಟಿಫ಼ಿಶಿಯಲ್ ಇಂಟೇಲಿಜೆನ್ಸ್ (2001), ಮೈನಾರಿಟಿ ರಿಪೋರ್ಟ್ (2002), ಮ್ಯುನಿಚ್ (2005) ಒಂದೇ ಎರಡೇ! 3 ಆಸ್ಕರ್ ಪ್ರಶಸ್ತಿಗಳನ್ನು ತನ್ನದಾಗಿಸಿಕೊಂಡಿರುವ ಪ್ರತಿಭಾನ್ವಿತ ಮಾಸ್ಟರ್ ಡೈರಕ್ಟರ್ ಎಂದೇ ಹೆಸರಾಗಿರುವ ಸ್ಪೀಲ್‌ಬರ್ಗ್‌ನ ಈ ಕಿರುಚಲನಚಿತ್ರದ ಉದ್ದ 26 ನಿಮಿಷಗಳು. ಕೇವಲ ಎರಡೇ ಪಾತ್ರಗಳು, ವಿಶಾಲವಾದ ಮರಳುಗಾಡಲ್ಲಿ ಒಂದು ಪ್ರೇಮಕಥೆಯನ್ನು ಹೆಣೆದಿರುವ ಸ್ಪೀಲ್‌ಬರ್ಗ್‌ಗೆ ನಿರ್ಮಾಪಕ ಡೆನಿಸ್ ಹಾಫ್ಮನ್ ಜೊತೆಗಿನ 1968 ಆ್ಯಂಬ್ಲಿನ್ ಒಪ್ಪಂದದ ನಂತರವಷ್ಟೇ ನಿರ್ದೇಶನಕ್ಕೆ ಅವಕಾಶ ದೊರೆತಿದ್ದು. ಸ್ಪೀಲ್‌ಬರ್ಗ್ ಸಂಭಾವನೆರಹಿತ ನಿರ್ದೇಶನ ಮಾಡಬೇಕು ಮತ್ತು 10 ವರ್ಷಗಳಲ್ಲಿ ಹಾಫ್ಮ್ ಮನ್ ತರುವ ಯಾವುದೇ ಚಿತ್ರದ ಕಥೆಯನ್ನು ನಿರ್ದೇಶನ ಮಾಡಿಕೊಡಬೇಕು ಎಂಬುದು ಆ ಒಪ್ಪಂದದಲ್ಲಿದ್ದ ಕರಾರು. ಈ ಕಿರುಚಿತ್ರದ ಜೊತೆಗೆ 8 ನಿಮಿಷಗಳ ದಿ ಲಾಸ್ಟ್ ಗನ್ ಮತ್ತು ಫೈಟರ್ ಸ್ಕ್ವಾಡ್, 40 ನಿಮಿಷದ ಎಸ್ಕೇಪ್ ಟು ನೋವೇರ್ ಎನ್ನುವ ಕಿರುಚಿತ್ರಗಳನ್ನೂ ನಿರ್ದೇಶಿಸಿದ್ದಾನೆ.

ಚಿತ್ರ–168: ಆ್ಯಂಬ್ಲಿನ್ ಚಿತ್ರದ ಪೋಸ್ಟರ್

## ಟಿಮ್ ಬರ್ಟನ್‌ನ ಫ಼್ರಾಂಕನ್‌ವೀನಿ

ಪೀವೀಸ್ ಬಿಗ್ ಅಡ್ವೆಂಚರ್ (1985), ಬೀಟಲ್ ಜ್ಯೂಸ್ (1988), ಬ್ಯಾಟ್‌ಮನ್

ಚಿತ್ರ–169: ಟಿಮ್‌ಬರ್ಟನ್

**ಚಿತ್ರ–170: ಫ್ರಾಂಕನ್‌ವೀನಿ ಚಿತ್ರದಲ್ಲಿ ಬ್ಯಾರಟ್ ಆಲಿವರ್**

(1989), ಎಡ್‌ವರ್ಡ್ ಸಿಝರ್‌ಹ್ಯಾಂಡ್ (1999), ಸ್ಲೀಪಿ ಹಾಲೋ (1999), ಬಿಗ್ ಫ಼ಿಶ್ (2003), ಚಾರ್ಲೀ ಅಂಡ್ ಚಾಕೊಲೇಟ್ ಫ್ಯಾಕ್ಟರಿ (2005), ಸ್ವೀನಿ ಟಾಡ್ (2007), ಅಲಿಸ್ ಇನ್ ವಂಡರ್‌ಲ್ಯಾಂಡ್ (2010) ಮುಂತಾದ ಯಶಸ್ವಿ ಚಿತ್ರಗಳ ನಿರ್ದೇಶಕ ಟಿಮ್ ಬರ್ಟನ್ ಮೊಟ್ಟಮೊದಲಿಗೆ ನಿರ್ದೇಶಕನಾಗಿ ತನ್ನ ಪ್ರತಿಭೆಯನ್ನು ತೋರಿಸಿದ್ದು ಫ್ರಾಂಕನ್ ವೀನಿ ಎಂಬ ಕಿರುಚಿತ್ರದ ಮೂಲಕ. 29 ನಿಮಿಷದ ಈ ಕಪ್ಪು–ಬಿಳುಪು ಕಿರುಚಿತ್ರದ ಕಥೆಯು ಮಕ್ಕಳಿಗೆ ಇಷ್ಟವಾಗುವಂತಿದೆ. ವಿಕ್ಟರ್‌ನ ಅಚ್ಚುಮೆಚ್ಚಿನ ನಾಯಿ ಸ್ಪಾರ್ಕಿಗೆ ಕಾರೊಂದು ಗುದ್ದಿದಾಗ ಅದನ್ನು ಉಳಿಸಿಕೊಳ್ಳಲು ವಿಕ್ಟರ್ ಮಾಡುವ ಭಗೀರಥ ಪ್ರಯತ್ನಗಳೇ ಕಥೆಯ ಹೂರಣ.

**ಚಿತ್ರ–171: ಸ್ಯಾಮ್ ರಾಯ್ಮಿ**

ಹಾಗೇ ಕ್ವೆಂಟಿನ್ ಟೊರಂಟಿನ್ 34 ನಿಮಿಷದ ಮೈ ಬೆಸ್ಟ್ ಫ್ರೆಂಡ್ಸ್ ಬರ್ತಡೇ (1987), ಖ್ಯಾತ ನಿರ್ದೇಶಕ

**ಚಿತ್ರ–172: ಮೈ ಬೆಸ್ಟ್‌ಫ್ರೆಂಡ್ಸ್ ಬರ್ತ್‌ಡೇ ಮತ್ತು ವಿಥಿನ್ ದಿ ವುಡ್ಸ್ ಚಿತ್ರಗಳ ಪೋಸ್ಟರ್**

ಸ್ಯಾಮ್‌ರಾಯ್‌ಮಿ 32 ನಿಮಿಷಗಳ ವಿಥಿನ್ ದಿ ವುಡ್ಸ್ (1978) ನಿರ್ದೇಶಿಸಿದ್ದಾರೆ. ಅದರ ಯಶಸ್ಸಿನ ನಂತರ ಅದೇ ಮುಂದೆ 1981ರಲ್ಲಿ **ದಿ ಇವಿಲ್ ಡೆಡ್** ಆಯಿತು. ಅದರ ಯಶಸ್ಸಿನ ನಂತರ ದಿ ಗಿಫ್ಟ್ (2000), ಸ್ಪೈಡರ್ ಮ್ಯಾನ್ ಸರಣಿಗಳನ್ನು ನಿರ್ದೇಶಿಸಿದ್ದಾನೆ. ಅಂದರೆ ಒಂದು ಪರಿಪೂರ್ಣಚಿತ್ರವನ್ನು ನಿರ್ದೇಶಿಸುವ ಮೊದಲು ಈ ನಿರ್ದೇಶಕರು ಟೆಸ್ಟ್ ಡ್ರೈವ್ ತರಹ ಚಿಕ್ಕ ಚಿಕ್ಕ ಸಿನಿಮಾಗಳನ್ನು ಮಾಡಿಯೇ ಮುಂದಿನ ಹೆಜ್ಜೆ ಇಟ್ಟಿದ್ದಾರೆ. ಬಹುಶಃ ಈ ಪೂರ್ವತಯಾರಿಗಳೇ ಇವರನ್ನು ಶ್ರೇಷ್ಠ ನಿರ್ದೇಶಕರನ್ನಾಗಿ ಮಾಡಿವೆ ಎಂದು ಹೇಳಬಹುದು.

# 7

# ಸಿನಿಮಾಕ್ಕಾಗಿ ಸ್ವಾಮಿ ಈ ಸರ್ಕಸ್

ಒಂದು ಐತಿಹಾಸಿಕ ಅಥವಾ ಜೀವನಚರಿತ್ರೆಯಾಧಾರಿತ ಚಲನಚಿತ್ರಗಳಲ್ಲಿ ಪಾತ್ರ ನಿರ್ವಹಿಸಬೇಕಾದಾಗ ಕಲಾವಿದರು ಆ ವ್ಯಕ್ತಿ ಚಿತ್ರಣ ಕೊಡುವುದಕ್ಕಾಗಿ ಮಾಡಿಕೊಂಡ ಪೂರ್ವ ತಯಾರಿಗಳನ್ನು ಓದಿದ್ದೀರಿ. ಇನ್ನು ಒಬ್ಬ ನಿರ್ದೇಶಕ ಒಂದು ಪಾತ್ರವನ್ನು ಕಲ್ಪಿಸಿಕೊಂಡಾಗ ಅದು ಹೀಗೆಯೇ ಇರಬೇಕೆಂಬ ಸ್ಪಷ್ಟ ಕಲ್ಪನೆ ಇರುತ್ತದೆ. ಅಂದರೆ ಆ ಪಾತ್ರದ ವ್ಯಕ್ತಿತ್ವ, ಬಾಹ್ಯ ರೂಪದ ಕಲ್ಪನೆಯೂ ಇರುತ್ತದೆ. ಬರವಣಿಗೆಯ ಕೆಲಸದ ನಂತರ ನಿರ್ದೇಶಕನ ಮುಂದಿನ ಕೆಲಸ ಪಾತ್ರಕ್ಕೆ ಸರಿಹೊಂದುವ ಕಲಾವಿದನನ್ನು ಹುಡುಕುವುದು. ಅಥವಾ ಆಯ್ಕೆಯಾದ ನಟನನ್ನು ಆ ಪಾತ್ರಕ್ಕಾಗಿ ತಯಾರು ಮಾಡುವುದು. ಇದು ಕಷ್ಟದ ಕೆಲಸ. ಆದರೂ ತಮ್ಮ ಆರೋಗ್ಯವನ್ನೂ ಲೆಕ್ಕಿಸದೇ ಸಿನಿಮಾದ ಪಾತ್ರಕ್ಕಾಗಿ ದೇಹವನ್ನು ವಿಧವಿಧವಾಗಿ ದಂಡಿಸಿದವರಿದ್ದಾರೆ. ಬನ್ನಿ ಅವರೆಡೆಗೊಂದು ದೃಷ್ಟಿ ಬೀರೋಣ.

**ಚಿತ್ರ–173: ಕ್ರಿಶ್ಚಿಯನ್ ಬೇಲ್**

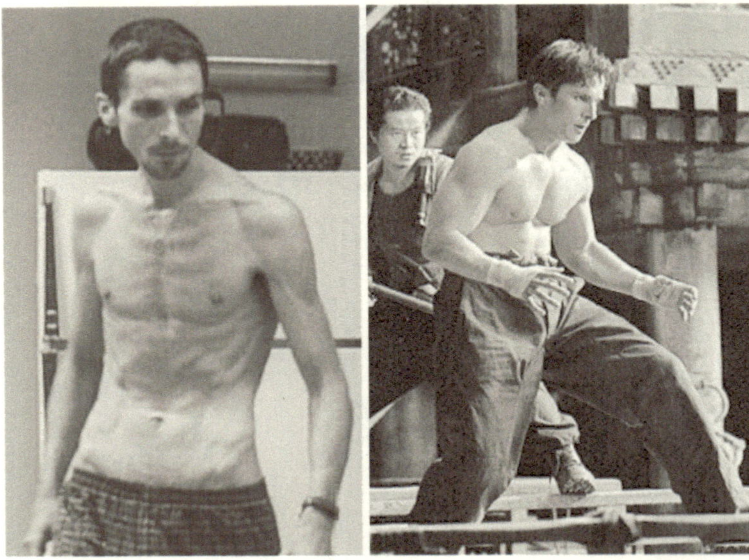

**ಚಿತ್ರ–174: 6 ತಿಂಗಳ ಆಚೆ–ಈಚೆಯಲ್ಲಿನ ಬದಲಾವಣೆ..ಕ್ರಿಶ್ಚಿಯನ್ ಬೇಲ್**

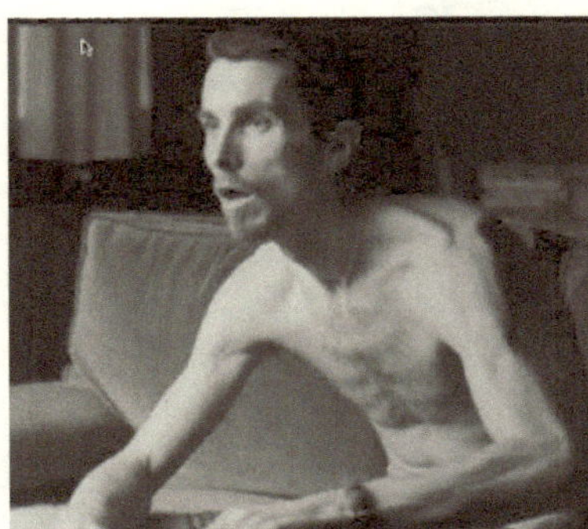

**ಚಿತ್ರ–175**

ದಿ ಮೆಷಿನಿಸ್ಟ್ ಎಂಬ ಇಂಗ್ಲಿಷ್ ಭಾಷೆಯ ಸ್ಪ್ಯಾನಿಶ್ ನಿರ್ಮಾಣದ ಚಿತ್ರವೊಂದಿದೆ. 2004ರಲ್ಲಿ ತೆರೆಗೆ ಬಂದ ಈ ಮನೋವೈಜ್ಞಾನಿಕ ಚಿತ್ರದ ನಿರ್ದೇಶಕ ಬ್ರಾಡ್ ಅಂಡರ್ಸನ್. ನಿದ್ರಾಹೀನತೆಯಿಂದ ಬಳಲುವ ಕಾರ್ಮಿಕನೊಬ್ಬನ ಕಥೆ ಇದು... ಸುಮಾರು ದಿನ ನಿದ್ರೆ ಮಾಡದೇ ಇದ್ದದ್ದರಿಂದ ಕೃಶಗೊಳ್ಳುತ್ತಾ ಹೋಗುವ ಕಾರ್ಮಿಕ ವಿಚಿತ್ರವಾಗಿ ವರ್ತಿಸಲು ಪ್ರಾರಂಭಿಸುತ್ತಾನೆ. ಅವನ ಈ ವರ್ತನೆಯಿಂದಾಗಿ ಸಹೋದ್ಯೋಗಿಗಳು ಅವನನ್ನು ದೂರವಿಡುತ್ತಾರೆ. ಇದರ ನಡುವೆ ಇವನ ಹುಚ್ಚುತನದಿಂದಾಗಿ ಫ್ಯಾಕ್ಟರಿಯಲ್ಲಿ ಸಹೋದ್ಯೋಗಿಯೊಬ್ಬ ಕೈ ಕಳೆದುಕೊಳ್ಳಬೇಕಾಗುತ್ತದೆ. ಎಲ್ಲರೂ ಇವನ ಮೇಲೆ ದೂರಿದರೇ, ನಾಯಕ ಮಾತ್ರ ಇದಕ್ಕೆಲ್ಲಾ ಕಾರಣ ಇವಾನ್ ಎನ್ನುವ ವ್ಯಕ್ತಿ ಎಂದು ಹೇಳುತ್ತಾನೆ. ಇಡೀ ಕಾರ್ಮಿಕ ಪರಿವಾರಕ್ಕೇ ಆ ಇವಾನ್ ಎನ್ನುವ ವ್ಯಕ್ತಿಯ ಪರಿಚಯವಿರುವುದಿಲ್ಲ.

ಮತ್ತು ಆ ಫ್ಯಾಕ್ಟರಿಯಲ್ಲಿ ಇವಾನ್ ಎಂಬ ಹೆಸರಿನ ಕಾರ್ಮಿಕನೂ ಇರುವುದಿಲ್ಲ. ಆದರೆ ನಾಯಕ ಮಾತ್ರ ತನ್ನ ಜೀವನದಲ್ಲಿ ನಡೆಯುವ ಎಲ್ಲಾ ಅವಘಢಗಳಿಗೆ ಇವಾನನೇ ಕಾರಣ ಎಂದು ಭಾವಿಸಿ ಅವನನ್ನು ಹುಡುಕಲು ಪ್ರಾರಂಭಿಸುತ್ತಾನೆ. ಅವನಿಗೆ ಇವಾನ್ ಸಿಗುತ್ತಾನಾ? ಇದು ಕಥೆಯ ಹೂರಣ. ನಿಜವಾಗಿ ಅಲ್ಲಿ ಇವಾನ್ ಎನ್ನುವ ವ್ಯಕ್ತಿ ಇರುವುದೇ ಇಲ್ಲ. ಅದು ನಾಯಕನದೇ ಕಲ್ಪನೆಯ ವ್ಯಕ್ತಿ!

ಇಲ್ಲಿ ಬರುವ ನಾಯಕನ ಪಾತ್ರ ನಿರ್ವಹಿಸಿರುವವನು ಕ್ರಿಶ್ಚಿಯನ್ ಬೇಲ್ ಎಂಬ ನಟ. ದಿನದಿನಕ್ಕೆ ಕೃಶಗೊಂಡು ಅಸ್ಥಿಪಂಜರದಂತಾಗುವ ನಾಯಕನ ಪಾತ್ರವನ್ನು ಕ್ರಿಶ್ಚಿಯನ್ ಬೇಲ್ ನಿರ್ವಹಿಸಿರುವ ರೀತಿ ಅದ್ಭುತವಾದದ್ದಷ್ಟೇ ಅಲ್ಲ, ತ್ರಾಸದಾಯಕವಾದದ್ದು. ಯಾಕೆಂದರೆ ಕ್ರಿಶ್ಚಿಯನ್ ಬೇಲ್ ಈ ಚಿತ್ರಕ್ಕಾಗಿ ಅನಾಮತ್ತು 28.5 ಕೆ.ಜಿ. ತೂಕ ಕಳೆದುಕೊಂಡಿದ್ದ. ಬಹುಶಃ ಚಿತ್ರ ಜಗತ್ತಿನಲ್ಲೇ ಸಿನಿಮಾಕ್ಕಾಗಿ ಇಷ್ಟೊಂದು ಸಣ್ಣ ಆದ ನಟ ಮತ್ತೊಬ್ಬನಿಲ್ಲ. ಕ್ರಿಶ್ಚಿಯನ್ ಬೇಲ್ ಹುಟ್ಟಿದ್ದು ಜನವರಿ 30, 1974ರಲ್ಲಿ. ಪಾತ್ರಕ್ಕಾಗಿ ಎಂಥ ತ್ರಾಸಿಗೆ ಬೇಕಾದರೂ ಸಿದ್ಧನಾಗುವ ಈ ಕಲಾವಿದ ಮೆಷಿನಿಸ್ಟ್ ಸಿನಿಮಾದ ನಂತರದ ಚಿತ್ರ ಬ್ಯಾಟ್‌ಮನ್ ಬಿಗಿನ್ಸ್‌ಗಾಗಿ ಕೇವಲ ಆರು ತಿಂಗಳಲ್ಲೇ ತೂಕ ಹೆಚ್ಚಿಸಿಕೊಂಡು ತನ್ನ ದೇಹದಾರ್ಢ್ಯತೆ ಗಳಿಸಿಕೊಂಡಿದ್ದ. ಪಬ್ಲಿಕ್ ಎನಿಮೀಸ್ (2009), ಟರ್ಮಿನೇಟರ್ ಸಾಲ್ವೇಷನ್ (2009), ದಿ ಡಾರ್ಕ್ ನೈಟ್ (2008), ಐ ಯಾಮ್ ನಾಟ್‌ದೇರ್ (2007), ದಿ ಪ್ರೆಸ್ಟೀಜ್ (2006), ರೀನ್ ಆಫ್ ಫೈರ್ (2002), ಅಮೆರಿಕನ್ ಸೈಕೋ (2000) ಕ್ರಿಶ್ಚಿಯನ್ ಬೇಲ್ ಅಭಿನಯಿಸಿರುವ ಯಶಸ್ವಿ ಚಿತ್ರಗಳು.

ಚಿತ್ರ–176: ಟಾಮ್ ಹಾಂಕ್ಸ್

ಟಾಮ್ ಹಾಂಕ್ಸ್ ಅಭಿನಯದ ಕ್ಯಾಸ್ಟ್ ಅವೇ ಚಿತ್ರವನ್ನು ನೋಡಿರಬಹುದು. ನಿರ್ಜನ ದ್ವೀಪವೊಂದರಲ್ಲಿ ಆಕಸ್ಮಿಕವಾಗಿ ಸಿಕ್ಕಿಹಾಕಿಕೊಳ್ಳುವ ಕೊರಿಯರ್ ಏಜೆಂಟ್ ಒಬ್ಬ ಹೇಗೆ ತನ್ನ ಜೀವನದ ಐದು ವರ್ಷವನ್ನು ಒಬ್ಬನೇ ಆ ನಿರ್ಜನ ದ್ವೀಪದಲ್ಲಿ ಕಳೆಯುತ್ತಾನೆ ಎಂಬ ಕುತೂಹಲಕಾರಿ ಕಥೆಯನ್ನು ಹೊಂದಿರುವ ಚಿತ್ರ ಇದು. ಟಾಮ್ ಹಾಂಕ್ಸ್‌ನ ಮನೋಜ್ಞ ಅಭಿನಯ, ರಾಬರ್ಟ್ ಝೆಮೆಕಿಸ್‌ನ

**ಚಿತ್ರ–177: ಕ್ಯಾಸ್ಟ್‌ಅವೇ ಚಿತ್ರದಲ್ಲಿನ ಟಾಮ್ ಹಾಂಕ್ಸ್**

ದಕ್ಷ ನಿರ್ದೇಶನವಿರುವ ಈ ಚಿತ್ರ ಪ್ರೇಕ್ಷಕರ, ವಿಮರ್ಶಕರ ಮೆಚ್ಚುಗೆಗೆ ಪಾತ್ರವಾಯಿತಲ್ಲದೇ ಎರಡು ಆಸ್ಕರ್ ಪ್ರಶಸ್ತಿಗಳಿಗೆ ನಾಮಾಂಕಿತವಾಗಿತ್ತು. ಚಿತ್ರದ ಪ್ರಾರಂಭದ ದೃಶ್ಯಗಳ ನಂತರ ದ್ವೀಪದಲ್ಲಿರುವ ಕೃಶಕಾಯ ವ್ಯಕ್ತಿಯ ಪಾತ್ರ ನಿರ್ವಹಣೆಗೆ ಟಾಮ್ ಹಾಂಕ್ಸ್ ತೂಕ ಇಳಿಸಲು ಒಂದು ವರ್ಷದ ಅವಧಿಯನ್ನು ತೆಗೆದುಕೊಂಡನಂತೆ. ಈ ಸಮಯದಲ್ಲಿ ನಿರ್ದೇಶಕ ರಾಬರ್ಟ್ ಜೆಮೆಕಿಸ್ ಇದೇ ತಾಂತ್ರಿಕ ತಂಡವನ್ನು ಬಳಸಿಕೊಂಡು ವ್ಹಾಟ್ ಲೈಸ್ ಬಿನೀತ್ ಎಂಬ ಚಿತ್ರವನ್ನು ನಿರ್ದೇಶಿಸಿದ. ಇಡೀ ವರ್ಷ ಊಟವನ್ನು ಸರಿಯಾಗಿ ಮಾಡದೇ ವ್ಯಾಯಾಮ ಕೂಡ ಮಾಡದೆ, ಕೂದಲು ಕತ್ತರಿಸದೆ ಚಿತ್ರದ ಪಾತ್ರಕ್ಕೆ ತಯಾರಾದ ಟಾಮ್ ಹಾಂಕ್ಸ್ ಸಾಧನೆ ಗಮನಾರ್ಹವಲ್ಲವೇ?

ಸಿನಿಮಾಕ್ಕಾಗಿ ದೇಹದಂಡನೆ ಮಾಡಿದವರಲ್ಲಿ ಗಮನಾರ್ಹ ಪ್ರಯತ್ನ ಮಾಡಿದವರಲ್ಲಿ ಮ್ಯಾಟ್ ಡಾಮನ್ ಕೂಡ ಒಬ್ಬರು. ಗುಡ್ ವಿಲ್ ಹಂಟಿಂಗ್ ಚಿತ್ರದ ಅಭಿನಯಕ್ಕೆ ಆಸ್ಕರ್ ಪ್ರಶಸ್ತಿಗೆ ನಾಮಾಂಕಿತಗೊಂಡು ಅದೇ ಚಿತ್ರಕ್ಕೆ ಅತ್ಯುತ್ತಮ ಚಿತ್ರಕಥೆಗೆ ಆಸ್ಕರ್ ಪ್ರಶಸ್ತಿ ಮುಡಿಗೇರಿಸಿಕೊಂಡ ನಟ ಮ್ಯಾಟ್ ಡಾಮನ್. ರೈನ್ ಮೇಕರ್ (1997), ಗುಡ್ ವಿಲ್ ಹಂಟಿಂಗ್ (1997), ಸೇವಿಂಗ್ ಪ್ರೈವೇಟ್ ರಯಾನ್ (1998), ಓಶಿಯಾನ್ ಇಲೆವನ್ (2001), ಬೋರ್ನ್ ಐಡೆಂಟಿಟಿ, ಬೋರ್ನ್ ಸುಪ್ರೀಮಸಿ, ಬೋರ್ನ್, ದಿ ಡಿಪಾರ್ಟೆಡ್

**ಚಿತ್ರ–178: ಬೋರ್ನ್ ಐಡೇಂಟಿಟಿ,ಕರೇಜ್‌ಅಂಡರ್ ಫೈರ್, ಇನ್‌ಫಾರ್ಮಂಟ್ ಚಿತ್ರಗಳಲಿ**

**ಚಿತ್ರ–179: ನಟಿ ರೀನಿ ಜೆಲ್ವೆಗರ್**

(2006), ಇನ್‌ವಿಕ್ಟಸ್ (2009) ಮುಂತಾದವು ಮ್ಯಾಟ್ ಡಾಮನ್‌ಗೆ ಹೆಸರು ತಂದು ಕೊಟ್ಟ ಚಿತ್ರಗಳು. 1996ರಲ್ಲಿ ಬಿಡುಗಡೆಯಾದ ದಿ ಕರೇಜ್ ಅಂಡರ್ ಫೈರ್‌ಚಿತ್ರದ ಮಾದಕ ವ್ಯಸನಿ ಇಲಾರಿಯೋನ ಪಾತ್ರ ನಿರ್ವಹಣೆಗಾಗಿ 40 ಪೌಂಡ್ ತೂಕ ಕಳೆದುಕೊಂಡಿದ್ದ. ಆದರೆ ಅದರಿಂದ ಆರೋಗ್ಯ ಹದಗೆಟ್ಟು ಸರಿಯಾಗಲು ಎರಡು ವರ್ಷಗಳೇ ಬೇಕಾದವಂತೆ. 2009ರಲ್ಲಿ ತೆರೆಗೆ ಬಂದ

**ಚಿತ್ರ–180: ನಟ ಜೇರಡ್ ಲೇಟೋ**

**ಚಿತ್ರ–181: ನಟ ವಿನ್ಸೆಂಟ್‌ಡಿಒನೋಫ್ರಿಯೋ ಫುಲ್ ಮೆಟಲ್ ಜಾಕೆಟ್ ಚಿತ್ರದಲ್ಲಿ**

ಚಿತ್ರ–182: ನಟ ರೆಯಾನ್ ರೇನಾಲ್ಡ್ಸ್

ಚಿತ್ರ–183: ನಟ ಕಾಲಿನ್ ಫ್ಲೆರೆಲ್

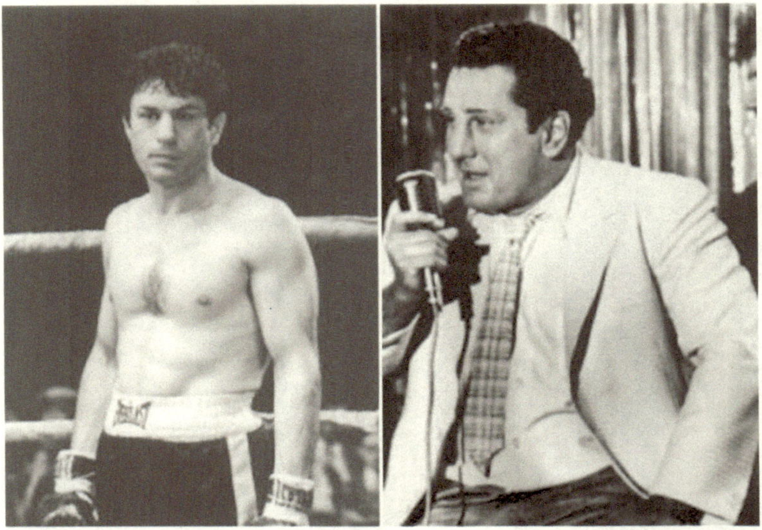

**ಚಿತ್ರ–184: ರಾಬರ್ಟ್ ಡಿ ನೀರೋ**

**ಚಿತ್ರ–185: ಥಿಂಗ್ಸ್ ಫ್ಲಾಲ್ ಅಪಾರ್ಟ್ ಚಿತ್ರದಲ್ಲಿ ಕರ್ಟಿಸ್ ಜೇಮ್ಸ್ ಜಾಕ್ಸನ್**

ನಿರ್ದೇಶಕ ಸ್ಟೀವನ್ ಸೊಡರ್ ಬರ್ಗ್ ನಿರ್ದೇಶನದ ದಿ ಇನ್‌ಫಾರ್ಮಂಟ್ ಚಿತ್ರಕ್ಕಾಗಿ ಯದ್ವಾತದ್ವಾ ತಿಂದು ಮತ್ತೆ ತೂಕ ಹೆಚ್ಚಿಸಿಕೊಂಡು ಡುಮ್ಮನಾದ. 9 ಆಸ್ಕರ್ ಪ್ರಶಸ್ತಿ ಗಳಿಸಿದ ದಿ ಇಂಗ್ಲಿಷ್ ಪೇಷಂಟ್ ಚಿತ್ರದ ನಿರ್ದೇಶಕ ಆ್ಯಂಥೋನಿ ಮಿಂಗೇಲಾ ನಿರ್ದೇಶನದ ಕೋಲ್ಡ್ ಮೌಂಟನ್ (2003) ಚಿತ್ರದ ಅಭಿನಯಕ್ಕಾಗಿ ಅತ್ಯುತ್ತಮ ಪೋಷಕ ನಟಿ ಪ್ರಶಸ್ತಿಯನ್ನು ತನ್ನದಾಗಿಸಿಕೊಂಡ ನಟಿ ರೀನೀ ಜೆಲ್ವೇಗರ್‌ತನ್ನ ಬ್ರಿಡ್ಜೆಟ್ ಜೋನ್ಸ್ ಡೈರಿ ಚಿತ್ರಕ್ಕಾಗಿ 13 ಕೆಜಿ ತೂಕ ಹೆಚ್ಚಿಸಿಕೊಂಡು ಡುಮ್ಮಮ್ಮಳಾಗಿದ್ದಳು.

ನಟ ಜಾರ್ಜ್ ಕ್ಲೂನಿ ಸಿರಿಯಾನ (2005) ಚಿತ್ರಕ್ಕಾಗಿ, ರಾಬರ್ಟ್ ಡಿ ನೀರೋ ರೇಜಿಂಗ್ ಬುಲ್ ಚಿತ್ರಕ್ಕಾಗಿ, ಜೇಕ್‌ಗಿಲೆನ್ ಹಾಲ್ ಜರ್‌ಹೆಡ್ (2005) ಚಿತ್ರಕ್ಕಾಗಿ, ಬ್ಲೇಡ್ ಟ್ರೈಲಜಿಗಾಗಿ ರೆಯಾನ್ ರೇನಾಲ್ಡ್ಸ್, ಚಾಪ್ಟರ್ 27 ಚಿತ್ರಕ್ಕಾಗಿ ಜೇರಡ್ ಲೇಟೋ, ಫುಲ್ ಮೆಟಲ್ ಜ್ಯಾಕೆಟ್ ಚಿತ್ರಕ್ಕಾಗಿ ವಿನ್ಸೆಂಟ್ ಡಿ ಒನೊಫ್ರಿಯೋ, ಇನ್ನೂ ಹೆಸರಿಡದ ಚಿತ್ರಕ್ಕಾಗಿ ಕಾಲಿನ್‌ಫ್ಲೆರೆಲ್, ಥಿಂಗ್ಸ್ ಫಾಲ್‌ಅಪಾರ್ಟ್ ಚಿತ್ರಕ್ಕಾಗಿ ಕರ್ಟಿಸ್ ಜೇಮ್ಸ್ ಜಾಕ್ಸನ್ (50 ಸೆಂಟ್ಸ್) ಗಣನೀಯ ಪ್ರಮಾಣದಲ್ಲಿ ತೂಕ ಕಳೆದುಕೊಂಡವರು. ಭಾರತೀಯ ಚಿತ್ರರಂಗದಲ್ಲೂ ಸಿನಿಮಾಕ್ಕಾಗಿ ದಪ್ಪ-ಸಣ್ಣ ಆದಂತ ಕಲಾವಿದರಿದ್ದಾರೆ. ಉದಾಹರಣೆಗೆ ಆಮಿರ್ ಖಾನ್, ಶಾರುಕ್ ಖಾನ್, ಕಮಲ್ ಹಾಸನ್ ಮುಂತಾದವರು. ಸಿನಿಮಾಕ್ಕಾಗಿ ಇಷ್ಟೆಲ್ಲಾ ರಿಸ್ಕ್ ತೆಗೆದುಕೊಳ್ಳುವುದು ಕಲಾವಿದರ ಅಭಿನಯದೆಡೆಗಿನ ಪ್ರೀತಿ, ತನ್ಮಯತೆಯನ್ನು ತೋರಿಸಿದರೂ ಕೆಲವೊಮ್ಮೆ ಅದರಿಂದಾಗಿ ಆರೋಗ್ಯ ಹದಗೆಡುವ ಸಾಧ್ಯತೆ ಹೆಚ್ಚಿರುತ್ತದೆ

ಸಿನಿಮಾರಂಗದಲ್ಲಿ ದಪ್ಪ ಆದವರು ಸಣ್ಣ ಆದಂತಹ ನಟರೂ ತುಂಬಾ ಜನರಿದ್ದಾರೆ. ಆದರೆ ನಾನಿಲ್ಲಿ ಗಣನೆಗೆ ತೆಗೆದುಕೊಂಡಿರುವುದು ಸಿನಿಮಾಕ್ಕಾಗಿ, ಸಿನಿಮಾದ ಪಾತ್ರಕ್ಕಾಗಿ ದೇಹ ದಂಡನೆಮಾಡಿದವರನ್ನು ಮಾತ್ರ.

## ವೀರಲೋಕದ ಪ್ರಕಟಣೆಗಳು

1. ಕೈ ಹಿಡಿದು ನೀ ನಡೆಸು ತಂದೆ–ವಿಶ್ವೇಶ್ವರ ಭಟ್ ........ 250/-
2. ಶ್ವಸುಂದರಿ–ಕುಂ. ವೀರಭದ್ರಪ್ಪ ........ 160/-
3. ನಿಮಗೆಷ್ಟು ಹಣ ಬೇಕು?–ಅನಂತ ಹುದೆಂಗಜೆ ........ 250/-
4. ಆರ್ಟ್ ಆಫ್ ಸಕ್ಸಸ್–ರಮೇಶ್ ಅರವಿಂದ್ ........ 120/-
5. ಮನಿ ಮನಿ ಎಕಾನಮಿ–ರಂಗಸ್ವಾಮಿ ಮೂಕನಹಳ್ಳಿ ........ 160/-
6. ಇವರು ಅವರು ದೇವರು–ಜೋಗಿ ........ 200/-
7. ಲಾಸ್ಟ್ ಡೇಸ್ ಆಫ್ ಲೆಜೆಂಡ್ಸ್–ಗಣೇಶ್ ಕಾಸರಗೋಡು ........ 225/-
8. ಒಳ್ಳೆಯ ಬದುಕಿನ ಸೂತ್ರಗಳು–ರವಿ ಕೃಷ್ಣಾರೆಡ್ಡಿ ........ 150/-
9. ಸೋಲೆಂಬ ಗೆಲುವು–ದೀಪಾ ಹಿರೇಗುತ್ತಿ ........ 150/-
10. ಬೆಳ್ಳಿತೆರೆಯ ಬಂಗಾರದ ಗೆರೆ–ಗಣೇಶ್ ಕಾಸರಗೋಡು ........ 150/-
11. ನಟನ ಕಥೆ–ಮಂಡ್ಯ ರಮೇಶ್–ಎನ್. ಧನಂಜಯ ........ 250/-
12. ತ್ಯಾಗಕ್ಕಿಲ್ಲ ನೂಕುನುಗ್ಗಲು–ಡಾ. ಗವಿಸ್ವಾಮಿ ಎನ್. ........ 140/-
13. ಬದುಕೇ ಭಗವಂತ–ಡಾ. ಡಿ.ಎಸ್. ಶ್ರೀನಿವಾಸ ಪ್ರಸಾದ್ ........ 170/-
14. ಮಾದಕ ದೊರೆ–ಸಂತೋಷಕುಮಾರ ಮೆಹೆಂದಳೆ ........ 375/-
15. ದ್ವೈತ–ರಾಘವ್ ........ 140/-
16. ಹೃದಯದ ಮಾತು ಕೇಳಿ–ಮಂಜುನಾಥ್ ಚಾಂದ್ ........ 150/-
17. ಹಿಂದಿನ ನಿಲ್ದಾಣ–ಶುಭಶ್ರೀ ಭಟ್ಟ ........ 120/-
18. ಪ್ರೀತ್‌ಸು–ರಾಜೀವ ನಾರಾಯಣ ನಾಯಕ ........ 170/-
19. ಕೃಷಿ ಯಾಕೆ ಖುಷಿ?–ನರೇಂದ್ರ ರೈ ದೇರ್ಲ ........ 140/-
20. ಕ್ಷಯ–ಡಾ. ವಾಸುದೇವ ಶೆಟ್ಟಿ ........ 120/-
21. ಅರ್ಧ ಬಿಸಿಲು ಅರ್ಧ ಮಳೆ...–ಸದಾಶಿವ ಸೊರಟೂರು ........ 120/-
22. ಯಾರೂ ಹೇಳದ ಕಥೆಗಳು–(ಸಂ.) ಸುದರ್ಶನ ಚೆನ್ನಂಗಿಹಳ್ಳಿ ........ 150/-
23. ಕಥಾ ಸಾಗರಿ–ನಾಗವೇಣಿ ವೆಂ. ಹೆಗಡೆ ಹೆಗ್ಗರ್ಸಿಮನೆ ........ 120/-
24. ಮೆಮರೀಸ್ ಆಫ್ ಬಾರ್ಸಾ–ರಂಗಸ್ವಾಮಿ ಮೂಕನಹಳ್ಳಿ ........ 160/-
25. ಮೇರುನಟ–ಡಾ. ಶರಣು ಹುಲ್ಲೂರು ........ 120/-
26. ನಾ ಸೆರೆಹಿಡಿದ ಕನ್ಯಾಸ್ತ್ರೀ–ಶಶಿಧರ ಹಾಲಾಡಿ ........ 200/-
27. ಟ್ರಾಯ್–ಗಾಯಿತ್ರಿ ರಾಜ್ ........ 200/-
28. ಫಾರೆಸ್ಟರ್ ಪೊನ್ನಪ್ಪ–ನೌಶಾದ್ ಜನ್ನತ್ ........ 300/-
29. ವಿಶ್ವಯಾನಕ್ಕೆ ಗಣಿತವಾಹನ–ಎಸ್.ವಿ. ಶ್ರೀನಿವಾಸಮೂರ್ತಿ ........ 200/-
30. ಲೆಟ್ಸ್ ಮೇಕ್ ಎ ಶಾರ್ಟ್ ಫಿಲಂ–ಜಯರಾಮಾಚಾರಿ ........ 120/-
31. ಕುಣಿಗಲ್ ಟು ಕಂದಹಾರ್–ಮಂಜುನಾಥ್ ಕುಣಿಗಲ್ ........ 260/-
32. ಗದಾಯುದ್ಧಂ–ಡಾ. ಎಂ.ಎ. ಜಯರಾಮ್ ರಾವ್ ........ 350/-
33. ಫೀನಿಕ್ಸ್–ದೀಪಾ ಹಿರೇಗುತ್ತಿ ........ 120/-
34. ಹಿಟ್ಲರ್ ಲವ್ ಪಾಲಿಟಿಕ್ಸ್–ಸತೀಶ ಬಳೆಗಾರ ........ 170/-
35. ಭಾನುಮತಿಯ ಪರಿವಾರ–ಕುಮಾರಸ್ವಾಮಿ ತೆಕ್ಕುಂಜ ........ 140/-

36. ನೀ ದೂರ ಹೋದಾಗ–ಫೌಝಿಯ ಸಲೀಂ ........ 220/-
37. ವ್ಯಗ್ರ ಮತ್ತು ಇತರ ಕಾದಂಬರಿಗಳು–ಕುಮಾರ ಬೇಂದ್ರೆ ........ 180/-
38. ಸತ್ಯದ ಅನಾವರಣ–ಕೆ.ಎಸ್. ರಮಾಸುಂದರಿ ........ 100/-
39. ಅಂತಾರಾಷ್ಟ್ರೀಯ ಕುಂಬಳಕಾಯಿ ಮತ್ತು ಇತರ ಕಥೆಗಳು–ಅಬ್ದುಲ್ ರಶೀದ್ .120/-
40. ಅನಾಥ ಪ್ರೀತಿಯ ಅನುಬಂಧ–ಬಿ. ಮಂಜುನಾಥ್ ಕಾಮತ್ ಹಾಲಾಡಿ ........ 140/-
41. ಹಕ್ಕಿ ಮತ್ತು ಹುಡುಗಿ (ಕವನ ಸಂಕಲನ)–(ಸಂ.) ಪ್ರಜಾವಾಣಿ ಬಳಗ ........ 150/-
42. ಹಾವಿನ ಮನೆ–ಅನು ಬೆಳ್ಳೆ (ರಾಘವೇಂದ್ರ ಬಿ. ರಾವ್) ........ 250/-
43. ಈಗಲ್ಸ್ ಲೈನ್–ರಾಜೇಶ್ ಕುಮಾರ್ ಕಲ್ಯಾ ........ 220/-
44. ನಂಬಿಕೆಯೆಂಬ ಗಾಳಿಕೊಡೆ–ಡಾ. ಪ್ರೇಮಲತ ಬಿ. ........ 180/-
45. 10 ಕುಟುಂಬ 18 ಗೋತ್ರದ ಗೌಡ ಪರಂಪರೆ–
ಪುತ್ತೂರು ಅನಂತರಾಜ ಗೌಡ ........ 300/-
46. ಗಿಳಿಯು ಬಾರದೆ ಇರದು (ಕಥಾಸಂಕಲನ)–ಪಿ.ಎಸ್. ಶ್ರೀಧರನ್ ಪಿಳ್ಳ
(ಅನುವಾದ: ಮೇರಿ ಜೋಸೆಫ್) ........ 85/-
47. ಒಂದು ಆದಿಮ ಪ್ರೇಮ (ಕವನ ಸಂಕಲನ)–ನಂದಿನಿ ಹೆದ್ದುರ್ಗ ........ 150/-
48. ಮಣ್ಣೇ ಮೊದಲು... (ಕವನ ಸಂಕಲನ)–ಪಾಪುಗುರು ........ 120/-
49. ಬಿಂಜೆಮುಳ್ಳು (ಕವನ ಸಂಕಲನ)–ಫಾಲ್ಗುಣ ಗೌಡ ಅಚವೆ ........ 120/-
50. ಅಮೋಘವರ್ಷ–ಡಾ. ಲಕ್ಷ್ಮಣ ಕೌಂಟೆ ........ 420/-
51. ಗಾಯಗೊಂಡ ಸಾಲುಗಳು (ಕವನ ಸಂಕಲನ)–ಸದಾಶಿವ ಸೊರಟೂರು ........ 110/-
52. ನಿನ್ನ ಧ್ಯಾನದ ನೂರೊಂದು ಹಣತೆ (ಕವನ ಸಂಕಲನ)–ವಾಸುದೇವ ನಾಡಿಗ್ 170/-
53. ಕ್ರಿಕೆಟಾಯಣ–ಎಚ್. ಪ್ರೇಮಾನಂದ ಕಾಮತ್ ........ 230/-
54. ಹೂವಿನಕೊಲ್ಲಿ–ಅಬ್ದುಲ್ ರಶೀದ್ ........ 270/-
55. ಕನಸುಗಳ ಶ್ರಾದ್ಧ–(ಅನುವಾದ) ಡಾ. ಗೀತಾ ಸುನಿಲ್ ಕಶ್ಯಪ್ ........ 200/-
56. ವೀರ ಸಿಂಧೂರ ಲಕ್ಷ್ಮಣ–ಕೌಂಡಿನ್ಯ ........ 190/-
57. ಸಹಭಾಷಿಕರ ಕನ್ನಡ ಪ್ರೇಮ–ಡಾ. ಡಿ.ಎಸ್. ಶ್ರೀನಿವಾಸ ಪ್ರಸಾದ್ ........ 400/-
58. ಚಿತ್ರ–ವಿಚಿತ್ರ–ರವೀಂದ್ರ ವೆಂಶಿ ........ 220/-
60. ಹಂಸಾಕ್ಷರ–ಜಯರಾಮಾಚಾರಿ ........ 160/-
61. ನದಿಯೊಂದು ಕಡಲ ಹುಡುಕುತ್ತಾ–ಸಂತೆಬೆನ್ನೂರು ಫೈಜ್ನಟ್ರಾಜ್ ........ 180/-
62. ನೀಲಿ ಮತ್ತು ಸೇಬು–ಸುಧಾ ಆಡುಕಳ ........ 180/-
63. ಕಾಗೆ ಮೇಷ್ಟ್ರು–ವಿಕ್ರಮ ಹತ್ವಾರ ........ 110/-

www.ingramcontent.com/pod-product-compliance
Lightning Source LLC
LaVergne TN
LVHW100253051026
849517LV00006B/2079